ભગવદ્‌ગીતાની સાયકોલૉજી

પર એક અભૂતપૂર્વ વ્યાખ્યા

700 શ્લોકોના સંપૂર્ણ સાર સાથે

હું ગીતા છું

દીપ ત્રિવેદી

અંગ્રેજી, હિન્દી અને મરાઠીમાં પણ ઉપલબ્ધ છે

અનુક્રમણિકા

દીપ ત્રિવેદી

દીપ ત્રિવેદી એક પ્રસિદ્ધ લેખક, વક્તા અને સ્પિરિચ્યુઅલ સાયકો-ડાયનેમિક્સના અગ્રિમ પ્રણેતા છે, જેઓ એક વ્યાપક દ્રષ્ટિકોણથી ન માત્ર લખે છે, પરંતુ વિભિન્ન વિષયો પર વર્કશૉપ્સ પણ આયોજીત કરે છે. તેમની સહુથી મોટી વિશેષતા એ છે કે તેમને વાંચવા અને સાંભળવા-માત્રથી માણસમાં આમૂલ સકારાત્મક પરિવર્તન આવી જાય છે. તેઓ પોતાના કાર્યો દ્વારા, આજ સુધી લાખો લોકોને સુખ અને સફળતાના માર્ગ પર અગ્રસર કરી ચૂક્યા છે.

દીપ ત્રિવેદીએ પોતાના આ કાર્યો દ્વારા પ્રકૃતિ, તેના નિયમ, તેનું આચરણ, તેની સાયકોલૉજી અને તેના માનવી-જીવન પર પડનારા પ્રભાવને ખૂબ જ ઊંડાણપૂર્વક સમજાવ્યા છે. જીવનનું એવું કોઈપણ પાસું નથી જે તેમણે સ્પર્શ્યું ન હોય. તેઓ કહે છે કે સાયકોલૉજી વિશે ઓછું જ્ઞાન અને અલ્પ સમજણ હોવી, એ જ મનુષ્ય-જીવનના તમામ દુઃખો અને અસફળતાઓનું મૂળ કારણ છે.

તેઓ બેસ્ટસેલર્સ 'હું મન છું', 'હું કૃષ્ણ છું', 'સર્વસ્વ સાયકોલૉજી છે', '101 સદાબહાર વાર્તાઓ', 'તમે અને તમારો આત્મા' તથા '૩ આસાન સ્ટેપ્સમાં જીવનને જીતો' સહિત અન્ય અનેક પુસ્તકો લખી ચૂક્યા છે. તેમણે લખેલું બેસ્ટસેલિંગ પુસ્તક 'હું મન છું' ઘણી રાષ્ટ્રીય તથા આંતરરાષ્ટ્રીય ભાષાઓમાં પ્રકાશિત થઈ ચૂક્યું છે. સમાજમાં તેમના અસીમિત યોગદાન માટે દીપ ત્રિવેદીને વર્ષ 2018નાં Times Power Men Award થી સન્માનિત કરવામાં આવ્યા છે.

મનુષ્યજીવનની અગાધ સાયકોલૉજી પરના તેમના પ્રભુત્વનો અંદાજો એ જ વાત પરથી લગાવી શકાય છે કે મનુષ્યજીવન અને 'ભગવદ્દગીતા' પર સર્વાધિક વર્કશૉપ્સ કંડક્ટ કરવાનો રેકૉર્ડ પણ તેમના નામે નોંધાયેલો છે, જેમાં તેમણે ૫૮ દિવસોમાં ગીતા પર ૧૬૮ કલાક, ૨૮ મિનિટ અને ૫૦ સેકંડ લાંબી ચર્ચા-વિચારણા કરી છે. આનાથી વિશેષ અષ્ટાવક્ર ગીતા તથા તાઓ-તે-ચિંગ પર સર્વાધિક વર્કશૉપ્સ કંડક્ટ કરવાનો રેકૉર્ડ પણ તેમના નામે નોંધાયેલો છે. આ બધા રેકૉર્ડ્સ રાષ્ટ્રીય તથા આંતરરાષ્ટ્રીય રેકૉર્ડ પુસ્તકોમાં નોંધાયેલ છે. તદુપરાંત મનુષ્યના જીવન, સાયકોલૉજી, આત્મા, પ્રકૃતિનાં નિયમ, ભાગ્ય તથા અન્ય વિષયો પર સર્વાધિક (લગભગ ૧૨૦૩૮) ક્વોટેશન લખવાનો રેકૉર્ડ તેમના નામે નોંધાયેલો છે. ભગવદ્દગીતા પર તેમના સાયકોલૉજિકલ કાર્યો માટે ઑનરરી ડૉક્ટરેટની ઉપાધિથી પણ તેમનું બહુમાન કરવામાં આવ્યું છે. તેમના દ્વારા આયોજીત ઈંટરએક્ટિવ વર્કશૉપ્સે પણ લોકોના રોજિંદા જીવનની સમસ્યાઓ ઉકેલીને, તેમના જીવનમાં ક્રાંતિકારી ટ્રાન્સફૉર્મેશન લાવ્યું છે. આ તમામ વર્કશૉપ્સ ભારતમાં લાઈવ ઑડિયન્સની સામે આયોજીત કરવામાં આવ્યા છે.

દીપ ત્રિવેદીની ખાસ વાત એ છે કે તેઓ જીવનના ગહનતમ પાસાઓને સ્પર્શે છે અને તેમને સરળતમ ભાષામાં લોકો સમક્ષ પ્રસ્તુત કરે છે, જેને કારણે કન્ફ્યૂઝનની ક્યાંય કોઈ ગુંજાઈશ જ નથી બચતી. તેઓ પોતાના પુસ્તક અને વર્કશૉપ્સમાં જે અનોખી સ્પિરિચ્યુઅલ-સાયકોલૉજિકલ ભાષા તથા અભિવ્યક્તિનો ઉપયોગ કરે છે, તેનો વાચકો અને શ્રોતાઓ પર તાત્કાલિક પ્રભાવ પણ થવા લાગે છે અને આ જ વાત તેમને આ ક્ષેત્રના અગ્રિમ પ્રણેતા બનાવે છે.

દીપ ત્રિવેદી વિશે વધુ જાણવા માટે વિઝિટ કરો: www.deeptrivedi.com

દ્વિતીય સંસ્કરણ : 2023

ભારતમાં મુદ્રિત

સંકલ્પના, ચિત્રણ અને સાજ-સજ્જા :

AATMAN
INNOVATIONS PVT. LTD.

www.aatmaninnovations.com

પ્રકાશક : આત્મન ઈનોવેશન્સ્ પ્રા. લિ.
પ્રકાશન સ્થળ : મુંબઈ

ISBN 978-93-84850-73-9

મારો પરિચય

હું ભગવદ્ગીતા છું. એવું કોણ છે જેને મારા વિશે ખબર નથી? બધાં જાણે છે કે હું કૃષ્ણના મુખમાંથી વહી છું. અને ચોક્કસપણે આ મારે માટે ગૌરવની વાત છે કે કૃષ્ણ જેવા ઐતિહાસિક પુરુષ મારા જન્મદાતા છે. પરંતુ એનાથી પણ વધારે મહત્ત્વપૂર્ણ વાત તો એ છે કે હું કૃષ્ણના પણ પરમ-ચૈતન્યમાંથી વહી છું. અને આ જ વાત મને ગ્રંથોનો કોહિનૂર બનાવી દે છે. જો મને સત્યની વહેતી ગંગા કહેવામાં આવતી હોય, તો એ ખોટું નથી. કેમ કે મનુષ્ય-જીવનના તમામ રહસ્ય મારામાં છૂપાયેલા છે. જીવન સાથે સંબંધિત એવો કોઈ પ્રશ્ન નથી કે જેનો જવાબ મારામાં ન સમાયેલો હોય. કર્મ શું છે? કર્મ સાથે ફળનો સંબંધ શું છે? જન્મ-પુનર્જન્મનો સિદ્ધાંત શું છે? મનુષ્ય-જીવનનો ઉદ્દેશ્ય શું છે? પરમાત્મા શું છે? મનુષ્યના સુખી અને સફળ થવાના સૂત્ર કયા છે? આ બધાં તેમજ આના જેવા બીજા તમામ પ્રશ્નોના જવાબ મારામાં ઉપલબ્ધ છે. આટલું જ કેમ, જગતની ઉત્પત્તિ તથા પ્રલયના સિદ્ધાંત પણ મારી અંદર વર્ણવાયેલા છે.

ચોક્કસપણે, જ્યારે આટલું બધું મારી ભીતર છુપાયેલું છે, તો મને વાંચવા અને સમજવા કરતાં વધુ મહત્ત્વપૂર્ણ બીજું કંઈ હોઈ જ ન શકે. કેમ કે મને જ વાંચી લીધી, મને જ સમજી લીધી... તો જીવનમાં દુઃખ અને નિષ્ફળતાઓ બચે જ કેવી રીતે? પણ ઈતિહાસ સાક્ષી છે કે ''યુગોથી મનુષ્ય-જીવન દુઃખ અને નિષ્ફળતાઓ સિવાય'' બીજું કશું નથી. મારા જેવા ગ્રંથની હાજરીથી પણ આમાં કંઈ પરિવર્તન નથી આવ્યું. આનો એ અર્થ નથી કે લોકોએ મને વાંચવાનો કે સમજવાનો પ્રયત્ન નથી કર્યો. ...દુનિયાના સૌથી વધુ વંચાતા ગ્રંથોમાં મારો પણ સમાવેશ થાય છે. તો આનો સીધો અર્થ એ છે કે મને વાંચવામાં તો

આવી છે, પણ સમજવામાં નથી આવી. જ્યારે મહત્ત્વપૂર્ણ વાંચવું એ નહીં, પણ સમજવું એ છે. અને એનાથી પણ વધારે મહત્ત્વપૂર્ણ તો સમજેલી વાતને જીવનમાં ઉતારવીએ હોય છે. પણ ખબર નહીં કેમ મને સમજવા અને સમજાવવા, બંનેમાં મનુષ્યોએ થાપ ખાધી છે. ...પછી કહે છે કે હું ખૂબ જ કોમ્પ્લિકેટેડ છું. અરે ભાઈ, હું તો કૃષ્ણ જેવા સરળ વ્યક્તિના મુખેથી વહી છું, રતીભાર કોમ્પ્લિકેટેડ નથી. હવે તમે જો શીર્ષાસન કરીને મને વાંચવા અને સમજવાનો પ્રયત્ન કરો, તો એમાં મારો કે મારા જન્મદાતાનો શું દોષ?

તેથી એકંદરે સમજો તો દરેક દ્રષ્ટિકોણથી હું એક અનોખો ગ્રંથ છું. અનોખો એટલા માટે, કેમકે 'હું' કોઈ આશ્રમમાં પોતાના શિષ્યો સાથે કરવામાં આવેલી વાતચીત નથી, પરંતુ હું તો એક મહાયુદ્ધથી પહેલા અર્જુન અને કૃષ્ણ વચ્ચેની વાતચીત છું. યુદ્ધ માટે આતુર અર્જુન જ્યારે અચાનક યુ-ટર્ન લઈને કૃષ્ણને કહે છે કે, હું રાજ્ય પ્રાપ્ત કરવા માટે હિંસા કરવા નથી માગતો, ત્યારે ત્યાંથી આ વાતચીતની શરૂઆત થાય છે. સમજવાની વાત એ છે કે જો કૃષ્ણના સ્થાને ત્યાં કોઈ અન્ય હોત તો કદાચ તે અર્જુનની વાતો સાથે સહમત થઈ જાત. કદાચ એ અર્જુનને શાબાશી પણ દઈ દેત. અને જો આમ થાત તો હું અસ્તિત્વમાં આવત જ નહીં. પરંતુ 'કૃષ્ણ' અર્જુનની વાતોથી રતીભાર પણ પ્રભાવિત ન થયા. બસ, આ કારણે યુદ્ધ કરવા અને ન કરવા અંગે બંને વચ્ચે ચર્ચાનો પ્રારંભ થયો અને 'હું ભગવદ્ગીતા' અસ્તિત્વમાં આવી. અહીં વિચારવાયોગ્ય વાત એ છે કે, શું તમે પોતે અર્જુનની વાતો સાથે સહમત નથી? શું તમે નથી માનતા કે હિંસા કરવી તથા ભાઈઓ તથા ગુરુઓની હત્યા કરવી ઉચિત નથી? અને જો આવું છે, તો એ સ્પષ્ટ રીતે સમજી લો કે તમે હજુ સુધી મન, જીવન તથા પ્રકૃતિની ઊંડી બાબતો વિશે કંઈ ખાસ જાણતા નથી. પરંતુ કૃષ્ણ તો જ્ઞાનના પરમશિખર પર બિરાજમાન છે. તેથી એટલું સ્પષ્ટ રીતે સમજી લો કે તમારી માન્યતાઓ અને તમારા વિચાર મારામાં નહીં શોધતા. તમારી માન્યતાઓ તથા તમારા વિચાર બાજુ પર મૂકીને કૃષ્ણની દરેક વાતને સમજવાનો પ્રયાસ કરજો, તો જ તમે કૃષ્ણ દ્વારા સમજાવવામાં આવી રહેલી ગૂઢ બાબતોને સારી રીતે સમજી શકશો. સાથે જ એ પણ ધ્યાન રાખજો કે, ગીતા 'અર્જુને લીધેલા સાયકોલૉજિકલ યુ-ટર્ન' સાથે પ્રારંભ થાય છે તથા સમગ્ર વાર્તાલાપ દરમિયાન અર્જુન આવા સાયકોલૉજિકલ ટ્વિસ્ટ તથા યુ-ટર્ન સતત લેતો રહે છે... અને કૃષ્ણ તેણે લીધેલા યુ-ટર્ન અનુસાર જવાબ આપતા રહે છે. અર્જુનના સતત યુ-ટર્ન લેતા રહેવા પાછળ અનેક સાયકોલૉજિકલ કારણ છુપાયેલા છે તથા કૃષ્ણ જવાબ પણ અર્જુનની બદલાઈ રહેલી સાયકોલૉજી અનુસાર જ આપે છે. તેથી એ વાત ક્યારેય ભૂલતા નહીં કે હું, ગીતા, સ્પિરિચ્યુઅલ ગ્રંથની સાથે-સાથે એક 'સાયકોલૉજિકલ ગ્રંથ' પણ છું. સત્ય તો એ છે કે, કૃષ્ણ મનુષ્યજાતિના પ્રથમ મનોવિજ્ઞાની છે તથા હું પ્રથમ મનોવૈજ્ઞાનિક ગ્રંથ છું. તેથી

હું અહીં કૃષ્ણ અને અર્જુન દરમિયાન આવી રહેલા દરેક સાયકોલૉજિકલ ટ્વિસ્ટ અને યુ-ટર્નને પૂરા વિસ્તારથી સમજાવી રહી છું. બસ હું આપને માત્ર એટલી જ વિનંતી કરીશ કે, તમે દરેક સાયકોલૉજિકલ ટ્વિસ્ટ અને યુ-ટર્નને સારી રીતે ગ્રહણ કરજો. ...કેમકે સાયકોલૉજી સમજ્યા વગર મુજ ભગવદ્ગીતાનો વાસ્તવિક અર્થ સમજી જ શકાય એમ નથી. સૌથી મોટી વાત એ છે કે, અર્જુન દ્વારા લેવામાં આવી રહેલા સાયકોલૉજિકલ ટ્વિસ્ટ અને ટર્ન દ્વારા તમે પોતાના અને બીજાઓના મનમાં આવી રહેલા સાયકોલૉજિકલ ટર્નને પણ સમજવાનું શરૂ કરી દેશો. અને આજના આધુનિક યુગમાં આ તમારે માટે અત્યંત જરૂરી પણ છે. સાથે જ આ પુસ્તકને સંપૂર્ણતાથી સમજ્યા પછી તમે જાતે જ મારી સંપૂર્ણ ઊંડાઈમાં ઉતરતા જશો. અને આ જરૂરી એટલા માટે છે, કેમકે મારા ઊંડાણોનો કોઈ અંત નથી.

ખેર છોડો! હું મારું મહત્ત્વ જાણું છું. હું જાણું છું કે મને સમજીને મનુષ્ય પોતાનો પરમ-ઉદ્ધાર કરી શકે છે. એમ પણ મારો જન્મ 'અર્જુન'નો ઉદ્ધાર કરવા માટે જ થયો હતો. અને કોણ છે સંસારમાં જે... અર્જુન નથી? કોણ છે જેણે મને વાંચવા અને સમજવાની જરૂર નથી? પણ કેમ કે તમને લોકોને મને સમજવામાં અડચણ આવી રહી છે, એટલે આજે હું પોતાના રહસ્યો ઉપરથી પડદો હટાવવા સ્વયં ચાલી આવી છું. કેમ કે ચાહે ગમે તે થાય, મનુષ્યોનો ઉદ્ધાર કરવાની કૃષ્ણની કરૂણા વ્યર્થ ના જવી જોઈએ. અને મને આશા જ નહીં, વિશ્વાસ પણ છે કે મારા આ પ્રયત્નથી મનુષ્યજીવન ઉપર છવાયેલા દુઃખ અને નિષ્ફળતાના વાદળ હંમેશને માટે દૂર થઈ જશે. ચોક્કસપણે આનાથી એક એવા સ્વર્ણિમ યુગનું આગમન થશે કે જ્યાં ઘેર-ઘેર 'કૃષ્ણ'ના સ્વરૂપ દેખાશે.

...અને આ જ આશા સાથે મારા અસ્તિત્વમાં આવ્યાના લગભગ પાંચ હજાર વર્ષ પછી આજે હું તમારી સામે પ્રકટ થઈ રહી છું.

તમારી પોતાની,
ભગવદ્ગીતા.

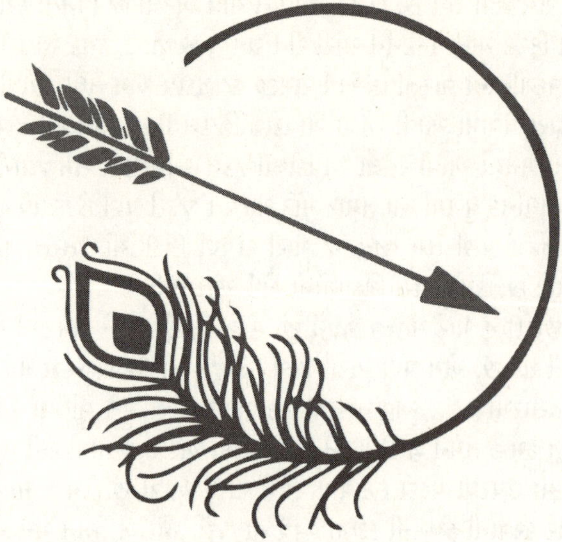

મને સમજવા અને ગ્રહણ કરવામાં

આવનારી અડચણો

મને સમજવામાં ચાર મુખ્ય અડચણો છે અને હું સૌથી પહેલાં એ અડચણોને દૂર કરી દેવા માંગુ છું.

મારા વિશે પૂર્વગ્રહ

કૃષ્ણના મુખમાંથી વહ્યાને મને પાંચ હજાર વર્ષ થઈ ગયા. આ દરમિયાન મને વાંચી તો કરોડોએ, પણ સમજી થોડાક જ લોકોએ... કેમ...? કેમ કે મને જેણે પણ વાંચી, પૂર્વગ્રહથી વાંચી. કૃષ્ણ ભગવાન છે. ગીતા સત્ય છે. હવે જો કોઈ ગ્રંથ વિશે પહેલેથી આટલો પૂર્વગ્રહ રાખીશું તો સમજીશું કેવી રીતે? અરે, આ સીધે-સીધી બે વ્યક્તિઓ વચ્ચેની ચર્ચા છે. બંનેમાં મતભેદ છે. તમારે તો સ્વતંત્ર મનથી સમજવાનું છે કે બંનેમાં કોણ સાચું છે? કોણ શું કહી રહ્યું છે? પણ જો પહેલેથી જ નક્કી કરી લીધું હોય કે કૃષ્ણ સાચા છે અને અર્જુન

ખોટો છે, તો સમજીશું કેવી રીતે? વાત સમજ્યા પહેલા જ તમે સાચા-ખોટાનો નિર્ણય કરી ચૂક્યા છો, તો તમે યોગ્ય નિર્ણય ઉપર પહોંચશો કેવી રીતે? એ વાતોની ગહનતા સમજશો કેવી રીતે? બંન્નેના તર્ક-વિતર્કના ઉતાર-ચડાવોને કેવી રીતે ઓળખશો? અને વળી જ્યારે નિર્ણય કરી જ ચૂક્યા છો તો વાતચીત સાંભળવાનું કે વાંચવાનું મહત્ત્વ જ શું છે?

તો, એટલું જ સમજો કે હું એક એવો ગ્રંથ છું જેમાં બે વ્યક્તિઓની વચ્ચે ''યુદ્ધ કરવા કે ન કરવામાં શું શ્રેષ્ઠ છે'' તેના પર વાદ-વિવાદ ચાલી રહ્યો છે. ...અને નિર્ણય તમારે કરવાનો છે કે કોણ સાચું છે અને કોણ ખોટું? અને જ્યારે નિર્ણય તમારે કરવાનો છે તો બંનેના દરેક તર્કને ધ્યાનથી સમજો. ...બસ, આટલી જ તો વાત છે.

સત્યની ખોટી પરિભાષા

મને સમજવામાં આ બીજી અડચણ છે. હરકોઈ એમ માનીને ચાલે છે કે ગીતા કૃષ્ણએ કહી છે તો એમાં તેમણે બધું સત્ય જ કહ્યું છે, તેથી તેના પર વિચારવાનું જ નહીં... બસ, જે, જેટલું અને જેવું સમજાય, તેના પર અમલ કરી દો. કૃષ્ણએ કહ્યું, ''હું જુગારી છું,'' તો વિચારશો જ નહીં. ચૂપચાપ જન્માષ્ટમીએ જુગાર રમવા બેસી જાવ. ...હવે આ તો મારા જેવા મહાન ગ્રંથનું જ નહીં, કૃષ્ણ જેવા યુગપુરુષનું પણ અપમાન કહેવાય. ...હવે કૃષ્ણએ તો સત્ય જ કહ્યું છે. પણ સમજતા કેમ નથી કે જગત ત્રિગુણી-માયાથી ઘેરાયેલું છે. ...અને સત્ય પણ એમાં અપવાદ નથી. કોઈ કર્મ, કોઈ વિચાર, કોઈ શબ્દ... કંઈ પણ; જગતની ત્રિગુણી-માયાથી સ્વતંત્ર નથી. અને જેને જગતની ત્રિગુણી-માયાનું જ જ્ઞાન નથી, એણે મને સમજવી તો બહુ દૂરની વાત છે; એ તો સંસારનું સામાન્ય સત્ય સુદ્ધાં નહીં સમજી શકે.

ખેર, હાલ તો હું તમને સત્યની ત્રિગુણી-માયા વિશે જણાવી રહી હતી. તો, આ હકીકત છે કે ગીતામાં સત્ય કહ્યું છે, પણ એ કહી દઉં કે ''જગતની ત્રિગુણી-માયાના આધારે'' સત્યના પણ ત્રણ પ્રકાર હોય છેઃ

i) સનાતન સત્ય

સનાતન સત્ય, એટલે એવા સિદ્ધાંત જે દરેક યુગના દરેક મનુષ્ય ઉપર સમાનપણે લાગુ પડે. અપવાદ કે પક્ષપાત વિના. જેમ કે કર્મ અને તેના ફળના સિદ્ધાંત. જેમ કે જન્મ અને પુનર્જન્મના સિદ્ધાંત.

ii) સમયનું સત્ય

જે યુગ પ્રમાણે કહેવામાં આવે છે. અને કૃષ્ણ અનેકવાર અર્જુનને સમજાવવા માટે એ યુગના પ્રચલિત શાસ્ત્રો અને પરંપરાઓનો આશરો લે છે. જો કે કૃષ્ણને પોતાની વાત

કહેવા માટે કોઈ આશરાની જરૂર નથી, પણ અર્જુનની આ જરૂરિયાત છે. તેથી કૃષ્ણ, માત્ર બહેતર સંવાદ સ્થાપિત કરવા માટે એ સમયના શાસ્ત્રોના થોડાંક ઉદાહરણ આપે છે. ...પણ કેમ કે આ બધાં કોરા ઉદાહરણ-માત્ર છે, તેથી યુગ અને શાસ્ત્રના પરિવર્તિત થતાં જ આ બધાં પણ પરિવર્તિત થઈ જાય છે. પણ દુર્ભાગ્યવશ દરેક કાળનો મનુષ્ય ગીતામાં કહેલાં એ 'સમયના સત્યો'ને જ વધુ મહત્ત્વ આપતો આવ્યો છે. અને આ વાત પણ મારો મર્મ સમજવામાં નડતરરૂપ છે.

iii) વ્યક્તિગત સત્ય

દરેકે આ સમજવું જ રહ્યું કે કૃષ્ણ આ બધી વાતો અર્જુનને કહી રહ્યાં છે. તેથી, અનેક વાતો તેઓ અર્જુનની એ વખતની મનોદશાને જોતાં પણ કહે છે. જેને તમે આજની ભાષામાં એમ પણ કહી શકો છો કે તેઓ અર્જુનને સાયકોટ્રીટમેન્ટ આપી રહ્યાં છે. તમારે આ પણ સમજવું જ રહ્યું કે આ બધી વાતો તેમણે અર્જુનને કહી છે, તમને નહીં. એ તમારે માટે ત્યારે જ ઉપયોગી છે જ્યારે તમારી અને અર્જુનની માનસિકતા મેળ ખાતી હોય. ...નહીંતર તો તમારે કૃષ્ણની કહેલી વાતોને પોતાની માનસિકતા પ્રમાણે ઢાળવાની છે. અને આ ગીતા તમને ત્યારે જ ઉપયોગી થઈ શકે છે જ્યારે તમે કૃષ્ણની કહેલી વાતોને પોતાની માનસિકતામાં ઢાળી શકો. ચાલો, આ જ વાત હું તમને બીજા એક યુગપુરુષ ''બુદ્ધ'ના એક ઉદાહરણ દ્વારા સમજાવું છું. એકવાર બુદ્ધ પોતાના શિષ્યોને પ્રવચન આપી રહ્યા હતા. ...ત્યારે જ એક મડદાલ વ્યક્તિ બુદ્ધ પાસે જ્ઞાન પ્રાપ્ત કરવા માટે આવી. બુદ્ધે તેની હાલત ઉપર એક નજર ફેરવી... અને પછી કરૂણાવશ થઈને બોલ્યાઃ જ્ઞાન તો તને મળી જ જશે, પણ એ માટે પહેલાં તારે ખાઈ-પીને તંદુરસ્ત થવું પડશે.

...જેવી આજ્ઞા, કહેતા કહેતા એ વ્યક્તિ ચાલી ગઈ. થોડીવાર પછી એક જાડીયો આવ્યો. તેનું પેટ એટલું તો મોટું હતું કે તેનાથી સરખી રીતે ચાલી પણ નહોતું શકાતું. એ પણ બુદ્ધ પાસેથી જ્ઞાન મેળવવાની અપેક્ષા લઈને જ આવ્યો હતો. બુદ્ધે તેના પર પણ એક તીક્ષ્ણ દ્રષ્ટિ ફેરવી. ...પછી હસતાં-હસતાં બોલ્યાઃ જ્ઞાન લેવું એ તો કોઈ મોટી વાત છે જ નહીં, એ તો ક્ષણવારમાં મળી જશે. બસ, એ માટે કઠોર ઉપવાસ અને કઠીન વ્યાયામના માધ્યમથી તારે તારું શરીર અડધું કરવું પડશે. ...જેવી પ્રભુની આજ્ઞા, કહીને એ પણ ચાલ્યો ગયો.

આ બાજુ બુદ્ધનો શિષ્ય આનંદ ત્યાંજ બુદ્ધ પાસે બેઠો હતો. એ શંકામાં પડી ગયો. તેનાથી રહેવાયું નહીં... તેણે તરત જ બુદ્ધને પૂછ્યું- કમાલ છે! તમે એકને ખાવાનું કહો છો અને બીજાને ઉપવાસ કરવાનું. કૃપા કરીને એ કહો કે જ્ઞાન મેળવવા માટે હું કયો માર્ગ અપનાવું?

બુદ્ધ હસતાં-હસતાં બોલ્યાઃ આનંદ! મેં તને કંઈ પણ કહ્યું? નહીં ને...? બસ, તો તું બીજાને કહેલી વાતો શું કામ સાંભળે છે? એ તે બંનેને કહેલા તેમના વ્યક્તિગત સત્ય હતા, તેની સાથે તારો ક્યાંય કોઈ સંબંધ નથી.

...આશા છે કે હવે ''વ્યક્તિગત સત્ય'' વિશે જે હું સમજાવવા ઈચ્છી રહી છું, એ તમે સમજી ગયા હશો.

ગીતા એક વિરલ ગ્રંથ

મને સમજવામાં આ પણ એક નડતર છે. મેં પ્રાયઃ લોકોને શ્લોકોનાં અન્વય અને વિચ્છેદને જ સમજવા અને સમજાવવાનો પ્રયત્ન કરતાં જોયા છે. અને આ ખોટું છે. આના દરેક શ્લોકની પોતાની એક પૃષ્ઠભૂમિ તો છે જ, સાથે જ આ બે વ્યક્તિઓની સતત ચાલતી વાતચીતની એક શૃંખલા પણ છે. આના કોઈપણ શ્લોકની અલગથી કોઈ વિવેચના કરી જ ન શકાય. આ કોઈના એકતરફી કહેલાં સૂત્ર નથી. આ અઢાર અધ્યાયોમાં નિબદ્ધ સાતસો શ્લોકો સુધી ચાલવાવાળી એક અવિરત વાતચીત છે. આમાં 'કૃષ્ણ' અર્જુનના સવાલોનો જવાબ આપે છે, અને અર્જુન 'કૃષ્ણ'ના જવાબ પરથી ફરી પાછો સવાલ ઉઠાવે છે. કૃષ્ણ જ્યાં છોડે છે, અર્જુન ત્યાંથી જ વાતચીતને આગળ વધારે છે. તેથી મને ટુકડાઓમાં સમજી જ ન શકાય. મને ક્રમબદ્ધ રીતે આખે-આખી એકસાથે સમજવી પડે. અને સાચું કહું તો આખી ક્રમબદ્ધ સમજાવવા માટે જ હું આજે પ્રગટ થઈ છું. ...જેથી મારો યોગ્ય મર્મ હરકોઈ સમજી શકે.

ક્રિયાની ત્રિગુણી-માયા

હું પહેલાં જ કહી ચૂકી છું કે સંસારનો એવો કોઈ કણ કે વિચાર નથી, એવું કોઈ કર્મ કે ભાવ નથી; કે જે જગતની આ ત્રિગુણી-માયાથી પર હોય. ...એવી જ રીતે મારું વહેવું પણ એક ક્રિયા છે, અને આ ક્રિયાની પણ

હું ભગવદ્ગીતા, **પોતાનું મહત્ત્વ** જાણું છું. હું જાણું છું કે મને સમજીને **મનુષ્ય** પોતાનો **પરમ ઉદ્ધાર** કરી શકે છે

પોતાની એક ત્રિગુણી માયા છે. એ ક્રિયાના પણ પોતાના ત્રણ આધાર છે અને એ છે... કૃષ્ણ, અર્જુન અને મહાભારતનું યુદ્ધ. જો આમાંથી કોઈ એકનો પણ અભાવ હોત તો હું અસ્તિત્વમાં ન આવત. તેથી મારો મર્મ સમજવો હોય તો આ ત્રણેયની પૃષ્ઠભૂમિ સમજવી ખૂબ જરૂરી છેઃ

કૃષ્ણ

જે પરમજ્ઞાની છે તથા પૂર્ણ બ્રહ્મચર્યમાં સ્થિત છે. એટલે કે પ્રકૃતિની આ મહાન લીલામાં તેઓ ક્યારેય કોઈ દખલગીરી નથી કરતાં. આ જ કારણ છે કે આનાથી પહેલા તેમણે ક્યારેય કોઈને કશું કરવા માટે નથી કહ્યું, ના તો ક્યારેય કોઈને કંઈ કરતાં અટકાવ્યા. અને ગીતાનો સાર સમજવા માટે કૃષ્ણનું આ બ્રહ્મચર્ય હંમેશને માટે મનમાં બેસાડી લેવું જરૂરી છે. કૃષ્ણના વ્યક્તિત્વની બીજી મહત્ત્વપૂર્ણ વાત એ છે કે તેમનું આખું જીવન સર્વ માટે ન્યોછાવર હતું. અને તેમને આ મહાયુદ્ધનો અણસાર વીસ વર્ષ પહેલાંથી હતો. તેઓ આ મહાવિનાશને ટાળવા ઈચ્છતાં હતા. અને એ માટે તેમણે તનતોડ પ્રયત્ન પણ કર્યા હતા. ...પણ જ્યારે યુદ્ધ અટળ થઈ ગયું તો ''અર્જુન દ્વારા યુદ્ધ માટે ઈનકાર કરવાના કારણે'' તેમણે જે કંઈ કહ્યું, તેનાથી હું અસ્તિત્વમાં આવી.

અર્જુન

જે છેલ્લા ચાળીસ કરતાં પણ વધુ વર્ષોથી રાજ્ય મેળવવા માટે કૌરવો સાથે શત્રુતા નિભાવી રહ્યો છે. ...અને આજે પોતાના અંદરોઅંદરના ઝગડાને યુદ્ધના અંજામ સુધી પહોંચાડ્યા પછી અચાનક યુદ્ધ કરવાનો ઈન્કાર કરી રહ્યો છે.

મહાભારત

એ યુગના મોટા ભાગના રાજા પરસ્પર દ્વેષ અને વ્યક્તિગત મહત્ત્વાકાંક્ષાથી ગ્રસ્ત હતાં. આ યુદ્ધમાં આટલા રાજાઓનું સામેલ થવું તેમના પરસ્પર દ્વેષ અને મહત્ત્વાકાંક્ષાઓનો મહાવિસ્ફોટ છે. તેથી આ યુદ્ધ ફક્ત કૌરવો અને પાંડવોની જ નહીં, પરંતુ આખા યુગની માનસિકતાને દર્શાવે છે.

...તેથી આશા રાખું છું કે મને સમજવામાં જે ચાર અવરોધ મેં જણાવ્યા છે, તેમને દૂર કરીને તમે મારા મુખેથી મારો મર્મ સમજવા માટે તૈયાર થઈ ચૂક્યા હશો.

પ્રેક્ટિકલ એપ્લિકેશન - 1

ગીતા અને કૃષ્ણ વિશે તમે જે કંઈપણ જાણો અને માનો છો, એ લખો.

A) ....
....
....
....

B)..
....
....
....

C)..
....
....
....

D) ....
....
....
....

E)..
....
....
....

F) ....
....
....
....

હવે ફરી-ફરી કહો કે હું ગીતા અને કૃષ્ણ વિશેની મારી બધી જૂની માન્યતાઓ ત્યાગું છું. અને હવે આ ગીતા હું એવી રીતે વાંચીશ અને સમજીશ કે જાણે હું પહેલીવાર વાંચી રહ્યો છું.

પ્રેક્ટિકલ એપ્લિકેશન - 2

ગીતા ઘણીવાર સમજથી પર રહી છે અને એનાં કારણ અહીં સ્પષ્ટ કરી દેવામાં આવ્યાં છે. અને આ કારણોને સ્પષ્ટતાપૂર્વક સમજીને જ આગળ વધજો, કેમકે તો જ ગીતા તમારું જીવન વ્યવસ્થિત કરી શકશે. તેથી ગીતાનો પૂરો લાભ ઉઠાવવા માટે એને સમજવામાં આવનારી અડચણો વિશે તમે શું સમજ્યા, તે પોતાની ભાષામાં વિસ્તારથી લખો જેથી આ જીવન પરિવર્તિત કરી દેનારા જ્ઞાનને સમજવામાં કોઈ અવરોધ બાકી ન રહી જાય.

મને સંપૂર્ણતામાં સમજો

એ તો હું પહેલા જ કહી ચૂકી છું કે મેં મારી ભીતર ખૂબ ઊંડા અર્થ સમાવીને રાખ્યા છે. મનુષ્યના મન, જીવન તથા બ્રહ્માંડથી સંબંધિત તમામ મહત્વપૂર્ણ વાતો અંગે મારામાં વિસ્તારથી ચર્ચા કરવામાં આવી છે. અને ચોક્કસપણે આ પુસ્તકમાં આપણે અર્જુન અને કૃષ્ણ દ્વારા સમગ્ર સાતસો શ્લોકોનો સાર સમજીશું. પરંતુ મારું નિવેદન છે કે તમે અહીં અટકી ન જશો. મારા દ્વારા સમજાવવામાં આવેલા સારને તમે એક ગાઈડ તરીકે લેજો. કેમકે મારામાં તો એટલું સમાયેલું છે કે સેંકડો પુસ્તકો લખાય તો પણ ઓછાં પડે. વળી કૃષ્ણ

હું
ગીતા છું
અને મને
સમજ્યા
પછી તમારે
કોઈ
જ્ઞાનની
જરૂર
નથી

તો સત્યની પરાકાષ્ઠા પર બિરાજમાન છે. અને સત્યની એક જ ખૂબી છે કે જ્યાં સુધી એ ભીતર ઊંડાણ સુધી ન અનુભવાય, ત્યાં સુધી એ કોઈ કામનું નથી. કાગળ પરનાં કે ઉપરછલ્લા સત્યના સહારે માણસ બે ડગલાં પણ નથી ચાલી શકતો. ચોક્કસપણે અધ્યાયનો સાર સમજ્યા પછી તમારાં માટે એ શ્લોકોને સમજવા એટલાં મુશ્કેલ નહીં રહે. તમે તો અર્જુનની વાતોથી એની બદલાતી મનોદશા ઉપર ધ્યાન આપો અને કૃષ્ણની વાતોથી તમામ સત્યોનો અનુભવ કરવાની કોશિશ કરો. આ કોશિશ રોજેરોજ અને લગાતાર કરો. આનાથી સત્ય તમારાં ઊંડાણમાં ઉતરતું જશે. વિશ્વાસ કરો કે મારાથી સારો તમારો મિત્ર, શુભચિંતક કે માર્ગદર્શક બીજો કોઈ નહીં બની શકે. ધ્યાન માત્ર એટલું રાખજો કે કૃષ્ણ સત્યની અંતિમ ઊંચાઈ પરથી બધું કહી રહ્યાં છે. માટે, એમની વાતોને પ્રચલિત ધર્મગ્રંથો અને પોતાની માન્યતાઓ કે વિચારોનાં ત્રાજવા પર તોળવા ન બેસી જતા. નહીંતર ભટકી જશો. કૃષ્ણ સંસારમાં કહેવાયેલી તમામ વાતોથી ઉપર છે. એ સત્યની સીધી ઉદ્દઘોષણા કરી રહ્યાં છે. તેથી એમની અધિકાંશ વાતો નવીન છે. એથી સત્ય સાથે તમારું એકાત્મ સધાઈ જશે. અને આ શુભસંયોગ બને, એ આશા સાથે હું આ પુસ્તક તમને સમર્પિત કરી રહી છું.

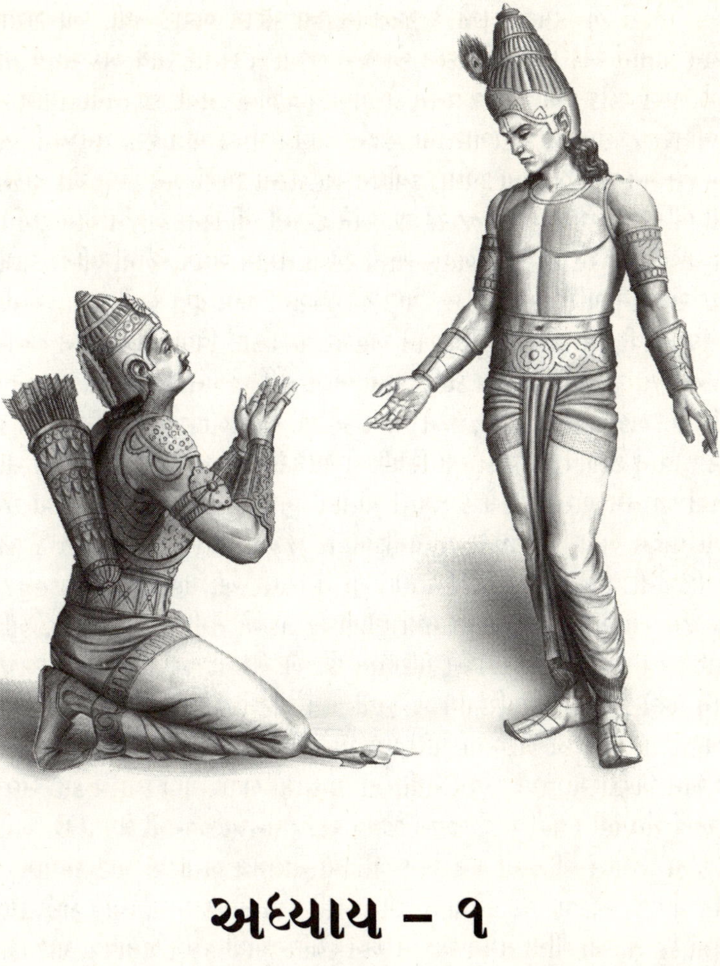

અધ્યાય - ૧

કુરુક્ષેત્રનું એક સુંદર અને વિશાળ મેદાન, જેને યુદ્ધની રણભૂમિમાં પરિવર્તિત કરી દેવાયું છે, અને હજારો રાજાઓ પોતાની સેનાઓ સહિત મરવા-મારવા માટે સામ-સામે ઊભા છે. બધાંના માથે ખૂન સવાર છે. મૃત્યુનું તાંડવ મચાવવા માટે બધાં આતુર છે. યુદ્ધની પ્રતીક્ષામાં ચારે બાજુ ઢોલ અને નગારા તો એવી રીતે વગાડવામાં આવી રહ્યાં છે, જાણે કોઈ મહાન કાર્યની શરૂઆત થવાની હોય.

અહીં એ સમજી લેજો કે કુરુક્ષેત્રનું આ મેદાન બહાર નથી. આ સંસાર, દરેક મનુષ્યનું પોતાનું એક કુરુક્ષેત્રનું મેદાન છે. જેને જુઓ તે સંસાર સાથે એક સંઘર્ષ માંડીને જ બેઠાં છે. પણ હકીકત એ છે કે જીવનનું કોઈપણ યુદ્ધ બહાર નથી. જીવનના તમામ સંઘર્ષોનાં મૂળ ભીતર જ હોય છે. મહાભારતના યુદ્ધના ત્રણેય મુખ્ય પાત્ર દરેક મનુષ્યની ભીતર જ છે. અર્જુન મન અને બુદ્ધિના રૂપમાં, દુર્યોધન અહંકારના રૂપમાં અને કૃષ્ણ એક દ્રષ્ટાના રૂપમાં દરેકની ભીતર હરહંમેશ હાજર જ રહે છે. અને દરેકની ભીતરના અર્જુન અને દુર્યોધન વચ્ચે સંઘર્ષ ચાલતો જ રહે છે. અને બહાર ચાલી રહેલા તમામ સંઘર્ષ, એની ભીતર ચાલી રહેલાં આ જ સંઘર્ષોનું પરિણામ હોય છે. પણ જે કૃષ્ણની જેમ દ્રષ્ટા બની ગયા, એની ભીતર કોઈ સંઘર્ષ નથી, એના મન, બુદ્ધિ અને અહંકાર વચ્ચે કોઈ વિવાદ નથી. અને જ્યારે ભીતર સંઘર્ષ નથી તો એ બહાર ક્યારેય કોઈ યુદ્ધનો ભાગ નહીં જ બની શકે. તેથી જીવનને જોવાની બે દ્રષ્ટિ છે. એક બહારથી જોવું, જેને માયા કહે છે. અને બીજી છે સ્પિરિચ્યુઅલ દ્રષ્ટિ, જે ભીતર જોવાનું શીખવે છે. અને આ સ્પિરિચ્યુઆલિટી જ જીવનને જોવાની એક સાચી દ્રષ્ટિ છે. તેથી જો તમે મારો, એટલે કે તમારી પોતાની ભગવદ્ગીતાનો મર્મ સમજવા ઈચ્છો છો તો આ યુદ્ધને બહાર ન જોશો, પોતાની ભીતર જુઓ. ફક્ત એટલું સમજો કે જો કૌરવો અને પાંડવોની વચ્ચે પરસ્પર દ્વેષ ન હોત તો શું બહાર આ મહાયુદ્ધ સંભવ હતું? એકંદરે જો અર્જુન આ સમયે યુદ્ધના મેદાનમાં ઊભો છે તો એ તેની ભીતરના મન, બુદ્ધિ અને અહંકાર વચ્ચે ચાલી રહેલાં સંઘર્ષનું પરિણામ છે. એ એમની જ ભીતર સ્થિત અર્જુન અને દુર્યોધન વચ્ચેના વિવાદનું પરિણામ છે. તેથી બસ એટલું સમજી લો કે બધાં કારણ ભીતર છે, બહાર તો માત્ર એ કારણના પરિણામ પ્રકટ થઈ રહ્યા છે. જો તમારી ભીતરના મન, બુદ્ધિ અને અહંકારમાં વચ્ચે સંઘર્ષ નથી, તો જીવનમાં બહાર પણ ક્યારેય કોઈ સંઘર્ષ નથી. અને આવું સંઘર્ષહીન વહી રહેલું જીવન જીવવું એ જ મનુષ્યજીવનની શ્રેષ્ઠતા છે. અને તમારી આ 'ગીતા' તમારાં ભીતરના મન અને બુદ્ધિમાં તાલમેલ બેસાડવા માટે કહેવામાં આવેલો સર્વશ્રેષ્ઠ ગ્રંથ છે. એકવાર એ બંનેમાં તાલમેલ બેસી જાય તો જીવનમાં ક્યાંય કોઈ સંઘર્ષ નથી. સંક્ષેપમાં કહું તો આ ગીતા તમને અર્જુન અને દુર્યોધનમાંથી કૃષ્ણ બનાવવા માટે છે. તમારી ભીતરના અર્જુન અને દુર્યોધનને શાંત કરીને એને દ્રષ્ટા બનાવવા માટે છે. પછી ક્યાંય કોઈ સંઘર્ષ નથી. કૃષ્ણ યુદ્ધના મેદાનમાં ઊભા છે પણ સંઘર્ષમાં નથી, ભીતર પૂરી રીતે શાંત છે.

ખેર, ચારે બાજુ ઢોલ-નગારાઓનો અવાજ તીવ્ર થતો જઈ રહ્યો છે. કોઈપણ ક્ષણે યુદ્ધનું રણશિંગુ વાગશે. બરાબર એ જ સમયે પોતાના મહેલમાં બેઠેલા કૌરવોના પિતા ધૃતરાષ્ટ્ર, કે જે આંખે આંધળા છે; તેઓ પોતાની પાસે બેઠેલા સંજયને પૂછે છે કે યુદ્ધના મેદાનમાં શું ચાલી રહ્યું છે? અને સંજય, જેને દૂરનું દેખાય છે, એ ધ્યાન લગાવીને ધૃતરાષ્ટ્રની

જીજ્ઞાસા શાંત કરવા માટે ખુદને તૈયાર કરે છે. અહીં એ ન સમજી લેતા કે દૂરનું જોઈ શકવું એ કોઈ કાલ્પનિક વાત છે કે બહુ મોટી વાત છે. ના, આ સામાન્ય ઘટના છે. તમારે આ જ તો સમજવાનું છે કે મનુષ્ય પોતાની આંખ હોય, કાન હોય કે પછી પોતાની બુદ્ધિ જ કેમ ન હોય, તેનો માંડ થોડાક ટકા જ ઉપયોગ કરી શકે છે. અને આ જ તો તેના દુઃખી અને નિષ્ફળ રહેવાનું રહસ્ય છે. ...બાકી તો તેની ભીતર દરેક વસ્તુની પરમ સંભાવના છુપાયેલી છે. સમજવાનું એ જ છે કે જો કૃષ્ણને વીસ વર્ષ પહેલાં મહાભારતના આ યુદ્ધનો અણસાર આવી શકતો હતો, તો બાકી લોકોને કેમ નહીં? અરે, મનુષ્યમાં એવો તો ઈન્ટ્યૂશન-પાવર છુપાયેલો છે કે તે શું થવાનું છે, તેને જાણી શકે છે. તેનામાં એટલું તો જ્ઞાન છુપાયેલું છે કે આગળ શું થઈ શકે છે, તેનું સુદ્ધા તે અનુમાન લગાવી શકે છે. એટલું જ નહીં, અહીં બેઠાં-બેઠાં એ દુનિયામાં કોણ તેના વિશે શું વિચારી રહ્યું છે, એ પણ જાણી શકે છે. તે દરેક જગ્યાની તથા દરેક વ્યક્તિની ફ્રિકવન્સી પકડી શકે છે. અને સાચું કહું તો હું, એટલે કે તમારી લાડકી ભગવદ્ગીતા, તમારી આ બધી ક્ષમતાઓને નિખારવાવાળી એક અદ્ભુત કવિતા છું.

ત્યાંજ અહીં એ સમજવું પણ જરૂરી છે કે યુદ્ધના મેદાનમાં શું ચાલી રહ્યું છે, એ જાણવાની ધૃતરાષ્ટ્ર 'સંજય' આગળ જીજ્ઞાસા કેમ કરી રહ્યાં છે; કેમ કે તેઓ આંખે આંધળા છે. અને આંધળા બધાં જિજ્ઞાસુ હોય જ છે. પછી એ આંધળા આંખે હોય, અક્કલના હોય કે જ્ઞાનના હોય. અને હું નથી ઈચ્છતી કે તમે "શું ચાલી રહ્યું છે કે શું થશે" જેવા સવાલ ચારે બાજુ પૂછતા ફરો. હું ઈચ્છું છું કે તમે પોતાની ભીતરી શક્તિ એટલી વધારો કે "શું છે અને શું થશે" એ બધાની તમને ખબર રહે.

ખેર, સંજય, ધૃતરાષ્ટ્ર આગળ યુદ્ધના મેદાનનું દ્રશ્ય વર્ણવતા કહે છે કે આ સમયે કુરુક્ષેત્રના આ વિશાળ

જીવનનું કોઈપણ યુદ્ધ બહાર નથી. જીવનના તમામ સંઘર્ષોનાં મૂળ ભીતર જ હોય છે

મનુષ્યમાં
એવો તો
ઈન્ટ્યૂશન
પાવર
છુપાયેલો છે
કે તે
શું
બનવાનું
છે, એ
જાણી
શકે છે

મેદાનમાં તમારાં અને પાંડવોનાં, બંનેના પક્ષમાં અનેક વીર યોદ્ધા જીવ સટોસટની બાજી લગાવવા માટે ભેગા થયા છે. કઈ સેના બળવાન અને કઈ કમજોર છે, એ નક્કી કરવું મુશ્કેલ છે. પણ હા, આ બધી વાતોની ત્યાં યુદ્ધના મેદાનમાં કોઈ પરવા પણ નથી કરી રહ્યું. ત્યાં તો ચારે બાજુ ઉત્સાહનો માહોલ છે. ...અને યુદ્ધ કોઈપણ સમયે શરૂ થવામાં જ છે.

અરે, આ શું...? અચાનક અર્જુને પોતાના સારથી કૃષ્ણને કહ્યું કે મારો રથ બંને સેનાઓની વચ્ચે ઊભો રાખો. હું યુદ્ધમાં ભેગી થયેલી શત્રુ-સેનાને સારી રીતે જોવા માંગુ છું. હું જોવા માંગુ છું કે કયા-કયા રાજા દુર્બુદ્ધિ-દુર્યોધનનો સાથ આપી રહ્યાં છે? આ સાંભળતાં જ કૃષ્ણએ તરત રથ બંને સેનાઓની વચ્ચે લઈ જઈને ઊભો રાખી દીધો. હવે આ નાની એવી ઘટનામાં પણ ઘણી વાતો સમજવાની છે. પહેલી તો એ કે કૃષ્ણ યુદ્ધના મેદાનમાં અર્જુનના સારથી છે. અને સારથીનું કર્તવ્ય ફક્ત એટલું છે કે યોદ્ધા જ્યાં કહે, ત્યાં રથને લઈ જવો. ...અહીં સમજવા જેવી વાત એ છે કે કૃષ્ણ, યુદ્ધના મેદાનમાં જ નહીં, હકીકતમાં પણ એક ''દ્રષ્ટા''ના રૂપમાં દરેક મનુષ્યના સારથી છે. પણ દુર્ભાગ્યવશ દ્રષ્ટાને છોડીને દરેક મનુષ્યએ અહીં પોતાના 'બુદ્ધિ-અહંકાર'ને પોતાના જીવનના માર્ગદર્શક બનાવી રાખ્યા છે. બસ, આ કારણે મનુષ્યના બુદ્ધિ-અહંકાર જ્યાં કહે, તેમના ''દ્રષ્ટારૂપી-કૃષ્ણ'' એક સારથી તરીકે જીવનને ત્યાં લઈ જાય છે. જીવનનો એ નિયમ છે કે તેનું સુકાન એકના જ હાથમાં રહી શકે છે. મનુષ્ય ઈચ્છે તો 'દ્રષ્ટા'ને સારથી બનાવી લે, અને ઈચ્છે તો ''બુદ્ધિ-અહંકાર''ને પોતાના જીવનના સારથી બનાવી લે. પણ કેમ કે મોટા ભાગના લોકોએ પોતાના 'બુદ્ધિ-અહંકાર'ને પોતાના જીવનના સારથી બનાવી રાખ્યા છે, એટલે અહીં જીવનમાં આવી રહેલી ઊંચ-નીચ માટે તેઓ પોતાના ''દ્રષ્ટા'ને દોષી ન ઠેરવી શકે. બીજી વાત,

જેવી રીતે યુદ્ધના મેદાનમાં રથની કમાન કૃષ્ણ પાસે છે, એવી જ રીતે જીવનની કમાન પણ અહીં દરેકે પોતાના ''દ્રષ્ટારૂપી-કૃષ્ણ''ને સોંપી દેવી જોઈએ. આ સમજી જ લો કે જ્યાં સુધી તમારાં જીવનની કમાન અર્જુન કે દુર્યોધનના હાથમાં છે, એટલે કે તમારાં બુદ્ધિ અને અહંકારના હાથમાં છે, તમે વારંવાર પોતાના જીવનની ગાડીને મહાભારતના યુદ્ધમાં જ પામશો. બીજી એક વાત, અર્જુનનું આ કહેવું કે હું દુશ્મનોની સેનાને જોવા ઈચ્છું છું, આ મનુષ્યની બુદ્ધિના તેના અહંકારથી શ્રેષ્ઠ હોવાની સાબિતી છે. આનાથી બુદ્ધિ-અહંકારનો ફરક સમજવાનું સરળ થઈ જાય છે. બુદ્ધિ વિચારે છે કે યુદ્ધ કરવું હોય તો પહેલાં શત્રુની સેનાને બરાબર તપાસી લેવી જરૂરી છે. જ્યારે અહંકાર વિચાર્યા-વિના અંધારામાં કૂદી પડવા ટેવાયેલ હોય છે. અને આ જ કારણે તે વારંવાર તૂટી-ફૂટીને વિખેરાઈ જાય છે.

ખેર, રથ બંને સેનાઓની વચ્ચે ઊભો રહેતાં જ અર્જુને કૌરવોની સેના ઉપર નજર ફેરવવાનું શરૂ કર્યું. ચોક્કસપણે કૌરવોની આ વિશાળ સેનામાં તેને પોતાના ભાઈ-બંધુ અને સગા-વ્હાલા પણ દેખાયા. આ બધું જોઈને અચાનક એને શું થયું કે તે સંપૂર્ણપણે ગમગીન થઈ ગયો. અને પછી એ જ ગમગીન મનોદશામાં તેણે કૃષ્ણને કહ્યું કે યુદ્ધમાં અડગ રહેલાં સ્વજન-સમુદાયને જોઈને મારા અંગો શિથિલ થઈ રહ્યાં છે, મોઢું સુકાઈ રહ્યું છે અને મારા શરીરમાં કંપન અને રોમાંચ પણ થઈ રહ્યો છે. કૃષ્ણ, હું મારી મનોદશા શું કહું; ધનુષ્ય હાથમાંથી સરકી રહ્યું છે, ત્વચા બળી રહી છે અને મન ભ્રમિત થઈ રહ્યું છે. હે કૃષ્ણ, મને બધું જ ઉલ્ટું અને વિનાશકારક દેખાઈ રહ્યું છે. અને બધું ઉલ્ટું અને વિનાશકારક ન પણ હોય, તો પણ હું સ્વજન-સમુદાયને મારીને મારું કલ્યાણ થતું પણ નથી જોઈ રહ્યો. સાચું કહું કૃષ્ણ, તો આ બધું જોઈને હું ન તો વિજય ઈચ્છું છું અને ન રાજ્ય. હે કૃષ્ણ! આ બધું કરીને અમને રાજ્ય મળી પણ ગયું, તો પણ આવાં રાજકીય ભોગ અને આવાં તુચ્છ જીવનનો શું ફાયદો?

હે કૃષ્ણ! સામેની સેનામાં ગુરુજન, દાદા, કાકાઓ, છોકરાઓ, દાદાઓ, મામાઓ, સાળાઓ અને બીજા પણ કોણ જાણે કયા-કયા સગા-સંબંધીઓ છે. સાચું કહું કૃષ્ણ... હું તો ત્રણેય લોકની પ્રાપ્તિ માટે પણ આમને મારવા નથી ઈચ્છતો, પછી તુચ્છ રાજ્ય માટે તો પોતાના સંબંધીઓને મારવાનો સવાલ જ નથી ઉઠતો. હું મરી પણ જાઉં તો પણ આ દુષ્કર્મ તો હું કરી જ ન શકું. અને વળી એમ પણ આમને મારીને આપણને મળશે શું? ઉલ્ટું આમને મારવાનું આપણને પાપ જ લાગશે. ભલા આપણે આપણાં જ કુટુંબને મારીને કેવી રીતે સુખી રહી શકીએ? ...આ લોકો તો નાદાન છે, આ મોહાંધ કૌરવોને આ મહાપાપનો કોઈ અંદાજ નથી, પણ આપણે લોકો તો આ બધું જાણીએ છીએ. એવામાં હે કૃષ્ણ, આપણે આ મહાપાપથી હટવા માટે પરસ્પર વિચાર-વિમર્શ કેમ ન કરવો જોઈએ?

કૃષ્ણ, શાસ્ત્રોમાં પણ લખ્યું છે કે સંબંધીઓને મારવાથી કૂળની સ્ત્રીઓ દૂષિત થશે અને કૂળનો નાશ થશે. શાસ્ત્રોમાં એમ પણ લખ્યું છે કે આવું કરવાથી અનિશ્ચિત કાળ સુધી અમારે નરક ભોગવવું પડશે. આશ્ચર્ય તો એ છે કૃષ્ણ, કે આપણે લોકો બુદ્ધિમાન હોવા છતાં પણ આ મહાપાપ માટે તૈયાર કેવી રીતે થઈ ગયા? તેથી ભલેને જે થાય એ, હું તો શસ્ત્રનો ત્યાગ કરી રહ્યો છું. હું આ મહાપાપ નહીં કરી શકું. પછી ભલેને તેઓ મને મારી નાંખે, મને મરવાનું મંજૂર છે, પણ આ પાપ કરવાનું મંજૂર નથી... આટલું કહીને બાણ ત્યાગીને અર્જુન રથના પાછળના ભાગમાં બેસી ગયો. એ અત્યંત શોકાકુળ થઈ ગયો હતો.

હવે અર્જુનના રથમાં બેસતાં જ ગીતાનો પહેલો અધ્યાય સમાપ્ત થયો. હું નિવેદન કરીશ કે તમે અર્જુનની કહેલી વાતો વારંવાર વાંચો અને પોતાની ભીતર ડોકિયું કરો કે શું તમે અર્જુનની કહેલી વાતોથી સંમત છો? કેમ કે તમારે માટે આગળની ગીતાનો આધાર એની પર જ ટકેલો છે કે તમારાં અને અર્જુનના વિચાર કેટલી માત્રામાં મેળ ખાય છે? વિચારો એટલું કે અર્જુનની જગ્યાએ તમે યુદ્ધના મેદાનમાં ઊભા હોત તો શું કરત? શું કહેત કૃષ્ણને? કે પછી દુર્યોધનની જેમ કંઈ સમજ્યા-વિચાર્યા વિના યુદ્ધ કરવા માટે ઉતાવળા હોત? તમારે એ સમજવું જ રહ્યું કે તમારામાં અર્જુનની માત્રા વધુ છે કે દુર્યોધનની? તમારે એ જાણવું જ રહ્યું કે તમારી બુદ્ધિ વધુ મજબૂત છે કે તમારો અહંકાર? બસ, આ બધું તમે સારી રીતે સમજી લો. ...પછી આગળના અધ્યાયમાં જોઈએ છીએ કે કૃષ્ણ, અર્જુનની કહેલી વાતોથી કેટલા સંમત છે?

પ્રેક્ટિકલ એપ્લિકેશન - 3

આપણે બહાર હજાર વસ્તુઓમાં ગૂંચવાઈ પડ્યાં છીએ. કોણ જાણે કેટલાં સંઘર્ષ જીવનમાં એકીસાથે વેઠી રહ્યાં છીએ. અને ગીતાનાં પહેલા અધ્યાયની શીખ એજ છે કે બહારનાં તમામ સંઘર્ષોનાં મૂળ આપણી ભીતર છે. એટલાં માટે જ્યાં સુધી આપણે ભીતરનાં મૂળને ઓળખીને એને નિર્મૂળ નહીં કરીએ ત્યાં સુધી બહારનાં સંઘર્ષ ખતમ નથી થવાના. અને એ તો તમે જાણો જ છો કે દરેક સંઘર્ષ સમય અને ઊર્જા તો ખાય જ છે, સાથોસાથ મગજ પણ ખરાબ કરે છે. તેથી જીવનમાંથી સંઘર્ષ ઓછાં કરો, કેમકે ત્યારે જ તમે કંઈક સકારાત્મક કરી શકશો. આ માટે તમે આગળના પાને આપવામાં આવેલા ચાર્ટને ભરો. એ તમારાં સંઘર્ષ ઓછાં કરવામાં તમને સહાયક સિદ્ધ થશે.

નોટઃ જીવનમાં સંઘર્ષ અસંખ્ય પણ હોઈ શકે છે. પરંતુ પહેલા પોતાનાં મુખ્ય પાંચ સંઘર્ષોની બાબતે લખો. આનાથી તમને સહુથી પહેલા કયા દુશ્મનોને પરાસ્ત કરવાના છે, એ સમજમાં આવી જશે. પછી એ સંઘર્ષોનાં ભીતરી મૂળને ઓળખીને લખો. આ થોડું ભીતર મનન કરીને લખજો. કેમકે અધિકાંશ બહારનાં સંઘર્ષ આંતરિક ઈચ્છા, અપેક્ષા, ભય, જીદ, અહંકાર, ગુલામી, માન્યતા, પ્રતિજ્ઞા, સિદ્ધાંત, ઈર્ષા વગેરેને કારણે હોય છે. માટે જે સંઘર્ષોથી પિંડ છોડાવવા ઈચ્છતા હો એમનાં આંતરિક કારણોને હટાવી દો, બહાર સંઘર્ષ આપોઆપ સમાપ્ત થઈ જશે. અને પછી બહાર સંઘર્ષ ટળે કે ન ટળે, આંતરિક મૂળ પર વિજય મેળવતાં જ એ સંઘર્ષ તમને અંદરથી પરેશાન કરવાનું ચોક્કસ બંધ કરી દેશે.

તમારાં બાહ્ય જીવનમાં ચાલી રહેલાં પાંચ મુખ્ય સંઘર્ષો વિશે વિસ્તારથી લખો. દરેક બાહ્ય સંઘર્ષનું આંતરિક મૂળ ઓળખીને લખો અને ભીતરી મૂળ ઉપર વિજય મેળવવાની કોશિશ કરો. વિજય મેળવી લો એટલે ટિક (✓) લગાવો

A પહેલો સંઘર્ષ

....

....

....

....

બાહ્ય સંઘર્ષનું આંતરિક મૂળ

....

....

....

....

☐ **સંઘર્ષની જડ પર વિજય મેળવી લીધો**

B બીજો સંઘર્ષ

....

....

....

....

બાહ્ય સંઘર્ષનું આંતરિક મૂળ

....

....

....

....

☐ **સંઘર્ષની જડ પર વિજય મેળવી લીધો**

C ## ત્રીજો સંઘર્ષ

....

....

....

....

....

બાહ્ય સંઘર્ષનું આંતરિક મૂળ

....

....

....

....

....

☐ **સંઘર્ષની જડ પર વિજય મેળવી લીધો**

D ## ચોથો સંઘર્ષ

....

....

....

....

....

બાહ્ય સંઘર્ષનું આંતરિક મૂળ

....

....

....

....

....

☐ **સંઘર્ષની જડ પર વિજય મેળવી લીધો**

E

પાંચમો સંઘર્ષ

....

....

....

....

....

બાહ્ય સંઘર્ષનું આંતરિક મૂળ

....

....

....

....

....

☐ **સંઘર્ષની જડ પર વિજય મેળવી લીધો**

પ્રેક્ટિકલ એપ્લિકેશન - 4

ગીતાનો પહેલો અધ્યાય આપણને શીખવે છે કે દરેક મનુષ્યનું પોતાનું એક મહાભારત છે અને તે એની અંદર જ ચાલી રહ્યું હોય છે. બહાર તો બધાનું ભીતરી મહાભારત માત્ર પ્રકટ થઈ રહ્યું હોય છે. અને જ્યારે મહાભારત ભીતર છે તો એનાં ત્રણેય પ્રમુખ પાત્ર, કૃષ્ણ, અર્જુન અને દુર્યોધન પણ આપણી અંદર જ છે. તેથી પોતાની અંદરના કૃષ્ણ, અર્જુન અને દુર્યોધનને ઓળખો. ત્રણેય કોઈને કોઈ માત્રામાં સહુમાં મોજૂદ છે જ. અહીં હું ત્રણેના ગુણ બતાવી રહ્યો છું અને એનાં આધારે તમે લખો કે તમારી અંદર મહાભારતના આ ત્રણે પાત્ર કેટલી ટકાવારીમાં મોજૂદ છે?

A કૃષ્ણ

એક દ્રષ્ટા છે. તેઓ પરિસ્થિતિઓનું યોગ્ય આકલન કર્યા પછી નિર્ણય લે છે. તેઓ સ્વાર્થ માટે કર્મ કરતાં નથી, પરંતુ પરમાર્થ માટે કરે છે. અને જે કરવું છે તે કરવું છે, પછી તેઓ બાહ્ય પ્રભાવોથી તે બાબતે ભ્રમિત નથી થતાં.

કૃષ્ણની માત્રા ☐ %

B અર્જુન

ચાલાક અને સમજદાર છે. બાહ્ય પ્રભાવોથી તરત વિચલિત થઈ જાય છે. હંમેશા ભ્રમિત રહે છે. પ્રતિભા ભારોભાર છે પરંતુ યોગ્ય સમયે ક્યારેય પરફોર્મ નથી કરી શકતો. એ તર્કને સત્ય અને જ્ઞાન કરતાં વધુ મહત્ત્વ આપે છે.

અર્જુનની માત્રા ☐ %

C **દુર્યોધન**

કાનનો કાચો છે. બળ અને સત્તા મેળવવાનો શોખીન છે. ભલા-બુરાની ચિંતા કર્યા વિના ઉપદ્રવ કરતો રહે છે. કોઈનું સાંભળતો નથી. જીદ્દી છે. એ અધિકાંશ નુકસાન થાય એવા નિર્ણય જ લે છે.

દુર્યોધનની માત્રા ☐ %

હવે તમારામાં આ ત્રણે કઈ માત્રામાં મોજૂદ છે, એ તો તમે લખી જ લીધું. હવે રોજેરોજ પોતાની અર્જુન અને દુર્યોધનવાળી પ્રવૃત્તિઓ કમજોર કરતાં આગળ વધો અને કૃષ્ણના ગુણ અપનાવતા જાવ. જીવન એજ માત્રામાં નિરંતર સુધરતું જશે, એ વચન છે.

અધ્યાય – ૨

પાછલાં અધ્યાયમાં તમે જોયું કે અર્જુને યુદ્ધ ન કરવાના અનેક કારણ આપતા ધનુષ્ય-બાણ ત્યજી દીધાં. આ સ્થિતિમાં હવે એક જ સવાલ બચે છે કે કૃષ્ણ કેટલી હદ સુધી અને કેટલાં અર્જુનની વાતોથી રાજી છે? જો કૃષ્ણ અર્જુનની વાતોથી સંમત છે, તો-તો પછી કોઈ વાત જ નથી રહેતી. ...ગીતા અહીં જ સમાપ્ત થઈ જાત. પણ આવું થયું નહીં. અર્જુન સાથે સંમતિ દર્શાવવાને બદલે કૃષ્ણએ શોકાકુળ અર્જુનને આશ્ચર્યચકિત થતાં કહ્યું કે હે અર્જુન, તને કસમયનો આ મોહ શા માટે પ્રાપ્ત થયો છે? અને આ એક વાક્ય જ કૃષ્ણના

સાયકોલૉજિકલ જ્ઞાનને દર્શાવવા માટે પૂરતું છે. ...આ પહેલું વાક્ય છે જે ગીતામાં કૃષ્ણએ કહ્યું છે, પણ એટલું સચોટ કે વારંવાર કૃષ્ણના સાયકોલૉજિકલ જ્ઞાનને સલામ કરવાનું મન થાય છે. કસમય, એટલે ખોટાં સમયે. કૃષ્ણ કહી રહ્યાં છે કે અર્જુન, તારે કૌરવો સાથે યુદ્ધ ટાળવું જ હતું તો છેલ્લા ચાળીસ વર્ષોમાં તને યુદ્ધ ટાળવાના અનેક મોકાઓ ઉપલબ્ધ હતાં. હું તો યુદ્ધ ટાળવા ઈચ્છતો જ હતો, તું પણ સહકાર આપત તો આ દશા જ ન આવત. પણ આજે, જ્યારે ગમે તે ક્ષણે યુદ્ધ શરૂ થવામાં છે, ત્યારે તારો આ વિચાર સમયની ચાલ સાથે મેળ નથી ખાતો. કેમ કે હવે આ યુદ્ધ અટળ થઈ ચૂક્યું છે. અને જે અટળ થઈ જાય, જેને બદલી જ ન શકાય; હે અર્જુન, તેને સ્વીકારવા સિવાય મનુષ્ય પાસે બીજો કોઈ ઉપાય હોતો જ નથી. આજે તો તું અહીંથી જવા પણ ઈચ્છે, તો પણ તને જવા કોણ દેશે? આજે અહીં તારું કોઈ નહીં સાંભળે. તેથી આજે તારો યુદ્ધ ન કરવાનો વિચાર એક મોહ સિવાય બીજું કશું નથી.

આગળ કૃષ્ણ કહી રહ્યાં છે કે અર્જુન તું ભલેને જે પણ સમજીને મોટી-મોટી વાતો કહી ગયો હોય, યુદ્ધ ન કરવાના ગમે તેવાં તર્કપૂર્ણ કારણ આપી રહ્યો હોય; પણ આ સ્પષ્ટ સમજી લે કે "કસમયનો આવો મોહ કરવો" શ્રેષ્ઠ પુરુષોનું લક્ષણ નથી. અને આ કહીને કૃષ્ણએ ફરી એકવાર સાબિત કરી દીધું કે તેઓ મનુષ્યની સાયકોલૉજીના શિરતાજ છે. અને આ દરેકે સમજવું જરૂરી છે. ...આ જ મારું મહત્ત્વ છે. કૃષ્ણની આ જ સાયકોલૉજિકલ પકડ મને મહાનથી મહાનતમ ગ્રંથ બનાવે છે. અને કૃષ્ણની કહેલી આ વાતને વિસ્તારપૂર્વક સમજવા માટે થોડી મનુષ્યની સંરચના અને તેની કાર્યપ્રણાલીને સમજી લેજો. મનુષ્યની પાસે ત્રણ મોટી શક્તિઓ છે... એક છે અહંકાર, જે સ્વાર્થનું વિચારે છે અને પછી તેના પર મમતે ચડે છે. બીજી છે બુદ્ધિ, કે જે ખોટાં અહંકારને પણ સારા શબ્દો અને વિચારોના વાઘા પહેરાવે છે. અને ત્રીજું છે તેનું મન, જે કુદરતની સમીપ છે અને એક ફ્લોમાં વહે છે. અને તેની આ ત્રણેય શક્તિઓની ભીતર શું ચાલી રહ્યું છે, તે એ ત્રણ જગ્યાઓથી પ્રકટ કરે છે; એક આંખ, બીજી જીભ અને ત્રીજું હાવભાવથી.... હવે જો મનુષ્ય, જે ભીતર છે એ જ બહાર પ્રકટ કરી રહ્યો છે, તો ત્રણેયમાં એક સામંજસ્ય હોય છે. ત્રણેયમાં કોઈ વિરોધાભાસ ક્યારેય નથી હોતો. આ જ કારણ છે કે જૂઠું બોલતી વખતે મનુષ્ય પ્રત્યક્ષ નથી થતો. અને હવે કૃષ્ણને તો આ બધું સમજાવવાની જરૂર જ નથી. તેઓ તો આ આખી સંરચનાના બેતાજ બાદશાહ છે.

તેથી એકંદરે કૃષ્ણએ અર્જુનનો એક-એક શબ્દ સાંભળ્યો છે. તેના હાવ-ભાવ અને તેની આંખોનું પટપટાવવું પણ જોયું છે. અને તેઓ જાણે છે કે અર્જુનના શબ્દો, તેની આંખો અને તેના હાવભાવોમાં કોઈ સામંજસ્ય નથી. એટલે કે ભીતર કંઈક બીજું ચાલી

રહ્યું છે અને તે બહાર કંઈક બીજું પ્રકટ કરી રહ્યો છે. આ સ્પષ્ટ સમજી લેજો કે અર્જુન જે કહી રહ્યો છે, એ જ જો તેના મનમાં હોત; તો પણ કૃષ્ણ તેની સાથે એકવાર માટે સંમત થઈ જાત. પણ એ ચાલાકી દેખાડી રહ્યો છે. મનમાં કંઈક બીજું છે અને એ કહી કંઈક બીજું રહ્યો છે. ...અને આ તો કૃષ્ણ આગળ ચાલી જ ના શકે. બસ, આ જ વાત તમારે વિશેષ રીતે સમજવાની છે. કેમ કે ડે-ટૂ-ડેની સાયકોલૉજી સમજવા માટે હું ખરેખર ખૂબ જ ઉપયોગી છું. તમારે લોકોએ જીવનમાં હજારો લોકો સાથે વ્યવહાર કરવાના હોય છે. મોટા ભાગના લોકોના મનમાં કંઈક બીજું હોય છે અને તેઓ બહાર દેખાડે છે કંઈક બીજું. અને તમે પણ જાણો છો કે મહત્ત્વ ભીતર શું છે, તેનું છે. તેથી, અર્જુનની બહાર શું છે એ તો તમે તેના કહેલાં શબ્દોથી સાંભળી લીધું, પણ હકીકતમાં તેની ભીતર શું છે... એ સમજવું વધુ જરૂરી છે. કેમ કે અર્જુન જેવી ઊંચી-ઊંચી વાતો તો અહીં દિવસ-રાત હરકોઈ કરતું રહે છે. પણ તેનાથી સાયકોલૉજી સમજવાવાળા પ્રભાવિત નથી થતાં. તો પછી આવામાં સાયકોલૉજીના શિરતાજ કૃષ્ણનો તો પ્રભાવિત થવાનો સવાલ જ નથી ઉઠતો. તેથી હવે સીધું એ સમજી લઈએ કે કૃષ્ણ, અર્જુનની પ્રભાવી વાતો તથા સચોટ તર્કોથી પ્રભાવિત કેમ ન થયાં? અને આ બધું સમજવા માટે સાયકોલૉજીનું ઊંડું જ્ઞાન જરૂરી છે. જો કે આની જગ્યાએ એમ કહું તો વધારે યોગ્ય રહેશે કે સાયકોલૉજીનું કોઈપણ જ્ઞાન મેળવવા માટે મને સમજવી જરૂરી છે. કેમ કે બીજો કોઈ ગ્રંથ જ નથી જેમાં ''મનુષ્યની સાયકોલૉજી''ને આટલી ઊંડાણપૂર્વક પકડવામાં આવી હોય. મારો જન્મ થયાને પાંચ હજાર કરતાં વધુ વર્ષ વીતી ચૂક્યા છે. મેં આ પાંચ હજાર વર્ષોમાં મનુષ્યને ખૂબ જ પ્રગતિ કરતો જોયો છે. પણ સાયકોલૉજીના ક્ષેત્રમાં તે આજે પણ એટલો જ અંધકારમાં છે જેટલો તે મારા જન્મ વખતે હતો. જ્યારે સત્ય એ છે

મુજ ભગવદ્‌ગીતાનો **જન્મ 'અર્જુન'** નો **ઉદ્ધાર** કરવા માટે જ થયો હતો. અને કોણ છે આ **સંસારમાં** જે... **અર્જુન** નથી?

હે **અર્જુન,** જ્યાં જે કંઈપણ **શ્રેષ્ઠ** છે, તે **મારું** જ **સ્વરૂપ** છે

કે મનુષ્યજીવન એક સાયકોલૉજી સિવાય બીજું કશું નથી. જેમણે સાયકોલૉજિકલ ગહનતા સ્પર્શી, તેમણે જ સુખ અને સફળતા ભરેલું જીવન પસાર કર્યું. અને સાચું કહું તો આ દ્રષ્ટિએ તમે મને ''સુખ અને સફળતા અપાવવાવાળું એક મહાકાવ્ય'' પણ કહી શકો છો. અને આ મહાકાવ્યને સમજવા માટે જરૂરી છે કે હું તમારી સાથે આજની વૈજ્ઞાનિક ભાષામાં જ વાત કરું. એટલે હું જ્યારે જરૂર પડશે ત્યારે સમજાવવા માટે આજે ઉપયોગમાં આવવાવાળા શબ્દો અને આજના પ્રચલિત સિદ્ધાંતોનો સહારો લઈશ.

ખેર, આગળની વાત સમજવા માટે પહેલાં થોડી પ્રકૃતિની રચનાને સમજો. સાયકોલૉજીના થોડાંક મુખ્ય સિદ્ધાંતોને સમજો. ચોક્કસપણે અર્જુનની ભીતર કંઇક પરિવર્તન થયું છે. અને અર્જુન પોતાની રીતે તેની ભીતરના પરિવર્તનને બહાર પ્રકટ પણ કરી રહ્યો છે. આ તો સામાન્ય ઘટના થઈ. મહત્ત્વપૂર્ણ છે, આની પાછળ કાર્ય કરી રહેલાં ''સાયકોલૉજીના સિદ્ધાંત''ને સમજવો. કેમ કે સાયકોલૉજીનું જ આ પ્રકૃતિ ઉપર રાજ છે. તેથી સાયકોલૉજીના આ સિદ્ધાંતને સમજવા માટે પહેલા એ સમજી લો કે ''ટાઈમ એન્ડ સ્પેસના સિદ્ધાંતને આધારે,'' અહીં બે જગત એકસાથે અસ્તિત્વમાં છે. પહેલું છે બાહ્ય જગત, જેને તમે આજની વૈજ્ઞાનિક ભાષામાં સ્પેસ કહી શકો છો. આ બાહ્ય જગત માત્ર પરિણામોનું જગત છે. બીજું છે ભીતરી જગત, જેને તમે આજની ભાષામાં ટાઈમ પણ કહી શકો છો. ...અને મહત્ત્વપૂર્ણ એ કે બાહ્ય જગતમાં ઘટનારી તમામ ઘટનાઓનાં 'કારણ' અહીં ભીતરી જગતમાં છૂપાયેલા રહે છે. અને આ નિયમ છે કે આંતરિક પરિવર્તન વિના કોઈ બાહ્ય પરિવર્તન નથી આવતું. આ જ વાતને આજની ભાષામાં કહું તો સમય પરિવર્તિત થયા વિના બહાર કોઈ પરિવર્તન નથી આવતું. એટલે જ સમય અને તેના સિદ્ધાંત ખૂબ જ મહત્ત્વપૂર્ણ છે. ખેર, હાલ તો એકંદરે

કહેવાનું તાત્પર્ય એ કે અર્જુનની ભીતર કંઈક પરિવર્તન આવ્યું છે, જે બહાર પ્રકટ થઈ રહ્યું છે. પણ બાહ્ય પરિવર્તનનું મહત્ત્વ નથી, કેમ કે તેનું મૂળ ભીતર છુપાયેલું હોય છે. અને આગળની કોઈપણ વાત સમજવા માટે ''તેનામાં શું ભીતરી પરિવર્તન આવ્યું છે અને તે કેમ આવ્યું છે'' આ સમજવું જરૂરી છે. ...બસ એ માટે જ સાયકોલૉજીનું જ્ઞાન જોઈએ, જે હું, એટલે કે તમારી પોતાની ''ભગવદ્ગીતા'' આપવાનો પ્રયત્ન કરી રહી છું.

ખેર, અહીં બીજી એક વાત સમજી લેજો કે મનુષ્ય માટે કુદરતમાં અલગથી કોઈ નિયમો નથી બન્યા. પ્રકૃતિના નિયમ એટલાં પ્રગાઢ છે કે તેઓ એક નાના કણથી લઈને આખે-આખા મનુષ્યજીવન ઉપર સરખા ભાગે લાગૂ પડે છે. અને પ્રકૃતિના બધાં પરિવર્તનો ઉપર તમારાં યુગના મહાન વૈજ્ઞાનિક ન્યૂટન, જેમને તમે આજના યુગના મહાન દાર્શનિક પણ કહી શકો છો, તેમનો આપેલો ગતિનો નિયમ લાગૂ પડે છે. પછી એ ગતિ-પરિવર્તન ચાહે નિર્જિવ વસ્તુઓમાં હોય કે મનુષ્યના મનમાં. અને ન્યૂટનનો ગતિનો એ નિયમ શું છે, જરા યાદ કરી લો. નિયમ છેઃ કોઈપણ ગતિમાન વસ્તુ ત્યાં સુધી સમાન ગતિથી ગતિમાન રહેશે જ્યાં સુધી તેના પર કોઈ બાહ્ય ફોર્સનું દબાણ ન આવી જાય. અને ચોક્કસપણે આ બાહ્ય પ્રભાવ બેતરફી હોઈ શકે છે, જો દબાણ ગતિની દિશામાં હોય તો એ દિશામાં જવાની ગતિ ઝડપી થઈ જાય છે, અને દબાણ જો વિપરીત દિશામાં હોય તો ગતિ મંદ પડી જાય છે.

હવે જરા આ જ વાતને અર્જુનના ઉદાહરણ દ્વારા સમજો. છેલ્લા લગભગ ચાળીસ વર્ષોથી અર્જુન, કૌરવોને પોતાના શત્રુ માનતો આવી રહ્યો છે. તેમના પ્રત્યે અર્જુનની શત્રુતામાં સમય સાથે વૃદ્ધિ જ થઈ છે. હજી ક્ષણવાર પહેલાં પણ તેણે પૂરા જુસ્સામાં કૃષ્ણને કહ્યું હતું કે મારો રથ બંને સેનાઓની વચ્ચે ઊભો રાખો ''હું દુર્બુદ્ધિ-દુર્યોધનનો સાથ આપવાવાળાઓને જોવા માંગુ છું. મારે જેમની સાથે યુદ્ધ કરવાનું છે, તેમની શક્તિનું બરાબર અવલોકન કરવા માંગુ છું.'' ...એટલે કે તે ક્ષણવાર પહેલાં પણ યુદ્ધની ઈચ્છાથી ભરેલો હતો. તેનું દુર્યોધનને દુર્બુદ્ધિ કહેવું, સ્પષ્ટપણે દર્શાવે છે કે તેને ક્ષણવાર પહેલાં પણ કૌરવો ઉપર ક્રોધ જ હતો. તો પછી ચાળીસ વર્ષોમાં જે પરિવર્તન નહોતું આવ્યું, એ પળવારમાં કેવી રીતે આવી ગયું? અને ગતિના નિયમના આધારે સમજીએ તો કંઈક નવું ઘટ્યા વિના ગતિમાં પરિવર્તન નથી આવી શકતું. આ પણ સ્પષ્ટ છે કે પરિવર્તન ખૂબ જ મોટું આવ્યું છે. ચાળીસ વર્ષોથી યુદ્ધ માટે ઈચ્છુક અર્જુન હવે યુદ્ધ કરવાની ના પાડી રહ્યો છે. એટલે કે પરિવર્તન ચોક્કસપણે વિપરીત દિશામાં આવ્યું છે. એટલે કે અર્જુન ઉપર વિપરીત દિશામાં દબાણ પડ્યું છે. સવાલ એ જ કે આ બધું અચાનક કેમ થયું? બહાર એવું શું બન્યું? બહાર એવું તો કયું દબાણ આવ્યું જેણે ચાળીસ વર્ષોની એકતરફી ગતિને વિપરીત દિશા આપી દીધી?

તો ચોક્કસપણે બહાર અર્જુને કૌરવોની વિશાળ સેના જોઈ અને તેમાં ઉપસ્થિત પોતાના સગા-સંબંધીઓને જોયા. હવે આટલું તો તમે સમજી જ ગયા હશો કે અર્જુનમાં પરિવર્તન કૌરવોની સેનાને જોવાથી આવ્યું. એ પણ સમજી ગયા હશો કે એ જોવાએ અર્જુનની યુદ્ધની લાલચને ગતિ આપવાની જગ્યાએ વિચ્છેદ પહોંચાડવાનું કાર્ય કર્યું. અને હું તમને આ તો કહી જ ચૂકી છું કે જગત ત્રિગુણી-માયાથી ઘેરાયેલું છે. તેથી કોઈ ''પરિવર્તન'' પણ આ ત્રિગુણી-માયામાંથી બાકાત નથી. અર્જુનની ભીતર પરિવર્તન તો આવ્યું, પણ આ પરિવર્તનના કારણોમાં ત્રણ સંભાવનાઓ છૂપાયેલી છે. પહેલી એ કે અર્જુન અહિંસાને ઉપલબ્ધ થઈ ગયો હોય. તેને ''જાન-માલનું નુકસાન કરીને કંઈક મેળવવાનું'' યોગ્ય ના લાગી રહ્યું હોય. બીજી સંભાવના એ છે કે તેને કૌરવો ઉપર ''પ્રેમ'' ઉમટી પડ્યો હોય. એ વિચારી રહ્યો હોય કે રાજ્ય હું ભોગવું કે કૌરવ, છે તો બંને ભાઈ-ભાઈ જ. એવામાં રાજ્ય માટે ભાઈઓ સાથે શું કામ ઝગડવાનું? અને ત્રીજી સંભાવના એ છે કે તે કૌરવોની વિશાળ સેનાને જોઈને ડરી ગયો હોય. અને સૌથી મહત્ત્વપૂર્ણ એ જ સમજવાનું છે કે આ ત્રણમાંથી કયા કારણથી અર્જુનમાં આટલું મોટું પરિવર્તન આવ્યું? એવું શું થયું કે યુદ્ધથી લલચાયેલો અર્જુન ''યુદ્ધ'' કરવાનો ઇન્કાર કરી રહ્યો છે? અને આ કારણ ઓળખવામાં કૃષ્ણનો તો હારવાનો સવાલ જ નથી ઉઠતો. જો અર્જુન અહિંસાને ઉપલબ્ધ થયો હોત, તો ગીતા અહીં જ સમાપ્ત થઈ જાત. કૃષ્ણ તરત જ કહી દેત કે તું બરાબર કહી રહ્યો છે, ચાલ્યો જા અહીંથી. જો કૌરવો પ્રત્યે પ્રેમ ઉમટ્યો હોત તો કદાચ કૃષ્ણ ''પાંડવો અને કૌરવોની'' તાત્કાલિક કોઈ મીટિંગની ગોઠવણ કરવાની શક્યતા શોધત. જો કે એ અશક્ય હતું. કેમ કે પહેલાં તો પાંડવોએ અંદરોઅંદર જ નિર્ણય કરવો પડે એવું હતું. આ પણ નક્કી જ હતું કે આમાં ચાલવાનું તો એ બધાંની પત્ની દ્રૌપદીનું જ હોત. અને દ્રૌપદીને તો દુર્યોધન અને દુઃશાસનના લોહીથી ઓછું કશું પણ સ્વીકાર્ય ન હતું. ત્યાંજ યુદ્ધ રોકવા માટે કૌરવોને પણ રાજી કરવા જરૂરી હતાં. ત્યાં પણ દુર્યોધનના પહાડ જેવાં અહંકારના રાજી થવાની કોઈ સંભાવના ન હતી. અને સૌથી મોટી વાત એ કે આ બધાં માટે હવે સમય જ ક્યાં હતો? કોઈપણ સમયે યુદ્ધનું રણશિંગુ વાગી શકે એમ હતું. છતાં પણ જો ખરેખર અર્જુનનો ભ્રાતૃપ્રેમ જાગ્યો હોત તો કૃષ્ણ એક છેલ્લી કોશિશ ચોક્કસ કરત. જો કે કેટલીક માત્રામાં ચોક્કસપણે અર્જુનનો ભ્રાતૃપ્રેમ જાગ્યો પણ હતો, પણ આ સમયે કૃષ્ણ પાસે તેના ''એ ભ્રાતૃપ્રેમને'' ઉત્તેજન આપવાનો સમય જ ક્યાં હતો? તેમની પાસે તો અર્જુનના આ ભ્રાતૃપ્રેમની ઉપેક્ષા કરવા સિવાય બીજું કોઈ ઓપ્શન જ ન હતું. કેમ કે સૌથી મોટી વાત તો એ હતી કે જાગેલા ભ્રાતૃપ્રેમથી ક્યાંય વધારે તો ''કૌરવોની વિશાળ સેના અને તેમાં કર્ણ, ભીષ્મ અને દ્રોણ'' જેવાં ધનુર્ધારીઓને જોઈને અર્જુન ડરી ગયો હતો. પણ કેમ કે તે બુદ્ધિમાન હતો; તેથી એકતરફ તો એ પોતાના ડરને

શબ્દો દ્વારા અહિંસાની ઊંચી-ઊંચી વાતોથી છુપાવવાની કોશિશ કરી રહ્યો હતો, તો બીજી બાજુ તે પોતાની ભીતર જાગેલા ભયને "કૌરવ-પ્રેમના વાઘા પહેરાવવાની" કોશિશ કરી રહ્યો હતો. એટલે કે કૌરવો પ્રત્યે તેને જે સહાનુભૂતિ જાગી હતી, તેને અનેકગણી વધારીને દર્શાવવામાં રત હતો. હવે પોતાના આ પ્રયત્નથી તે દુનિયાના કોઈપણ વ્યક્તિને ભ્રમિત કરી શકતો હતો, પણ સાયકોલૉજીના શિરતાજ કૃષ્ણને નહીં.

હવે અર્જુન કેવી રીતે પોતાના ભયને અહિંસા અને કૌરવ-પ્રેમના વાઘા પહેરાવી રહ્યો છે, તે સમજો. અને એ માટે અર્જુનનો કહેલો એક-એક શબ્દ ધ્યાનથી વાંચો. મેં પહેલાં જ કહ્યું કે સત્ય છૂપાવી જ નથી શકાતું. મનુષ્ય પ્રયત્ન તો કરે છે પણ તે આંખ, શબ્દ અને હાવભાવથી પ્રકટ થઈ જ જાય છે. સવાલ ફક્ત "સાયકોલૉજિકલ-જ્ઞાન"નો જ છે. ખેર, આપણે તો હવે સીધાં અર્જુનના કહેલા શબ્દોનું એનાલિસિસ કરીએ. અને તે કૌરવોની સેના જોઈને કહે છે કે સ્વજન-સમુદાયને જોઈને અંગ શિથિલ થઈ રહ્યાં છે, મોઢું સુકાઈ રહ્યું છે અને શરીરમાં ધ્રુજારી ઉત્પન્ન થઈ રહી છે. હવે સ્વજન-સમુદાયને જોઈને પણ ક્યાંય અંગ શિથિલ થાય? મોઢું સૂકાય? શરીરમાં ધ્રુજારી છૂટે? આ બધું તો ફક્ત બળવાન શત્રુને જોઈને જ થાય છે. સ્પષ્ટપણે તેની આંખ, શબ્દ અને હાવભાવમાં કોઈ સામંજસ્ય નથી બેસતું. એ કહી તો સ્વજન-સમુદાય રહ્યો છે, પણ ભીતર તેના મનમાં હજી પણ કૌરવો પ્રત્યે શત્રુતા જ ભરેલી પડી છે. એમ પણ પાછલી થોડીક ક્ષણોમાં કૌરવોએ એવું કંઈ નવું કર્યું પણ ન હતું કે અર્જુનને તેમના પ્રત્યે પ્રેમ ઉમટી પડે. અને હું પહેલાં જ કહી ચૂક્યો છું કે કંઈ નવું ઘટ્યા વિના ભીતર પરિવર્તન ન આવી શકે. ખેર, પછી આ જ શૃંખલામાં તે આગળ કહી રહ્યો છે કે ત્વચા બળી રહી છે, ધનુષ્ય હાથમાંથી સરકી રહ્યું છે, મન ભ્રમિત થઈ રહ્યું છે અને હવે તો સરખી રીતે ઊભો

ફળની ઈચ્છા ચાહે પુણ્ય મેળવવાની હોય કે સ્વર્ગ મેળવવાની, તે ખોટી જ છે

સુદ્ધાં નથી રહી શકતો. કહેવાની જરૂર નથી કે આ બધાં તો ભયભીત મનુષ્યના લક્ષણ છે. આશ્ચર્ય એ કે આ જ અર્જુને લગભગ એક વર્ષ પહેલાં વિરાટની સેના સાથે મળીને દ્રોણ, ભીષ્મ અને કર્ણને મારી ભગાડ્યા હતાં. પણ અર્જુન એક સારો યોદ્ધા છે. તે જાણે છે કે તે સમયે પરિસ્થિતિઓ જુદી હતી. એ સમયે દુર્યોધન એક નાની-એવી સેના લઈને અર્જુનને શોધવા નીકળ્યો હતો. અને કેમ કે સેના એક લાંબી યાત્રા કરીને પહોંચી હતી, તેથી થાકેલી પણ હતી. સાથે જ તેમને અર્જુન સાથે એકલા લડવાની આશા હતી. એવામાં અર્જુન સાથે મત્સ્ય રાજની વિશાળ સેનાનું હોવું તેમના માટે સંપૂર્ણ રીતે અણધાર્યું હતું. અને યુદ્ધમાં અણધાર્યાનું શું મહત્ત્વ છે, એ સમજાવવાની કોઈ જરૂર નથી. જીવનના કોઈપણ યુદ્ધનું સૌથી મોટું હથિયાર જ 'અણધાર્યું થવું' એ હોય છે. જો કે અર્જુન દ્વારા તેમને મારી ભગાડવાનું બીજું એક કારણ હતું. કૌરવ યુદ્ધ તો કરી રહ્યા હતા, પણ એ સમયે તેમને આ બાબતની પણ ખાતરી ન હતી કે સામે લડવાવાળો યોદ્ધો અર્જુન જ છે. તેમણે આખું યુદ્ધ આ જ અવઢવમાં લડ્યું હતું કે આ અર્જુન છે પણ કે નહીં? કેમ કે પાંડવ અજ્ઞાતવાસ ભોગવી રહ્યા હતા, તેથી તેઓ પોતાના સ્વાભાવિક રૂપ-સ્વરૂપમાં ન હતા. અને આ બધાં કારણોને ભેગા કરીને અર્જુન જેવા વૈચારિક યોદ્ધાને આજે રતીભાર ભ્રમ નથી કે એ યુદ્ધને જીતવામાં અને આજના યુદ્ધને જીતવામાં મોટું અંતર છે. તેને કૌરવોની સેના જોઈને લાગી ગયું છે કે આ યુદ્ધ જીતવું મુશ્કેલ છે. અને આ જ વાત તે પૂરા પ્રયત્ન છતાં પણ છુપાવી નથી શકતો. તે આગળના વાક્યમાં જ કહી રહ્યો છે કે હે કૃષ્ણ, હું તો લક્ષણોને પણ વિપરીત જ જોઈ રહ્યો છું. કૌરવોની આ વિશાળ સેનાને જોઈને કંઈ પણ સારું નથી લાગી રહ્યું. જો કે તે તરત જ વાત સંભાળતા કહે છેઃ અને વળી કૃષ્ણ, સ્વજન-સમુદાયને મારીને હું કલ્યાણ પણ નથી જોઈ રહ્યો. એટલે

કે એક તરફ હારની શક્યતા જણાઈ રહી છે, અને બીજી બાજુ જીતવા છતાં પણ સ્વજન-સમુદાયને મારવાનું દુઃખ સતાવી રહ્યું છે. સાચું કહું કૃષ્ણ, તો હું ન તો રાજ્ય ઈચ્છું છું... અને ન તો વિજય પણ. ગુરુજન, દાદા, કાકાઓને મારવાનો શું ફાયદો? મને તો ત્રણેય લોક મળે તો પણ હું આ કરવા નથી ઈચ્છતો, તો પૃથ્વી માટે તો કહેવું જ શું? ...અર્જુન ભૂલી રહ્યો છે કે યુદ્ધ જીતવા પર ન તો કોઈ તેને ત્રણેય લોક આપી રહ્યું છે, અને ન તો પૃથ્વી. યુદ્ધ માત્ર હસ્તિનાપુરના સિંહાસન પૂરતું જ સીમિત છે. અને આ સમજી લેજો કે હરકોઈ હારે ત્યારે અથવા હારવાની સંભાવના ઊભી થાય ત્યારે સીધાં "શું લઈને આવ્યા હતાં, શું લઈને જઈશું" ઉપર જ ઉતરી આવે છે. બે-ચાર ધક્કા ખાય ત્યારે જ "બધી માયા છે" એવું દેખાવા લાગે છે. પણ આ સ્મશાન વૈરાગ્ય છે, મનની વાસ્તવિકતા નહીં. અને અર્જુનના મનની વાસ્તવિકતા એ છે કે એક તરફ તે ગભરાયેલો છે, અને બીજી બાજુ સ્વજન-સમુદાય સાથે લડીને તેને કોઈ મોટો લાભ પણ નથી દેખાઈ રહ્યો.

ખેર, અર્જુનની વાત અહીં જ સમાપ્ત નથી થતી. પછી તો એ કૃષ્ણને પ્રભાવિત કરવાની તથા તેમને ભ્રમિત કરવાની હદ જ વટાવી જાય છે. આગળ તે શાસ્ત્રોનો સહારો લઈને કહે છે કે શાસ્ત્ર પણ ભાઈ-બંધુઓને મારવાની પરવાનગી નથી આપતા. હે કૃષ્ણ, આ લોકો તો અજ્ઞાની છે, પણ શાસ્ત્રોના જ્ઞાતા એવા આપણે બંને આ બધું જાણતા હોવા છતાં પણ મહાપાપ કરવા માટે તૈયાર થઈ ગયા, એ આશ્ચર્ય છે. ...એટલે કે ઉલટો એ કૃષ્ણને જ્ઞાન આપી રહ્યો છે. કહી રહ્યો છે કે જુઓ કૃષ્ણ; આ બધી વાતો હું તમને મહાપાપમાંથી બચાવવા માટે સમજાવી રહ્યો છું. ...તમારી આંખો ઉઘાડી રહ્યો છું. આપણે જાણી-જોઈને આપણાં માટે નરકના દ્વાર ના ખોલવા જોઈએ. અને છેલ્લે કહી રહ્યો છે કે કૃષ્ણ, તમારું તમે જાણો, તમારે આ મહાપાપના ભાગીદાર બનવું હોય તો બનો, પણ મેં નક્કી કરી લીધું છે કે હું આ યુદ્ધ નહીં લડું. ...આટલું કહેતાં કહેતાં તે ધનુષ્ય ત્યજીને રથના પાછલાં ભાગમાં બેસી જાય છે.

ચોક્કસપણે આટલા પ્રભાવી અને ભ્રમિત કરી નાખવાવાળા વક્તવ્યને આધારે તેણે અપેક્ષા રાખી હશે કે કૃષ્ણ કહેશે કે વાહ અર્જુન, તેં તો મારી આંખો જ ખોલી નાખી. તેં તો ખરેખર મને મહાપાપમાંથી બચાવી લીધો. પણ કૃષ્ણ સાયકોલૉજીના શિરતાજ છે. એમણે તો પહેલાં વાક્યથી જ સમજી લીધું હતું કે અર્જુન ભયભીત થઈ ચૂક્યો છે. એમ પણ પરિવર્તનનો નિયમ કહે છે કે પરિવર્તન આવવાનું હોય તો ત્યારે જ આવી જાય છે, જ્યારે અડચણ નડે છે. એવું નથી થતું કે બ્રેક આજે લગાવો અને ગાડી કાલે થંભે. ગાડીને થંભવાનું હોય તો બ્રેક વાગતા જ થંભી જાય છે. એવી જ રીતે શાસ્ત્ર અર્જુને આજે નથી વાંચ્યા. તેમની કંઈક અસર અર્જુન ઉપર થવાની હોત, તો એ સમયે જ થઈ ચૂકી હોત. એવી જ રીતે

કૌરવ ભાઈ છે, એ પણ અર્જુન બાળપણથી જાણે છે. તેથી, એની પણ કંઈ અસર થવાની હોત, તો ક્યારની થઈ ગઈ હોત. આજના અવરોધનું કારણ ચોક્કસ કંઈક બીજું જ છે; અને મુખ્ય રીતે એ એક જ છે કે કૌરવોની વિશાળ સેના સામે જીતવાનું તેને અશક્ય લાગી રહ્યું છે. અને તમે લોકો પણ ડે-ટૂ-ડે સાયકોલૉજીમાં ધ્યાન આપી જોજો. ...માણસને શત્રુ ઉપર પ્રેમ ત્યારે જ ઉમટે છે જ્યારે તે તેને વધારે શક્તિશાળી દેખાવા લાગે છે. ધર્મના ઊંચા-ઊંચા સિદ્ધાંતોનો આશરો મનુષ્ય ત્યારે જ લે છે જ્યારે જીવનમાં થોડાંક ધક્કા ખાય છે. કેમ કે અહીં કોઈ એ સ્વીકારવા માટે તૈયાર જ નથી કે તે હારી ગયો છે, કે ડરી ગયો છે. હરકોઈ અહીં પોતાની હારને ચોવીસો કલાક ઊંચા વિચારોમાં જ પરોવતો રહે છે. કેમ કે અહીં હરકોઈને બરબાદીનો એટલો ડર નથી હોતો, જેટલો તેની ચર્ચા ફેલાઈ જવાનો હોય છે. ...અને આ જ તો તમારી લાડકી ભગવદ્‌ગીતાનું મહત્ત્વ છે. આ ડે-ટૂ-ડે સાયકોલૉજીથી શરૂ થઈને... વાતો-વાતોમાં સત્યની બધી ગહનતા સ્પર્શતી ચાલી જાય છે.

હશે, હાલ તો મહત્ત્વપૂર્ણ એ કે અર્જુને યુદ્ધની ના પાડીને જો કૃષ્ણને આશ્ચર્યમાં નાંખ્યા, તો કૃષ્ણએ પણ અર્જુનની વાતોથી પ્રભાવિત ન થઈને અર્જુનને આશ્ચર્યમાં નાખી દીધો. તેમણે તો પહેલાં જ વાક્યમાં કહી દીધું કે અહીં-તહીંની વાત છોડ અને આ સ્પષ્ટ સમજી લે કે તું અસમયનો મોહ કરી રહ્યો છે. તું અહીં-તહીંના શાસ્ત્રોનો આશરો લઈને અને કૌરવો ઉપર પ્રેમભાવ વ્યક્ત કરીને પોતાની શ્રેષ્ઠતા સાબિત કરવાની કોશિશ કરી રહ્યો છે; પરંતુ આ પણ સ્પષ્ટ સાંભળી લે કે શ્રેષ્ઠ પુરુષ આવું વર્તન નથી કરતાં, જેવું તું અત્યારે કરી રહ્યો છે.

ખેર, આગળની ગીતા સમજવા માટે બીજી બે વાતો સ્પષ્ટ રીતે સમજી લેજો. જો સામાન્ય પરિસ્થિતિ હોત તો કદાચ કૃષ્ણ આટલી વાત કહીને ચૂપ થઈ જાત. કેમ કે તેઓ જાણે છે કે દરેક મનુષ્ય અહીં સ્વતંત્ર છે. અને તે જેવું કરશે, એવું ભરશે. કુદરત અને મનુષ્યની વચ્ચે ચાલી રહેલી જીવનની આ મહાન લીલામાં હકીકતમાં કોઈ દ્વારા કોઈપણ પ્રકારની જબરદસ્તી માટે જરાય જગ્યા જ નથી. પણ આ તો થઈ વ્યક્તિગત વાત. ...બાકી તો સત્ય એ જ છે કે જ્યાં સુધી જીવન છે ત્યાં સુધી અહીં બધાંને જીવવું જ પડે છે. પછી ભલેને તે કૃષ્ણ, બુદ્ધ, ક્રાઈસ્ટ હોય કે અન્ય કોઈ જ્ઞાની જ કેમ ન હોય.... તેથી ભલે વ્યક્તિગત રીતે નહીં તો સામૂહિક રીતે મનુષ્યતાના ઉદ્ધાર માટે બધાં જીવી રહ્યાં હોય છે. આ જ તેમના જીવવાનું બહાનું પણ હોય છે, અને ઉદ્દેશ્ય પણ. અને આ ક્ષણે કૃષ્ણ પણ મનુષ્યતાના સામૂહિક ઉદ્ધાર માટે અર્જુનને યુદ્ધ કરવા માટે રાજી કરવાના કર્મથી બંધાઈ ગયા છે. કેમ કે અર્જુન યુદ્ધ નહીં કરે, તો કૌરવોની જીત નક્કી થઈ જશે. અને આવું થશે તો ઈતિહાસમાં એક ખોટું ઉદાહરણ પ્રસ્તુત થશે. ...પછી તો આવનારા યુગોમાં સ્ત્રીઓની

મર્યાદાને વધુ બેશરમી સાથે અને કોઈપણ જાતના ભય વિના દાવ ઉપર લગાડવામાં આવશે. ...હવે યુદ્ધ તો અટળ થઈ જ ચૂક્યું છે. જાન-માલનું જે નુકસાન થવાનું છે, એ તો થવાનું જ છે. એવામાં પાંડવોનું જીતવાનું વધુ યોગ્ય છે. કમ-સે-કમ આનાથી આવનારા યુગોમાં દુષ્ટતાઓ કરતાં પહેલાં મનુષ્ય વિચારશે. કૌરવોનો અંજામ જોઈને તે દુષ્ટતાઓથી બચશે. નહિતર તો જ્યાં સુધી યુદ્ધ ટાળી શકવાની શક્યતા હતી, ત્યાં સુધી કૃષ્ણએ તેને ટાળવાના અથાક પ્રયત્નો કર્યા જ હતાં. પોતાના જીવનના દાયકાઓ તેમણે ફક્ત એ પ્રયત્નમાં વિતાવ્યા હતાં કે ગમે તે રીતે કૌરવ અને પાંડવો વચ્ચેનું યુદ્ધ ટળે. તેથી અહીં મહેરબાની કરીને એમ બિલકુલ ન સમજી લેતાં કે અર્જુન, કૃષ્ણના સંબંધી છે કે તેઓ કૃષ્ણના મિત્ર છે, એટલે કૃષ્ણ ઈચ્છે છે કે પાંડવ જીતે. ના, એવું નથી કેમ કે દુર્યોધન પણ કૃષ્ણના સંબંધી છે; એ પણ કૃષ્ણના વેવાઈ જ છે. તેથી કૃષ્ણને સંબંધના કોઈપણ ત્રાજવામાં તોળીને ન જુઓ, નહિતર તો મોટી ગરબડ થઈ જશે. તમે મારો મર્મ જ નહીં સમજી શકો. હું પહેલાં જ કહી ચુકી છું કે કૃષ્ણ, અર્જુન અને મહાભારત મારા હોવાનો આધાર છે. તેથી મને સમજવા માટે આ ત્રણેયને સમજવા ખૂબ જ જરૂરી છે. ...અને કૃષ્ણનું મન એ ઊંચાઈ ઉપર બિરાજમાન છે, જ્યાં તેમનો કોઈ મિત્ર નથી કે કોઈ શત્રુ નથી. તેમના મનમાં સવાલ ફક્ત સર્વહિતનો જ છે. અને અટળ યુદ્ધમાં પાંડવોનો વિજય જ બધાંના હિતમાં છે. કેમ કે જ્યારે આજે થનારો વિનાશ ટાળી શકાય એમ જ નથી, તો એવામાં દેખીતી રીતે કૃષ્ણની નજર ભવિષ્યનું ઉદાહરણ સ્થાપિત કરવા ઉપર ટકેલી છે. અને આ તો બિલકુલ ના સમજી લેતા કે પાંડવ પુણ્યાત્મા છે અને કૌરવ પાપી. ...સત્ય કડવું હોય જ છે. અને પાંડવોની કડવી સચ્ચાઈ એ છે કે પુણ્યાત્માઓ માતાની આજ્ઞાના બહાને કોઈ સ્ત્રીની ગરિમાને પાંચ ભાઈઓમાં

હરકોઈ અહીં કુદરતની "જે થવું જોઈએ - તે થવું જ જોઈએ" ની મહાન લીલાથી બંધાયેલો છે

મનુષ્યનો
અંતરાત્મા
જ
પ્રત્યેક
મનુષ્યનું
પોતાનું
શાસ્ત્ર
છે

ક્યારેય નથી વહેંચતા. સત્ય એ પણ છે કે પોતાની જ પત્નીને જુગારમાં દાવ ઉપર લગાડનાર વ્યક્તિને સજ્જન બિલકુલ ના કહી શકાય. તો એકંદરે કૃષ્ણનો રસ સર્વહિતને ધ્યાનમાં રાખતાં પાંડવોને યુદ્ધ જીતાડવામાં જ છે. ...અને એ માટે અર્જુનનું દિલ ખોલીને યુદ્ધ લડવું જરૂરી છે. પણ આમાં કૃષ્ણનો કોઈ પક્ષપાત નથી, કૃષ્ણ ફક્ત સર્વહિતના દોરથી આમ કરવા બંધાયેલાં છે. અને આગળ પણ મારો વાસ્તવિક મર્મ સમજવા માટે આ વાતને સારી રીતે સમજી લેવી ખૂબ જરૂરી છે. કેમ કે કહેવા ખાતર તો ઘણાં લોકો એમ પણ કહે છે કે અર્જુન સારા એવા અહિંસાના માર્ગ ઉપર ચાલી નીકળ્યો હતો, પણ કૃષ્ણ જ જીદે ચડ્યા અને તેને યુદ્ધ માટે ઉશ્કેર્યો. કૃષ્ણની કોઈ આવી વ્યક્તિગત જરૂરિયાત નથી. યુદ્ધ ગઈ કાલે પણ અર્જુન ઈચ્છતો હતો અને આજે પણ અર્જુન જ ઈચ્છે છે. કૃષ્ણ તો ગઈ કાલે પણ સર્વહિત માટે આ મહાયુદ્ધને ટાળવા પ્રયત્નશીલ હતાં, અને આજે પણ સર્વહિતનું ધ્યાન રાખીને અર્જુનને યુદ્ધ કરવા માટે સમજાવવા માટે વિવશ છે. ...બાકી તો કૃષ્ણ કાયમ બે સેનાઓના યુદ્ધના વિરોધી રહ્યા છે. તેમણે બે સેનાઓના યુદ્ધની જગ્યાએ હંમેશા સીધો ફિસાદના મૂળ ઉપર જ સીધો પ્રહાર કર્યો છે. અને આ જ શૃંખલામાં તેમણે અનેક પાપીઓનો વધ કર્યો છે. પણ આ પ્રક્રિયામાં ક્યારેય કોઈ નિર્દોષને નુકસાન નથી પહોંચ્યું. આવાં કરૂણાવાન કૃષ્ણ ઉપર હિંસાનો આરોપ લગાવવો એ મનુષ્યના અજ્ઞાનને દર્શાવે છે. જ્યારે સત્ય એ છે કે કૃષ્ણ કરતાં વધારે કરૂણાવાન ઈતિહાસમાં ક્યારેય કોઈ પેદા જ નથી થયું. ...અને મહત્ત્વપૂર્ણ એ કે જ્યારે મારા જન્મદાતા જ કરૂણાના શિખર ઉપર બેઠેલાં કૃષ્ણ છે, તો હું ભગવદ્ગીતા પણ કરૂણાથી ઓતપ્રોત હોવાની જ છું. તેથી ચોક્કસપણે આ બધી વાતો હું તમને કરૂણાવશ જ કહી રહી છું, જેથી કરીને તમે મારો સાચો મર્મ સમજી શકો. કેમ કે

તમારાં ઉદ્ધાર માટે તમારે કૃષ્ણને સંપૂર્ણ રીતે સમજવા કેટલા જરૂરી છે, એ મારાથી વધારે કોણ જાણી શકે છે?

ખેર, સો વાતોની એક વાત એ સમજી લો કે આ સમયે કૃષ્ણની બધી ચેતના અર્જુનને યુદ્ધ કરવા માટે રાજી કરવામાં લાગેલી છે. અને આ ક્યારે શક્ય છે? જ્યારે તેઓ અર્જુનના યુદ્ધ ન કરવાના ત્રણેય કારણોને અસ્તિત્વહીન કરી દે. અને એ કયા ત્રણ કારણ છે, જરા યાદ કરો. સૌથી પહેલી વાત તો એ કે તે યુદ્ધથી ભાગવા માટે શાસ્ત્રોમાં વર્ણિત પાપ-પુણ્યોનો સહારો લઈ રહ્યો છે. બીજી વાત એ કે યુદ્ધથી ભાગવા માટે તે ભ્રાતૃપ્રેમ વ્યક્ત કરી રહ્યો છે. ...અને આ બંને વાતો તે કૃષ્ણને ભ્રમિત કરવા માટે કહી રહ્યો છે. આમાંથી એક પણ તેના વાસ્તવિક અસ્તિત્વનો મુખ્ય આધાર નથી. તેથી અર્જુનને યુદ્ધ માટે રાજી કરવા કૃષ્ણએ તેના આ બે ભ્રમ ખોટાં સાબિત કરવા જ રહ્યાં. એટલે કે પહેલાં તો કૃષ્ણે અર્જુનના શાસ્ત્ર જ્ઞાનની નિરર્થકતા સાબિત કરવી રહી. ...ત્યારે જ તેના ''શાસ્ત્રોની વાતોના સહારે'' યુદ્ધથી ભાગવાના દ્વાર બંધ થઈ શકે છે. એવી જ રીતે કૃષ્ણએ તેના કૌરવ-પ્રેમને પણ મોહ સાબિત કરવો જ રહ્યો. ત્યારે જ તેના ભ્રાતૃપ્રેમને સહારે યુદ્ધથી ભાગવાની વાત ઉપર પણ પૂર્ણવિરામ લગાવી શકાય છે. ...અને પછી બચે છે ત્રીજું કારણ, અર્જુનના ભયનું કારણ શોધવું. કેમ કે જ્યાં સુધી ભીતર ભય છે, ત્યાં સુધી અર્જુન બહાર યુદ્ધ લડવા માટે રાજી ના થઈ શકે. અને રાજી થઈ પણ જાય, તો પણ આવાં અડધા-પડધા મનથી તે યુદ્ધ ન જીતી શકે. અને કૃષ્ણનું કામ અર્જુનના યુદ્ધ લડવા માટે રાજી થવામાત્રથી નથી સંકેલાઈ જતું. સર્વહિત માટે અર્જુનનું યુદ્ધ જીતવું પણ જરૂરી છે.

ટૂંકમાં કહું તો કૃષ્ણ આ સમયે સર્વહિત માટે પાંડવોને યુદ્ધ જીતાડવા કટિબદ્ધ છે. અને આ ત્યારે જ શક્ય છે જ્યારે અર્જુન સંપૂર્ણ વિશ્વાસથી દિલ ખોલીને યુદ્ધ કરે. અને એ હેતુસર કૃષ્ણ માટે ત્રણ વાતો જરૂરી છે. એક, તેને શાસ્ત્ર બંધનથી મુક્ત કરવો, બીજું ભ્રાતૃપ્રેમને મોહ સાબિત કરવો અને ત્રીજું, તેની ભીતર ઘુસેલા ભયને વિશ્વાસમાં બદલી નાખવો. ...બસ, આગળ મારા આ ખુલ્લા પુસ્તકમાં કૃષ્ણની કોઈપણ વાત આ જ ત્રણેય બિંદુઓની આસપાસ ફરશે. અને આ જ કૃષ્ણનો ઉદ્દેશ્ય છે. આ સ્પષ્ટ સમજી લેજો કે કૃષ્ણનો રસ અર્જુનને જ્ઞાન આપવામાં નથી, તેને યુદ્ધ માટે રાજી કરવામાં છે. મેં પહેલાં જ કહ્યું છે કે કૃષ્ણ પૂર્ણ બ્રહ્મચર્યમાં સ્થિત વ્યક્તિ છે. પ્રકૃતિની આ મહાન લીલામાં તેઓ રતીભાર દખલગીરી નથી કરતાં. આ જ કારણે જ્ઞાની લોકો તેમને એકમાત્ર પૂર્ણ-અવતાર પણ કહે છે. તેથી કૃષ્ણ, અર્જુનને જ્ઞાન આપવા ઈચ્છે છે, ...એવું ક્યારેય ના વિચારી લેતા. ...નહીં તર આવું વિચારીને તમે કૃષ્ણને તો નાના કરશો જ કરશો, સાથે જ મારો વાસ્તવિક મર્મ સમજવામાંથી પણ વંચિત રહી જશો.

ખેર, આપણે ફરી કૃષ્ણના કહેલાં પહેલાં વાક્ય ઉપર પાછા ફરીએ. અને તેઓ પોતાના પહેલાં વાક્યમાં શું કહે છે? કહે છે કે હે અર્જુન, તને કસમયનો આ મોહ કયા કારણે પ્રાપ્ત થયો છે? ...એટલે કે ભ્રાતૃપ્રેમ ઉપર પ્રહાર કરે છે. કહી રહ્યાં છે કે આ કોઈ સમય છે ભ્રાતૃપ્રેમ વ્યક્ત કરવાનો? બીજી વાત તેઓ કહી રહ્યાં છે કે શ્રેષ્ઠ પુરુષોને કસમયનો આવો મોહ નથી નિપજતો. એટલે કે શાસ્ત્ર-જ્ઞાનનું પ્રદર્શન કરીને તું પોતાને શ્રેષ્ઠ સમજી રહ્યો છે, પણ સમજી લે કે શાસ્ત્રોની આણ આપવાથી કોઈ શ્રેષ્ઠ નથી બની જતું. વાસ્તવિકતા તો એ છે કે ''શ્રેષ્ઠ પુરુષ'' સમયની સાથે વહે છે. અને પછી ત્રીજી વાત કૃષ્ણ કહે છે કે તારો આવો મોહ કીર્તિ અપાવનારો નથી. કૃષ્ણનું કહેલું આ વાક્ય સારી રીતે સમજી લેજો. કૃષ્ણ અહીં અર્જુનની કીર્તિને તેના ભયના કારણ તરીકે વાપરી રહ્યાં છે. અહીં એ સમજી લો કે સાયકોલૉજિકલી ભયને દૂર કરવાના બે જ ઉપાય છે. એક છે મજબૂત આશ્વાસન આપવું, અને બીજું છે કોઈ તેનાથી પણ વધારે વિકરાળ ભય પકડાવી દેવો. જો ભયને દૂર કરવા માટે લાંબો સમય હોય તો આશ્વાસન કામ કરી જાય છે. પણ સમય ના હોય અને ભયને તાત્કાલિક દૂર કરવો જરૂરી હોય, તો પછી એક જ ઉપાય બચે છે કે ઉતાવળમાં કોઈ નવો ભય પકડાવી દેવામાં આવે. અને કેમ કે અર્જુન એક પ્રસિદ્ધ પુરુષ છે, વીર-યોદ્ધા તરીકે તેની ઓળખાણ છે, તો કૃષ્ણ અહીં એને તેની એજ ''કીર્તિ''નો ભય પકડાવી રહ્યાં છે. તેને યાદ અપાવી રહ્યાં છે કે તું પ્રસિદ્ધ તીરંદાજ છે, એવામાં યુદ્ધથી ભાગીશ તો તારી કીર્તિ ઉપર કલંક લાગી જશે. ...એટલે કે કૃષ્ણ પહેલાં જ વાક્યમાં તેના યુદ્ધમાંથી ભાગવાના ત્રણેય કારણો ઉપર સખત પ્રહાર કરે છે. એટલે જ તો કહી રહી હતી કે કૃષ્ણ સાયકોલૉજીના શિરતાજ છે. ...તેમને કોઈ ભ્રમિત ના કરી શકે.

ખેર, જ્યારે આટલું સમજ્યા છો તો ડે-ટૂ-ડે જીવનમાં સાયકોલૉજીનો શું અર્થ થાય છે, એ પણ સમજી લો. સાયકોલૉજી એ જ્ઞાન છે જેનાથી મનુષ્યની ભીતર શું ચાલી રહ્યું છે, તેને તમે સંપૂર્ણ રીતે જાણી શકો છો. અને સાયકો-ટ્રીટમેન્ટ એક કળા છે જેના સહારે તમે મનુષ્યના મનને તમારી ઈચ્છા પ્રમાણે મોલ્ડ કરી દો છો, કૃષ્ણ આ સમયે બીજું કંઈ નહીં, ફક્ત અર્જુનને યુદ્ધ માટે રાજી કરવાની સાયકો-ટ્રીટમેન્ટ આપી રહ્યાં છે. હવે આગળ જોવાનું એ જ છે કે અર્જુન આ સાયકો-ટ્રીટમેન્ટનો તોડ શોધી શકે છે, કે કૃષ્ણ તેનું મન પરિવર્તિત કરવામાં સફળ થઈ જાય છે. અહીં એ પણ સમજી લેજો કે આગળનું બધું જ અર્જુનના ભયની ગહનતા ઉપર જ નિર્ભર છે. કેમ કે ભય જ તેના યુદ્ધ કરવાની ના પાડવાનું મૂળ કારણ છે. શાસ્ત્ર-જ્ઞાન અને ભ્રાતૃપ્રેમનો સહારો તો તે પોતાના ભયને છુપાવવા માટે લઈ રહ્યો છે. તેથી ભય દૂર થતાં જ તે આ બંને સહારા એની મેળે જ છોડી દેશે. વળી આ પણ શક્ય છે કે કૃષ્ણ દ્વારા સતત ભ્રાતૃપ્રેમ અને શાસ્ત્ર-જ્ઞાન ઉપર પ્રહાર કરવાથી તેનો ભય કમજોર થઈ જાય.

ટૂંકમાં કહેવાનો અર્થ એ છે કે અર્જુનને યુદ્ધ માટે રાજી કરવા કૃષ્ણએ સતત "યુદ્ધની ના પાડવાના ત્રણેય કારણો" ઉપર પ્રહાર કરવા જ પડશે. ...ખબર નહીં ક્યારે કઈ વસ્તુ અસર કરી જાય અને અર્જુન યુદ્ધ કરવા માટે રાજી થઈ જાય.

ખેર, હવે સીધાં કૃષ્ણ-અર્જુનની આ રસપ્રદ વાતચીતમાં આગળ શું થઈ રહ્યું છે, એના ઉપર આવી જઈએ. કૃષ્ણ અર્જુનના ભય, ભ્રાતૃપ્રેમ અને શાસ્ત્ર-જ્ઞાન ઉપર પહેલાં જ વાક્યમાં પ્રહાર કરી ચૂક્યા છે. પણ આટલા-માત્રથી અર્જુન પોતાનો મોહ છોડી દે, એ તો થવાનું જ ન હતું. તેથી, કૃષ્ણએ વાત આગળ વધારવાની જ હતી. કેમ કે એકવાર સર્વહિત માટે કોઈ કાર્ય શરૂ કર્યું, તો પછી તેને પૂરું કર્યા વિના શાંતિથી ના બેસવું, એ કૃષ્ણના અસ્તિત્વનો એક ભાગ હતો. તેથી હવે, જ્યાં સુધી અર્જુન યુદ્ધ કરવા માટે રાજી ના થઈ જાય ત્યાં સુધી કૃષ્ણના પાછળ હટવાનો સવાલ જ નથી. અને હરી-ફરીને એ માટે તેમણે પ્રહાર તો અર્જુનના ત્રણ ભ્રમોં ઉપર જ કરવાનો છે. અને કેમ કે આ ત્રણેય ભ્રમોનું મુખ્ય કારણ ભય છે... એટલે કૃષ્ણ આગળ સીધાં સ્પષ્ટતાપૂર્વક અર્જુનને કહે છે કે હે અર્જુન, તું નપુંસકતાને પ્રાપ્ત ના થઈશ. તારા જેવા વીર યોદ્ધાને એ શોભતું નથી. તેથી ચૂપચાપ તું હૃદયની દુર્બળતાઓને ત્યાગીને યુદ્ધ માટે ઊભો થઈ જા. તું મોટી-મોટી વાતો કરીને આ ભ્રમ ફેલાવવાની કોશિશ ન કરીશ કે તું અહિંસાને ઉપલબ્ધ થઈ રહ્યો છે, કે તારો ભ્રાતૃપ્રેમ જાગ્યો છે. હું તો સ્પષ્ટ જોઈ રહ્યો છું કે તું નપુંસકતાને ઉપલબ્ધ થઈ ગયો છે. ...ચોક્કસપણે કૃષ્ણએ "અર્જુનને નપુંસકતાને પ્રાપ્ત થવાની સ્પષ્ટ વાત કહીને" પોતાના તરફથી તેના શાસ્ત્ર-જ્ઞાન અને ભ્રાતૃપ્રેમ જેવા નિરર્થક તર્કો ઉપર તાળા મારી દીધાં. કૃષ્ણએ આ સ્પષ્ટ કરી દીધું કે આવાં કોઈપણ તર્ક તું આગળ આપીશ, તો પણ હું તો પ્રત્યક્ષ રીતે તેમને તારા ભયના રૂપમાં જ જોઈશ.

હે
અર્જુન,
હું તને એ
જ્ઞાન
આપીશ
જેનાથી
તારા બધાં
ભ્રમ
દૂર
થઈ જશે

સત્યની એક જ ખૂબી છે કે જ્યાં સુધી એ **ભીતર** ઊંડાણ સુધી **અનુભવાય** નહીં, ત્યાં સુધી કંઈ **કામનું** નથી

હવે અર્જુન પાસે કોઈ ઉપાય નથી રહ્યો. તેથી તેણે સીધું કૃષ્ણને પૂછ્યું કે હું કેવી રીતે ભીષ્મ અને દ્રોણાચાર્ય સાથે લડીશ? ...જરા અર્જુનના શબ્દો પર ધ્યાન આપો. તે કહે છે ''કેવી રીતે...?'' તે એમ નથી કહેતો કે શા માટે લડું? પણ અર્જુન બુદ્ધિશાળી છે. ભય એકવાર માટે પ્રદર્શિત તો થઈ ગયો, પણ પછી તરત ફરીથી સ્થિતિ સંભાળતા બોલ્યો કે હે કૃષ્ણ, કહેવાનો અર્થ એ છે કે કેમ કે તેઓ બંને પૂજનીય છે. ...આગળ અર્જુન કહે છે કે માટે હે કૃષ્ણ, આ મહાનુભવોને મારવાને બદલે તો મને ભિક્ષા માંગીને જીવન પસાર કરવું વધુ સ્વીકાર્ય છે. કેમ કે છેવટે આમને મારીને પણ મળશે શું...? રાજ્ય, ધન અને વૈભવ. અને વળી કૃષ્ણ, આપણે તો એ પણ નથી જાણતાં કે આ યુદ્ધનું પરિણામ શું આવશે? કોણ જીતશે? ...એટલે કે થોડીવાર તો અર્જુને પોતાના ભયને સંભાળી લીધો, પણ મનુષ્યનું અંતર કંઈ સંતાડી શકાય છે? એ પણ ખાસ કરીને ત્યારે કે જ્યારે સામે કૃષ્ણ ઊભા હોય. કેમ કે કૃષ્ણ તો સ્પષ્ટતાપૂર્વક તેને નપુંસક કહી જ ચૂક્યા છે. અને તેની અસર પણ અર્જુન ઉપર થઈ જ છે. જેટલી છટાથી તે પહેલાં અધ્યાયમાં પોતાના ભયને છુપાવીને મોટી-મોટી વાતો કહી ગયો હતો, તેની એ છટા કૃષ્ણ દ્વારા તેને 'નપુંસક' કહેતાં જ કમજોર પડી ગઈ છે. હવે વચ્ચે-વચ્ચે તે પોતાના ભયને પ્રદર્શિત કરી પણ રહ્યો છે. ...અને તેનું છેલ્લું વાક્ય એ જ શૃંખલાની એક કડી છે. તેના મોઢાંમાંથી નીકળી જ ગયું કે કૃષ્ણ, મુખ્ય વાત એ છે કે કોણ જીતશે એ આપણને નથી ખબર. ...એટલે કે યુદ્ધ જીતવાનું નક્કી હોય તો પછી શાસ્ત્ર શું કહે છે, તેની પરવા નથી. જીત જો ચોક્કસ થવાની જ હોય તો ભ્રાતૃપ્રેમનો પણ સવાલ નથી. આ જ તો સામાન્ય મનુષ્ય પણ રોજબરોજના જીવનમાં કરે છે. આ જાણી લેજો કે પ્રાયઃ મોટી-મોટી વાતોની પાછળ નપુંસકતા જ છુપાયેલી હોય છે. જો ભય નથી, હારનો ડર નથી; તો મોટી-મોટી વાતોની જરૂર પણ

નથી. જો કે અર્જુનની વાત અહીં જ પૂરી નથી થતી. તે બુદ્ધિશાળી છે, અને તેણે આગળનું પણ વિચારી લીધું છે. તેથી આગળ તે કહે છે કે કૃષ્ણ, ચાલો છોડો! માની લો કે આપણે યુદ્ધ જીતી પણ લીધું તો ય શું લાભ? કૌરવો વિના રાજ્ય મેળવવાનો મતલબ જ શું? આપણે તો રાજ્ય તેમની હયાતીમાં તેમની પાસેથી છીનવવાનું છે. એ જ નહીં રહે તો રાજા બનીને રૂઆબ કોની સામે કરીશું? અર્જુન આ સમયે જે કહી રહ્યો છે એ પણ સામાન્ય મનુષ્યની રોજબરોજની સાયકોલૉજી છે. હરકોઈ અહીં વિજય 'વિજય' માટે નથી ઈચ્છતો, પરંતુ અહીં વિજય મનુષ્ય શત્રુઓ અને મિત્રોને બાળવા માટે ઈચ્છે છે. ...ખાસ કરીને મિત્રોને અને પ્રેમ કરવાવાળાઓને. જો તેમની ઉપર જ રૂઆબ કરવાનો મોકો ના મળે તો મોટે ભાગે સફળતાની મજા બગડી જાય છે. અને આ સાયકોલૉજી છે, દરેક મનુષ્યની ભીતરનું સત્ય છે; થોડું પોતાની અને બીજાઓની ભીતર ડોકિયું કરીને જોઈ લેજો, બધું સમજાઈ જશે.

ખેર, કૃષ્ણએ 'નપુંસક' શબ્દનો ઉપયોગ એટલી પ્રગાઢતાથી કર્યો કે અર્જુનને એટલું તો સમજાઈ જ ગયું કે કૃષ્ણને ભ્રમિત કરવા એ સહેલું નથી. તેને એટલો અહેસાસ તો થઈ જ ગયો કે આ સામે જે ઊભેલ છે, તે ખૂબ જ ચતુર વ્યક્તિ છે. અને આ યોગ્ય પણ છે. ચોક્કસપણે કૃષ્ણની જગ્યાએ બીજું કોઈ ઊભું હોત તો કદાચ અર્જુનની વાતોથી ભ્રમિત થઈ પણ જાત. અરે ભાઈ, એટલે જ તો તેઓ કૃષ્ણ છે. અને આ જ તો મારો ગર્વ છે કે મારા જન્મદાતા, સાયકોલૉજીના શિરતાજ 'કૃષ્ણ' છે. અને હું આ એમજ નથી કહી રહી, મારા જન્મદાતાનો પ્રભાવ જુઓ! હજી તો એમણે બે વાક્ય જ બોલ્યા છે અને અર્જુને સીધાં રસ્તે આવવાનું શરૂ કરી દીધું. બધી ભ્રમિત કરવાવાળી વાતોને છોડીને સીધો પોતાના મનની હકીકત ઉપર ઉતરી આવ્યો. આગળ તે કૃષ્ણને સીધું કહી રહ્યો છે કે હા કૃષ્ણ, એ સત્ય છે કે હું કાયરતાને ઉપલબ્ધ થઈ ગયો છું. તેથી અહીં-તહીંની વાત છોડીને હું તમને સીધું પુછું છું કે- કહો, આ સમયે મારે માટે શું કલ્યાણકારક છે? એટલે કે, એ જ કહેજો કે જે નિશ્ચિત રીતે મારે માટે કલ્યાણકારક હોય. એટલે કે કોઈ હાનિકારક સલાહ ના આપી દેતાં. સલાહ આપતી વખતે ધ્યાન રાખજો કે મને કંઈ ના થવું જોઈએ. એટલે કે અર્જુનનો ભય એમનો એમ છે. તેને આ સમયે પોતાની તીવ્ર ચિંતા ઘેરી વળી છે. અને કૃષ્ણ દ્વારા એકવાર નપુંસક કહેવાયા પછી હવે તે આ સ્વીકારી પણ રહ્યો છે કે હું ખરાબ રીતે ડરી ગયો છું. આ 'ભય' સાયકોલૉજિકલી ખૂબ જ ખતરનાક ભાવ છે. અને ખાસ કરીને જ્યારે ભય આ રીતે ઊંડો પેસી ગયો હોય તો તેને દૂર કરવો સહેલો નથી. અર્જુનનું આ કહેવું કે હે કૃષ્ણ, ''મને નિશ્ચિત કલ્યાણકારક માર્ગ બતાવો''માં બધું જ આવી ગયું. કૃષ્ણ પણ સમજી ગયા કે અર્જુન હવે સહેલાઈથી યુદ્ધ કરવા માટે રાજી થવાનો નથી. તેને કોઈપણ સલાહ આપી દો, પરંતુ થોડોક પણ ખતરો જણાશે તો એ વાત માનવાનો નથી.

ખેર, ટૂંકમાં અર્જુન કૃષ્ણ પાસે સલાહ તો માંગી રહ્યો છે, પણ કન્ડિશનલ. ...એટલે કે મને નુકસાન ના થવું જોઈએ. એટલે કે તમે જે પણ સલાહ આપશો તેની ઉપર પહેલાં હું વિચાર કરીશ, અને ''નિશ્ચિત કલ્યાણકારક'' લાગશે તો જ તેની ઉપર અમલ કરીશ. આ તો ઠીક, પણ ભયભીત વ્યક્તિ કેટલી હદે ભ્રમિત થઈ શકે છે, તેની તમે કલ્પના પણ ના કરી શકો. અને પોતાની એ જ ભ્રમિત અવસ્થાને દર્શાવતા અર્જુન તરત કહે છે કે હું તમારો શિષ્ય છું અને મને તમારી સમજદારીમાં ગુરુ દેખાઈ રહ્યા છે. હું તમારાં શરણે આવું છું. હવે જરા વિચારો કે શરણે જવું અને સાથે સાથે કન્ડિશન પણ રાખવી, આ બંને વાતો એકસાથે કેવી રીતે થઈ શકે? પણ દરેક ભયભીત વ્યક્તિ આવી જ વાતો કરે છે. તમે પણ ડે-ટૂ-ડેમાં ધ્યાન આપજો, અહીં બધાં એકબીજા પાસે સલાહ માંગે છે, પણ એ કન્ડિશનલ જ હોય છે. અહીં કોઈ આપવામાં આવેલી સલાહ ઉપર આંધળો અમલ નથી કરતું. અહીં હરકોઈ આપવામાં આવેલી સલાહનું એનાલિસિસ કરે છે. અને પછી હિતકર લાગે, તો જ માને છે. પરંતુ છતાં પણ કહે છે અર્જુન જેવું જ કે તમારે શરણે આવ્યો છું. જેવું તમે કહો. ...અને જેવા તમે સલાહ આપશો કે કહેશે કે ના... ના, આ તો બરાબર નથી લાગતું. આ જ તો મારું મહત્ત્વ છે કે મારી શરૂઆત રોજબરોજના જીવનની સાયકોલૉજીથી થાય છે. અને એકવાર એ સમજાઈ જાય, તો આગળ જતાં જીવન અને પ્રકૃતિની ઊંચી સાયકોલૉજી પણ સમજાવા લાગે. ખેર, આગળ અર્જુન કહે છે કે મારી સમસ્યા સમજો ...કૃષ્ણ. હું ખૂબ જ ખરાબ રીતે ફસાઈ ગયો છું. મને ચાહે રાજ્ય મળે કે દેવતાઓનું સિંહાસન, પણ હું એ બધાંના લોભમાં પણ વર્તમાન યુદ્ધ કરવામાં સક્ષમ નથી. હવે કૃષ્ણ શું કહે? કેમ કે અર્જુન સ્પષ્ટ કહી રહ્યો છે કે જે કંઈ પણ કહેશો એ સાંભળીશ, પણ યુદ્ધ કરવાની વાત ના કરતાં. એ હું નહીં જ કરું. કેમ કે આ સમયે મોટામાં મોટા લોભ પણ ''મારા વર્તમાન શોકને'' દૂર કરવામાં સક્ષમ નથી. ...અને આ જ અર્જુનની વર્તમાન સમસ્યા છે. અત્યાર સુધીમાં તે રાજ્યના લોભમાં કેટલાં ઝગડા કરી ચૂક્યો છે, પણ આજે તેનાથી આ નથી થઈ રહ્યું. ...ફરક શું પડી ગયો? ત્યારે લોભ એટલો હાવી હતો કે તેને જાનની પરવા ન હતી. આજે જાનની એવી ચિંતા થઈ રહી છે કે કોઈપણ લાભથી તે યુદ્ધ કરવા માટે રાજી નથી. અહીં મહત્ત્વપૂર્ણ બે વાતો છે. એક તો અર્જુન પોતાને લાગી રહેલો ભય સ્વીકારી રહ્યો છે, અને બીજી એ પોતાના મનનું યોગ્ય એનાલિસિસ પણ કરી રહ્યો છે. અને આગળ આપણે અર્જુનની બદલાતી મનોદશા સાથે જ આગળ વધીશું. કેમ કે આ સમજી લેજો કે કૃષ્ણ આ બધી વાતો અર્જુનની મનોદશાને કહી રહ્યાં છે. અર્જુનની જગ્યાએ જો ભીમે યુદ્ધ કરવાની ના પાડી હોત, તો મારી છાપ અલગ હોત. અને દુર્યોધને ના પાડી હોત તો વધારે અલગ હોત. ત્યાંજ એ પણ સમજી લેજો કે કૃષ્ણની જગ્યાએ બુદ્ધ કે ક્રાઈસ્ટ ઊભા

હોત, તો પણ મારું રૂપ અલગ હોત. ...કદાચ ત્યારે અર્જુન આટલી જલ્દી પોતાની કાયરતા પણ ના સ્વીકારત. એ પણ શક્ય છે કે બીજું કોઈ અર્જુનની કાયરતાને પારખી પણ ન શકત? આ પણ શક્ય છે કે તેઓ અર્જુનની વણેલી શાબ્દિક જાળમાં ફસાઈ જાત, અને હરી-ફરીને તેનાથી રાજી થઈ જાત. તેથી, મારી જો આટલી ઉપયોગિતા છે તો એ ફક્ત ''કૃષ્ણની સાયકોલૉજી ઉપરની પકડ''ને કારણે છે. અને એટલે જ તો હું રોજબરોજના જીવનથી લઈને સુખ અને સફળતાના શિખર સ્પર્શવા સુધી, બધાંમાં સહાયક છું. ખેર, અહીં-તહીંની બધી જ વાતો કહીને છેલ્લે અર્જુને કૃષ્ણને સીધું કહ્યું કે તમે જે કહેશો, એ હું કરીશ. પણ હા, એ સ્પષ્ટ સમજી લો કે યુદ્ધ તો નહીં જ કરું. હવે કૃષ્ણ શું કહે? ખરેખર બરાબરના ફસાયા કૃષ્ણ. પણ કૃષ્ણ, કૃષ્ણ છે. સાયકોલૉજીના શિરતાજ છે. મનુષ્યની કોઈ દુવિધા કે ચતુરાઈ તેમને બાંધી નથી શકતી!

તેથી, અર્જુનની આવી ગૂંચવણભરી વાતો સાંભળીને પળવાર માટે તો કૃષ્ણએ તેને ધ્યાનથી જોયો. પણ તેના ભ્રમિત હાવભાવને જોતાં જ તેમને હસવું આવી ગયું. શું કરે કૃષ્ણ? અર્જુન વાત જ હસવું આવી જાય, એવી કરી રહ્યો છે. એક બાજુ સલાહ માંગી રહ્યો છે અને બીજી બાજુ યુદ્ધ ન કરવાનો નિર્ણય પણ સંભળાવી રહ્યો છે. એક બાજુ ભયભીત છે અને બીજી બાજુ શાસ્ત્રોનું જ્ઞાન પ્રદર્શિત કરી રહ્યો છે. તેથી કૃષ્ણએ હસતાં-હસતાં જ કહ્યું કે- અર્જુન, તું વાત ચોક્કસ જ્ઞાનીઓ જેવી કરી રહ્યો છે, પણ વ્યવહાર તું અજ્ઞાનીઓ જેવો જ કરી રહ્યો છે. વાસ્તવિક જ્ઞાની તો જેમના પ્રાણ જતા રહ્યા છે અને જેમના નથી ગયા, એ બંનેમાંથી કોઈના માટે શોક નથી કરતાં. અર્જુન, તારી બધી વાતો અત્યારે મૃત્યુની આસપાસ ફરી રહી છે. ભીતર તું પોતાના મૃત્યુથી ભયભીત છે અને બહાર તું ભાઈ, દાદા, ગુરુ, કાકા વગેરેના સંભવિત મૃત્યુની

હરકોઈ અહીં પોતાની માનસિકતા અનુસાર કર્મ કરવા માટે બંધાયેલો છે

હે
અર્જુન,
પોતાની
દુર્બળતાને
શાસ્ત્રોની
આડમાં
છુપાવવી
બિલકુલ
યોગ્ય
નથી

ચિંતા વ્યક્ત કરી રહ્યો છે. જ્યારે સત્ય એ છે કે મૃત્યુ જેવી કોઈ વસ્તુ આ સંસારમાં હોતી જ નથી. તેથી તારું વર્તમાન દુઃખ મૃત્યુનું નથી, પરંતુ મૃત્યુ સાથે જોડાયેલા અજ્ઞાનનું છે. વાસ્તવિકતા તો એ છે કે એવો કોઈ કાળ ન હતો જેમાં હું ન હતો, તું ન હતો... કે આ બધાં રાજા લોકો ન હતા. અર્જુન, એવું પણ નથી કે આગળ આપણે નહીં રહીએ. એક સીધી વાત સમજ અર્જુન, કે જેમ મનુષ્યના શરીરમાં બાળપણ, યુવાની અને વૃદ્ધાવસ્થા હોય છે, એવી જ રીતે જન્મ અને મૃત્યુ પણ હોય છે. એટલે કે મૃત્યુની સાથે જ મનુષ્યને બીજું શરીર મળે છે. તેથી ધીરજ રાખવાવાળા જ્ઞાનીપુરુષ ''જન્મ અને મૃત્યુના ચાલી રહેલાં આ ચક્રથી'' રતીભાર પણ પ્રભાવિત નથી થતાં.

અર્જુન, એક વાત સમજ, આ ઠંડી-ગરમી અને સુખ-દુઃખ આપવાવાળી ઈન્દ્રિયો અને વિષયોના સંયોગ તો સતત ઉત્પત્તિ અને વિનાશશીલ છે. જીવન છે, ત્યાં સુધી આ તો થતું જ રહેવાનું છે. તારું જ ઉદાહરણ લે; આજે તું એટલાં માટે ગૂમસૂમ છે કારણ કે તારી ઈન્દ્રિયોનો સંયોગ કૌરવોની વિશાળ સેના સાથે થયો છે. કાલે તું એટલાં માટે દુઃખી હતો કેમ કે હસ્તિનાપુરની રાજગાદી ઉપર તું બિરાજમાન નથી. પરમ દિવસે તું એટલાં માટે શોક મનાવી રહ્યો હતો કારણ કે તારી પ્રિય દ્રૌપદીને પાંચ ભાઈઓ વચ્ચે વિભાજીત કરી દેવામાં આવી હતી. તેથી બહાર તો આપણો સામનો નિત નવી પરિસ્થિતિ સાથે થતો જ રહેવાનો છે. ...પણ એ બધી પરિસ્થિતિઓ પરિવર્તનશીલ છે. સમજદાર વ્યક્તિ આ બદલતી રહેવાવાળી પરિસ્થિતિઓથી વિચલિત ન થાય. બહાર પરિસ્થિતિ સારી હોય કે ખરાબ, જે તેનાથી ભીતર સુખી કે દુઃખી નથી થતો; એક એ જ મોક્ષને યોગ્ય હોય છે. કેમ કે હે અર્જુન, આ બદલાઈ રહેલી પરિસ્થિતિઓ અસત્ય છે, માયા છે. સત્ય તો તું છે, જેમાં ગમે તે સ્થિતિમાં ક્યારેય ના બદલાવાની ક્ષમતા છે. તેથી

બહારના અસત્યોને બદલાતા રહેવા દે, તું સ્થિર થઈ જા. આ સમજી લે અર્જુન કે આવાં સ્થિર પુરુષનો વિનાશ કરવા માટે કોઈ સક્ષમ નથી.

હે અર્જુન! તું નાશરહિત અને નિત્યસ્વરૂપ છે. તું શરીર નથી, તું આત્મા છે. આ શરીર નાશવંત છે, તેથી આ શરીર છે ત્યાં સુધી બહારની પરિસ્થિતિઓ તો બદલાતી જ રહેવાની છે. તેથી તું બદલાતી પરિસ્થિતિઓની અને આ શરીરની, બંન્નેની ચિંતા છોડ. કેમ કે તું આ બંનેથી સાવ જુદો છે. તારું દુઃખ યુદ્ધનું કે મૃત્યુનું નથી. તારું દુઃખ એ વાતનું છે કે તું જાણતો નથી કે તું આત્મા છે. મને જ જો, મારા જીવનમાં કેટલી ચડતી-પડતી આવી; હું તો જન્મ્યો જ હતો કારાગૃહમાં અને મૃત્યુના પડછાયામાં જ મોટો થયો. એટલું જ નહીં, મારું તો આખું જીવન જ મૃત્યુના ઓથારમાં વીત્યું. અને આજે પણ બે સેનાઓની વચ્ચે જ ઊભો છું. પણ શું તેં આજ સુધી ક્યારેય મને દુઃખી જોયો? પ્રશ્ન જ નથી ઉઠતો. કેમ...? કેમ કે હું જાણું છું કે હું કૃષ્ણ નથી, આત્મા છું. અને આત્મા ન તો મરે છે, અને ન કોઈને મારે છે. એ તો બસ છે. ...આ આત્મા ન તો કોઈ કાળમાં જન્મે છે, અને ન ક્યારેય મૃત્યુ પામે છે. એ તો બસ હોય છે... તેથી અર્જુન, તું આ વિશ્વાસપૂર્વક જાણી લે કે તું પણ એક 'આત્મા' છે. વળી એ પણ સમજી લે કે આ બધાં રાજા લોકો પણ આત્મા સિવાય બીજું કશું નથી. અને ત્યારે તને આપમેળે સમજાઈ જશે કે ના તો કોઈ મરે છે અને ના કોઈ મારે છે. પણ જ્યાં સુધી આ વાતની અનુભૂતિ નથી થઈ જતી, ત્યાં સુધી જ હિંસા-અહિંસા અસ્તિત્વમાં રહે છે. આવાં અજ્ઞાનીઓના જીવનમાં જ આ વાતોની બોલબાલા છે. અને ત્યાં સુધી જ મનુષ્યમાં મરવાનો ભય છે અને ત્યાં સુધી જ તેને મારવાનો ગર્વ છે. ...ત્યાં સુધી જ તેને કીડીને બચાવીને ચાલવાનો ભ્રમ છે. આ બધાં ભ્રમ આત્માની અજ્ઞાનતાના કારણે છે.

અર્જુન! તું એમ સમજ કે કોઈ એવું નાટક ચાલી રહ્યું હોય જેનું એક પાત્ર કોઈને મારી રહ્યું હોય અને બીજું પાત્ર કોઈને બચાવી રહ્યુ હોય, તો શું મારવાવાળું પાત્ર ઘરે જઈને શોક મનાવશે? શું બચાવવાવાળું પાત્ર ઘરે જઈને ગર્વ મહેસૂસ કરશે? ના, કોઈ આવું કરશે તો આપણે તેને પાગલ કહીશું. એવી જ રીતે તું મારી ચેતનાથી જો. હું ચૈતન્યના પરમ શિખર ઉપર બેઠેલી વ્યક્તિ છું. હું શુદ્ધ-બુદ્ધ આત્મા સિવાય બીજું કશું નથી. તેથી મારે માટે દરેક અટળ થઈ ચૂકેલી વસ્તુ એક નાટક સિવાય બીજું કશું નથી. હે અર્જુન! જ્ઞાનનો દાવો કરવાવાળા મોટા-મોટાઓને મેં આ વિષયમાં ભ્રમિત થતાં જ જોયા છે. પણ તું ભ્રમિત ન થઈશ. તું વિશ્વાસ રાખ કે તું કે બીજું કોઈપણ, બધાં શુદ્ધ-બુદ્ધ આત્મા સિવાય બીજું કશું નથી. અને આત્મા માટે આ બધાં શરીર, બદલાતાં વસ્ત્રો સિવાય બીજું કશું નથી. હા, શરીર પણ કિંમતી છે, પણ તેનું મૃત્યુ નક્કી થઈ ગયા પછી તેનો શોક મનાવવો કે એ બાબતે ભય રાખવો ખોટું છે. સત્ય તો એ છે કે જેવી રીતે મનુષ્ય જૂનાં વસ્ત્રોનો ત્યાગ કરીને નવાં વસ્ત્રો

ધારણ કરતો રહે છે, બસ એવી જ રીતે આ આત્મા જૂનાં શરીરોનો ત્યાગ કરીને નવું શરીર ધારણ કરતો રહે છે. મનુષ્યના આ આત્માને શસ્ત્ર કાપી નથી શકતાં, અગ્નિ સળગાવી નથી શકતો; અને ના તો વાયુ તેને સૂકવી શકે છે. આ તો નિત્ય, સર્વવ્યાપી, અચળ અને સનાતન છે. તેથી તારે આ સત્યને જાણીને પોતાના બધાં જ દુઃખો ઉપર વિજય મેળવી લેવો જોઈએ. તારે મરવાનું દુઃખ અને મારવાનો ભ્રમ, બન્ને તત્કાળ દૂર કરી લેવા જોઈએ. ચાલ અર્જુન! તું આત્માની આ અમરતા અને વિશાળતાનો તાત્કાલિક અનુભવ ના પણ કરી શકે... અને તું આને જનમવા અને મરવાવાળો માને છે; તો પણ હે અર્જુન, એ સ્થિતિમાં પણ તારે શોક કરવાની શું જરૂર છે? કેમ કે આ માન્યતા પ્રમાણે પણ જનમવાવાળાનું મૃત્યુ તો નિશ્ચિત છે જ. અને વળી મરવાવાળાનો જન્મ પણ થવાનો જ છે. તેથી તું કાન આ રીતે પકડ કે તે રીતે; તને મરવાનો ભય અને મારવાનો ભ્રમ તો કોઈ ભોગે ના થવો જોઈએ. સીધું કેમ નથી સમજતો કે અહીં બધાં જન્મ પહેલાં અપ્રકટ જ હતાં, મૃત્યુ પછી પણ ફરી અપ્રકટ થઈ જ જવાના છે. ...એટલે કે બધાં અહીં વચ્ચે થોડીવાર માટે જ પ્રકટ છે. એવામાં થોડાંક સમય માટે પ્રકટ આ શરીર માટે શોક શું કરવાનો?

પણ તું એટલી સહેલાઈથી નહીં સમજે. કેમ કે પરેશાની એ છે કે ધર્મની ચર્ચા તો બહુ છે, પણ આત્માની ચર્ચા નથી. કોઈ એક મહાપુરુષ જ આ આત્માને આશ્ચર્યથી જુએ છે, બીજા કોઈ મહાપુરુષ જ આનું તત્વની જેમ જ વર્ણન કરે છે; અને કોઈ એક જ તેને સમજવામાં રસ દેખાડે છે. ...નહીંતર તો સામાન્ય રીતે ધર્મના નામે ઉપરછલ્લી વાતો જ થાય છે. આ જ કારણ છે કે ધર્મ પણ હિંસા-અહિંસાના ભ્રમોથી ભરેલો પડ્યો છે. પણ અર્જુન, તું સત્યમાં રસ લે. તું સત્યમાં સ્થિત થા. એ સિવાય તારું વર્તમાન કષ્ટ દૂર થવાનું નથી. તારું શું, તેના વગર તો કોઈનું કોઈપણ કષ્ટ, ક્યારે પણ દૂર થવાનું નથી. ...ત્યાં સુધી તે ''દ્વંદ્વરૂપી મોહમાયામાં'' ગૂંચવાયેલા જ રહેશે. તેથી મારો વિશ્વાસ કર કે તારે પોતાનું કષ્ટ દૂર કરવા માટે આ જાણવું જ રહ્યું કે આ ''આત્મા' દરેકના શરીરમાં હંમેશ અવધ્ય છે. ...તેને કોઈપણ નથી મારી શકતું. અને આ સત્ય જાણી લીધું તો પછી ક્યારેય કોઈ વાત માટે કોઈ દુઃખ નથી. કેમ કે પછી, ક્યારેય કોઈ વાત માટે કોઈ ભ્રમ પણ નથી.

ખેર, ચાલ તું સત્યની ઊંચાઈ ન સમજી શકતો હોય તો તું થોડો એક ડગલું નીચે ઉતરીને સમજ. કેમ કે મારે તો તને સમજાવવા માટે તારા સ્તરે આવવું જ રહ્યું. ત્યારે જ આપણાં બંને વચ્ચે સંવાદ સ્થાપિત થઈ શકે છે. તેથી તું આત્માને ધર્મ ન માનતો હોય તો પોતાની ક્ષત્રિયતાને ધર્મ માની લે. અને એક ક્ષત્રિય માટે પોતાના રાજ્ય અને પોતાના રાજ્યવાસીઓ માટે યુદ્ધ કરવું એક સામાન્ય ઘટના છે. સ્ત્રી ભોજન બનાવવામાંથી, ધંધાદારી કમાવામાંથી અને શુદ્ર સાફ-સફાઈમાંથી, કોઈપણ કારણ આપીને ના ન પાડી શકે. અને

આમાં કોઈ બે મત નથી કે તું ક્ષત્રિય છે. અને એક ક્ષત્રિય માટે ધર્મયુક્ત યુદ્ધથી વધીને બીજું કોઈ શ્રેષ્ઠ કાર્ય હોતું જ નથી. અને તે આ યુદ્ધના રૂપમાં તારી સામે છે, તે લડ અને જીત. ...અને જીતીને હસ્તિનાપુર રાજ્ય અને તેની પ્રજાનો વિકાસ કર. આ જ એક ક્ષત્રિય હોવાના નાતે તારું કર્તવ્ય છે. તું પોતાનો જીવ બચાવવા માટે હસ્તિનાપુરનું ઉજ્જવળ ભવિષ્ય દાવ ઉપર ન લગાડી શકે. હસ્તિનાપુરનું સુકાન ફરી એકવાર દુષ્ટ દુર્યોધનના હાથમાં ન જવા દઈ શકે. અને ન તો યુદ્ધ કરવાની ના પાડીને તું પોતાના ભાઈઓ, પુત્રો, દ્રૌપદી અને તારી સેનાની જીંદગી દાવ ઉપર લગાડી શકે છે. તું આ સેનાનો સર્વશ્રેષ્ઠ ધનુર્ધારી છે. જો તું જ યુદ્ધના મેદાનમાંથી ભાગી ગયો તો કર્ણ, ભીષ્મ અને દ્રોણ દ્વારા આ બધાં કમોતે માર્યા જશે. તું પોતાની ચિંતામાં તારા ભાઈઓ અને પુત્રોની ચિંતાને અવગણી ન શકે. તું પોતાની ચિંતામાં તારો સાથ આપવા આવેલા વીરોનો જીવ દાવ ઉપર ન લગાડી શકે. તું આ કેમ નથી સમજી રહ્યો કે તું યુદ્ધથી ભાગી ગયો તો હાર નિશ્ચિત છે. તારા ભાઈઓ અને પુત્રોના મૃત્યુ નિશ્ચિત છે. અને એવામાં દ્રૌપદીની અસ્મિતા ફરીથી દાવ ઉપર લાગી શકે છે. એક ક્ષત્રિય હોવાના નાતે ફક્ત પોતાનો જીવ બચાવવા માટે તું આ બધાં કર્તવ્યોથી મોઢું ન ફેરવી શકે.

ખેર, અહીં સુધીની વાત તમે સારી રીતે સમજી લીધી. હવે આગળની ચર્ચા તમે સીધાં કૃષ્ણ અને અર્જુનના મોઢેથી જ સાંભળો. આનાથી તમને તેમની ભીતરના ''અકથ્ય ભાવોનો પણ'' સારી રીતે અંદાજ આવી જશે. તેથી, અહીંથી આગળની ચર્ચા માટે હું ''સાક્ષી'' બની જાઉં છું અને ચર્ચાની કમાન સીધી કૃષ્ણ અને અર્જુનને સોંપું છું.

કૃષ્ણઃ

હવે મેં તો મારા તરફથી એને બધું જ કહ્યું, દરેક રીતે સમજાવ્યો. પણ શું કહું તમને? મારા આટલા

જેનાં **મનમાં** જે છે, **એ જ** તેનું **સત્ય** છે. તેને **ભોગવીને** જ એ તેમાંથી **છુટકારો** મેળવી શકે છે, **ભાગીને** નહીં

હે
અર્જુન,
આ બદલાતી
પરિસ્થિતિઓ
અસત્ય છે.
સત્ય તો
તું છે, જેનામાં
કોઈપણ
સંજોગોમાં
અડગ
રહેવાની
ક્ષમતા
રહેલી છે

સમજાવવા છતાં અર્જુન રાજી ના થયો, તો ના જ થયો. થાય પણ કેવી રીતે? આ સમયે તેનો ભય એટલો ગાઢ હતો કે તેને ભાઈઓ, પુત્રો અને દ્રૌપદી સુદ્ધાંની ચિંતા નહોતી થઈ રહી. ખરેખર, હું તો ખૂબ જ વિકટ રીતે ફસાઈ ગયો હતો. કેમ કે કમસેકમ મારી હાજરીમાં તો જે થવું જોઈએ, એ થવું જ જોઈએ. અને તદનુસાર અર્જુને યુદ્ધ લડવું જ જોઈએ. પણ સવાલ એ કે આટલા ભ્રમિત અને ભયભીત વ્યક્તિને રાજી કેવી રીતે કરી શકાય? હવે અર્જુન સત્યની ઊંચાઈથી સમજી લેત, તો તો વાત ક્યારની સમાપ્ત થઈ ચૂકી હોત. પછી તો યુદ્ધ અટળ છે, આત્મા અમર છે; અને એવામાં આ બધું મરવા-મારવાનું એક માયા છે. પણ કેમ કે આ સત્યને સમજવામાં મોટા-મોટા જ્ઞાની થાપ ખાઈ જાય છે, તો પછી અર્જુનની તો વિસાત જ શું? જ્યારે મોટા-મોટા જ્ઞાની પણ એક કે બીજા પ્રકારની માયામાં ગૂંચવાયેલા રહે છે, તો અર્જુન મોહ કેવી રીતે છોડી દે? ના છોડે, પણ યુદ્ધ તો કરવાનું જ છે. તેથી એ માટે મેં તેની ક્ષત્રિયતા પણ જગાડવાનો પ્રયત્ન કર્યો. અને એમ પણ આ સમયે એ એક ક્ષત્રિય જ છે. કેમ કે ભીતર ઊંડાણમાં તો હજી પણ તેનામાં રાજ્ય મેળવવાની ઈચ્છા છુપાયેલી જ છે. આજે પણ તેના મનમાં કૌરવો પ્રત્યે શત્રુતા ભરેલી પડી જ છે. આ તો ઘેરી વળેલા ભયે બધું છૂપાવી દીધું છે. પણ દુર્ભાગ્યવશ હું તેની ક્ષત્રિયતા પણ ના જગાડી શક્યો. કંઈ વાંધો નહીં, જે થવું જોઈએ, એ તો થવું જ જોઈએ. હાર માની લે, એ કૃષ્ણ શાનો? મને એમ જ ''જય-શ્રીકૃષ્ણ'' થોડાં જ કહે છે...? મને એકલાને પૂર્ણ અવતાર આમ જ થોડાં કહે છે...? હું સત્ય અને સ્વધર્મથી લઈને સ્વાર્થ સુધીના સ્તર ઉપર ઉતરીને જેની પાસેથી જે ઈચ્છું, એ કરાવી જ શકું છું. કેમ કે આત્માનો એક જ સિદ્ધાંત છે '' જે થવું જોઈએ એ થવું જોઈએ અને જે ન થવું જોઈએ એ કોઈપણ ભોગે ન થવું જોઈએ'' એટલે

કે અર્જુને યુદ્ધ કરવું જોઈએ તો કરવું જ જોઈએ. અને સામાન્ય પરિસ્થિતિમાં તેને યુદ્ધ કરવાનો કોઈ વાંધો પણ ન હતો. યુદ્ધના મેદાનમાં તે પૂરા જોશથી જ આવ્યો હતો. કેમ કે ત્યારે તે પોતાના ક્ષત્રિય ધર્મરૂપી સ્વધર્મમાં સ્થિત હતો. હવે આ તો સ્પષ્ટ છે કે મારે એને ફરી યુદ્ધ કરવા માટે રાજી કરવાનો છે, તો એની ભીતર આવેલા પરિવર્તનને શૂન્ય કરવું પડશે. અને તમે ડે-ટૂ-ડે સાયકોલૉજીમાં પણ સમજી લેજો કે મનુષ્યના મનને પરિવર્તિત કરવાના ત્રણ જ ઉપાય છે. સૌથી સીધો અને સાચો ઉપાય તો એ છે કે તેને સત્યનો અહેસાસ કરાવી દો. અને એ ઉપાય હું અર્જુનને આત્માની અમરતા સમજાવીને અજમાવી જ ચૂક્યો છું. પણ એ નિષ્ફળ રહ્યો. તેના નિષ્ફળ થવા પર હું તેનો સ્વધર્મ જગાડવાની કોશિશ પણ કરી જ ચૂક્યો છું. પણ દુર્ભાગ્યે તેનો ક્ષત્રિય-ધર્મ પણ ન જાગ્યો. અહીં એ પણ સમજી લો કે સત્યથી મનુષ્યનું મન પરિવર્તિત થઈ જાય, તો પછી એ હંમેશને માટે પરિવર્તિત થઈ જાય છે. સ્વધર્મથી મન પરિવર્તિત થાય તો તે કાર્ય દિલ ખોલીને કરે છે. પણ જ્યારે બંને ઉપાય નિષ્ફળ થઈ જાય, તો પછી મનુષ્યના મન-પરિવર્તનનો એક જ ઉપાય બચે છે કે તેની સાથે તેના સ્વાર્થની વાત કરી લેવામાં આવે. અને કહેવાની જરૂર નથી કે મતલબની વાત તો અહીં હરકોઈ સમજે જ છે. વળી મતલબની ભાષા શું હોય છે, એ પણ તમે બધાં જાણો જ છો. જી હા, ભય અને લોભની. પણ આ પતનની ભાષા છે. આનાથી ભલેને મન પરિવર્તિત થઈ જાય છે, પણ અસ્થાયી રીતે. વળી તેનું બીજું પણ એક નુકસાન છે, અને તે એ કે ભય કે લોભથી ભાગેલો મનુષ્ય દિલ ખોલીને કાર્ય નથી કરી શકતો.

ખેર, મારી પાસે તો આ સમયે ઉપાય જ ક્યાં બચ્યો છે? તેથી બસ મેં સીધાં અર્જુન ઉપર હવે ભય અને લોભરૂપી હથિયાર ચલાવવાનું નક્કી કર્યું. શરૂઆત લોભ દેખાડવાથી જ કરી. મેં કહ્યું... હે અર્જુન, આવું ધર્મયુક્ત યુદ્ધ તો ભાગ્યવાન ક્ષત્રિય લોકો જ મેળવે છે. આ યુદ્ધ તો સ્વર્ગના દ્વાર ખોલનારું છે. તેથી આ સુવર્ણ અવસર ના ગુમાવીશ. સાથે જ હે અર્જુન, બીજી એક વાત ધ્યાનમાં રાખી લે કે યુદ્ધથી ભાગીશ તો અત્યાર સુધી મેળવેલી તારી બધી કીર્તિ ખોઈ દઈશ. તું એમ ના માનીશ કે યુદ્ધમાં ભાગવાથી બધાં તને અહિંસાને વરેલો માનશે અથવા તો પછી સંન્યાસી માનશે. ના, બધાં તને ડરનો માર્યો યુદ્ધથી ભાગેલો જ માનશે. તારી ખૂબ જ બદનામી થશે. પછી તું જ્યાં જઈશ, જેને મળીશ... અપમાનિત થઈશ. આવાં અપમાનભર્યા જીવન કરતાં તો મૃત્યુ સારું. જરા વિચાર અર્જુન, કાલે જ્યાં ચારે તરફ તારો જય-જયકાર હતો; ત્યાંજ યુદ્ધથી ભાગવાના કારણે ચારે બાજુ તારી થૂ-થૂ થઈ જશે. આવાં બદનામીથી ભરેલા જીવન કરતાં તો યુદ્ધ કરવું જ સારું છે. આમાં કમસેકમ જીતવાનો અને રાજ્ય ભોગવવાનો મોકો તો છે. તેથી સમજ મારા ભાઈ, યુદ્ધ લડવામાં ફાયદો જ ફાયદો છે. જીતીશ તો રાજ્ય મળશે, યશ મળશે. મરીશ તો પળવારમાં છૂટીને

સ્વર્ગ મેળવીશ. પણ ભાગીશ તો આખું જીવન રોતો રહીશ. એક બાજુ લોકો મ્હેણાં મારશે અને બીજી બાજુ પોતાના પરિવારના મૃત્યુનો શોક પણ તને જીવનભર સતાવશે. તેથી મગજ ના દોડાવીશ. સત્યથી પકડ, સ્વધર્મથી પકડ અથવા સ્વાર્થથી સમજ; મરજી તારી. ...પણ કરવાનું તારે યુદ્ધ જ છે. બીજી બાજુ એ પણ સમજ કે સમય વીતી રહ્યો છે. યુદ્ધ ગમે તે ક્ષણે શરૂ થવામાં છે. આપણી પાસે વાતચીત માટે વધારે સમય નથી. વળી યુદ્ધથી તને કોઈ એમ પણ ભાગવા દેવાનું નથી. આવી વ્યર્થ કોશિશ કરવામાં તો તું મફતમાં માર્યો જઈશ. કૌરવોને તો મહેનત કર્યા વિના તેમનું મનપસંદ મળી જશે. તેથી, સમજદારી દેખાડ અને ચૂપચાપ યુદ્ધ માટે ઊભો થઈ જા.

હવે આટલું કહીને મેં તો ગીતા સમાપ્ત કરી નાખી. અર્જુને યુદ્ધ માટે રાજી થઈ જ જવું જોઈતું હતું. ...પણ તેના હાવભાવથી એવું કંઈ લાગતું ન હતું. એવામાં વાતચીતની દોર તો હું છોડી નહોતો શકતો. તેથી મેં ફરી સમજાવવાનું શરૂ કર્યું. જ્યારે તે ભય-લોભથી પણ નથી સમજી રહ્યો, તો મેં વાતચીતનું સ્તર વધારવામાં જ પોતાની ભલાઈ સમજી. એમ પણ અર્જુનનું પોતાનું એક સ્તર હતું જ. તેથી આવામાં મને નફા-નુકસાનની જગ્યાએ વાતને ''સત્ય અને સ્વધર્મની વચ્ચે ફેરવવામાં જ'' તેને રાજી કરવાનું વધુ સહેલું લાગી રહ્યું હતું. તેથી મેં અર્જુનને સીધું પૂછ્યું કે બતાવ, તારી ચિંતા શું છે? એ જ ને કે શું થશે? તો, થઈ જવા દે જે થતું હોય એ. તારે શું? તું તો જય-પરાજય, નફો-નુકસાન અને સુખ-દુઃખને સમાન માનીને યુદ્ધ માટે તૈયાર થઈ જા. આ બધાંને સમાન માનવાથી તું પાપને ઉપલબ્ધ નહીં થાય. અરે, આ ત્રણેયને સમાન માન્યા પછી કોઈ કંઈ પણ કરે, ક્યારેય પાપ નથી લાગતું. કેમ કે જો કંઈ પાપ છે તો તે સ્વાર્થ છે. જય જોઈએ, પરાજય નહીં. લાભ જોઈએ, ખોટ નહીં. સુખ જોઈએ, દુઃખ નહીં. અર્જુન, મનુષ્યએ પોતાના બધા કર્મોમાંથી આ દ્વંદ્વોને હટાવી દેવા જોઈએ. તું એક કર્મ તો આ બધાંને હટાવીને કરી જો! મને જ જો, મને આ યુદ્ધથી શું લાભ છે? કોઈ જીતે, કોઈ હારે, વ્યક્તિગત રીતે મને શું ફરક પડી રહ્યો છે? છતાં પણ હું તારી સાથે ઊભો છું. મારા કોઈ કર્મમાં જય-પરાજય કે નફા-નુકસાનની કોઈ ગણતરી ક્યારેય નથી હોતી. જ્યારે બીજી બાજુ સામાન્ય મનુષ્ય કર્મોમાંથી આ બધાંનો વિચાર હટાવી દે તો કદાચ તે બે ડગલાં પણ ન ચાલી શકે. ...બસ આ જ મારી અને બધાની વચ્ચેનું એ અંતર છે, જે બધાંએ કાપવાનું છે. જીવનનું આ જ તો રહસ્ય છે, જે બધાંએ સમજવાનું છે. બધાંએ સમજવાનું છે કે સુખ-દુઃખની ઉપર આનંદ હોય છે. નફા-નુકસાનની ઉપર સંતોષ હોય છે. જય-પરાજયથી ઉપર કર્તવ્ય હોય છે. અને કર્મ આનંદ અને સંતોષ માટે કરવામાં આવે છે. કર્મ, કર્તવ્ય હોય છે. એમ તો ધર્મ અને ધાર્મિકતાની ચારે બાજુ ખૂબ ચર્ચા છે, પણ અર્જુન, તું આજે મારી પાસેથી ધર્મ

અને અધર્મ વચ્ચેનું સ્પષ્ટ અંતર જાણી લે. કર્મ આનંદ અને સંતોષ માટે કર્તવ્ય માનીને કરવામાં આવે તો ધર્મ, નહીં તો અધર્મ. સવાલ યુદ્ધ કે સંન્યાસનો નથી. સવાલ કર્મની પાછળના કારણનો છે. જો તું યુદ્ધ રાજ્ય મેળવવા માટે કરે, તો અધર્મ. જો તું યુદ્ધ કૌરવો પ્રત્યે શત્રુ-ભાવ રાખીને કરે, તો પણ અધર્મ. પણ જો તું યુદ્ધ હસ્તિનાપુરની પ્રજાના ખુશહાલ જીવન માટે કરવા ઈચ્છે, તો ધર્મ. તું યુદ્ધ સ્ત્રીઓની અસ્મિતા બચાવી રાખવા માટે કરવા ઈચ્છે, તો ધર્મ. પણ જો તું યુદ્ધથી ભાગવા ઈચ્છે છે, તો એ તો મોહ છે. કેમ કે યુદ્ધ અટળ થઈ ચૂક્યું છે. અને સત્યથી મોઢું ફેરવવું, એ મનુષ્યનું અંતિમ પતન છે. તેથી તું ''શું થશે''ની ચિંતા ત્યજીને યુદ્ધને એક રાસ માનીને રમી નાખ. કેમ કે હસ્તિનાપુરની પ્રજાને શ્રેષ્ઠ શાસન આપવું અને સ્ત્રીઓની અસ્મિતા બચાવવી એ એક ક્ષત્રિય હોવાના નાતે તારું કર્તવ્ય છે.

આ કહીને મેં ગીતા ફરી એકવાર સમાપ્ત કરી દીધી. મારી દ્રષ્ટિમાં હવે તો બીજી કોઈ શંકા માટે જગ્યા જ નહોતી બચી. આશા તો એ જ હતી કે અર્જુન હસતાં-હસતાં યુદ્ધ માટે તૈયાર થઈ જશે. ગીતા તો એક દ્રષ્ટિએ અહીં બધાં માટે સમાપ્ત થઈ ચૂકી છે. શું કરવું, અને શું ન કરવું એ સંપૂર્ણ રીતે સ્પષ્ટ થઈ ચૂક્યું છે. પણ જય-પરાજય અને નફા-નુકસાન વિશે વિચારવાની આદત જૂની છે. આ જ મૂંઝવણ અર્જુનની પણ છે. એ પણ યુદ્ધ માટે તૈયાર ન જ થયો. કંઈ વાંધો નહીં, હું ફરી શરૂ થઈ જાઉં છું. મારી પાસે તો તેને યુદ્ધ માટે રાજી કરવા સિવાય બીજો ઉપાય જ ક્યાં છે?

તેથી, વાતચીતને આગળ વધારતા મેં કહ્યું કે હે અર્જુન, મેં તને જ્ઞાનયોગના માધ્યમથી ''શું કરવું અને શું ના કરવું'' એ સમજાવવાનો પ્રયત્ન કર્યો. પણ તું એક ક્ષત્રિય છે. તું કર્મની ભાષા વધારે સમજે છે. તેથી આ જ વાતને તું કર્મયોગના માધ્યમથી સમજ. તેને સમજીને તું કર્મોના બંધનથી છૂટી જઈશ. કેમ કે તારી વર્તમાન મૂંઝવણ કર્મ નથી, તેનું ફળ છે. તને વાંધો યુદ્ધથી નથી, તને અડચણ યુદ્ધના સંભવિત પરિણામથી છે. તેથી, તું મને ધ્યાનથી સાંભળ. કદાચ યુદ્ધના પરિણામને લઈને ઘેરાયેલી તારી ચિંતા દૂર થઈ જાય, અને તું દિલ ખોલીને યુદ્ધ કરી શકે. આ સ્પષ્ટ સમજી લે અર્જુન, કે વાત ચાહે જ્ઞાનયોગથી સમજે કે કર્મયોગથી, કરવાનું તો તારે દિલ ખોલીને યુદ્ધ જ છે. કેમ કે ધર્મનો તો એક જ અર્થ છે કે ''જે થવું જોઈએ એ થવું જ જોઈએ - અને જે ન થવું જોઈએ તે કોઈપણ કિંમતે ન જ થવું જોઈએ.'' અને આ દ્રષ્ટિએ તારી પાસે દિલ ખોલીને યુદ્ધ કરવા સિવાય બીજો કોઈ વિકલ્પ નથી. હકીકત તો એ છે અર્જુન, કે અહીં કોઈ મનુષ્યને ક્યારેય ''શું કરવું અને શું ના કરવું''નો કોઈ વિકલ્પ ઉપલબ્ધ નથી હોતો. હરકોઈ અહીં કુદરતની ''જે થવું જોઈએ - એ થવું જોઈએ''ની મહાન લીલાથી બંધાયેલા છે. અને આ એક નિશ્ચયથી જીવી રહેલી વ્યક્તિ

ભલેને ગમે તે કરે, ક્યારેય કુદરતથી વિખૂટી નથી પડતી. પણ દુર્ભાગ્યવશ અહીં કોઈપણ આ એક નિશ્ચયથી નથી જીવી રહ્યાં હોતા. અહીં દરેકે પોતાની બુદ્ધિને અનેક નિશ્ચયોમાં વિભાજીત કરી રાખી છે. અને એ જ કારણે તે વાતે-વાતે વિકલ્પ શોધતો રહે છે. તું પણ અત્યારે એ જ કરી રહ્યો છે. અને તેના બે મુખ્ય કારણ છે; એક કર્મના ફળોમાં લાલચ, અને બીજું છે દુનિયાભરનું જ્ઞાન. આ બંનેથી પ્રભાવિત મનુષ્ય શાસ્ત્રો અને કર્મકાંડોમાં રુચિ દેખાડે છે. વિચારે છે કે સ્વર્ગથી વધીને કંઈ મેળવવાયોગ્ય છે જ નહીં. તેમનો રસ એ તમામ વિધિઓમાં હોય છે જે તેમને લાભનું આશ્વાસન આપે છે. તેઓ એ બધી જ ક્રિયાઓમાં રસ દેખાડે છે જે તેમને નુકસાનમાંથી બચાવવાના ઉપાય બતાવે છે. આ પ્રકારની વાણીઓથી જેમનું ચિત્ત ભ્રમિત થઈ જાય છે, તેઓ એક પરમાત્મામાં એટલે કે ''જે થવું જોઈએ''માં એક નિશ્ચય કરીને ઊભા નથી રહી શકતા. અને અર્જુન, આ સ્પષ્ટ સમજી લે કે સંસારના બધાં જ શાસ્ત્ર, પછી ભલેને તે ગમે તે દ્વારા કહેવામાં કે લખવામાં આવ્યા હોય, કે પછી તે ગમે તે સંપ્રદાયના હોય; જેમનાંમાં પણ કર્મોથી કંઈક મળવાનો સંબંધ બેસાડવામાં આવ્યો છે, એ બધાં મનુષ્યના ''એક નિશ્ચય''માં ભ્રમ પેદા કરવાવાળા છે. અર્જુન, સવાલ શું કરી રહ્યાં છો કે શું નથી કરી રહ્યાંનો નથી; પરંતુ સવાલ એક નિશ્ચય અને અનેક નિશ્ચયનો છે. હું તને એક નિશ્ચયથી યુદ્ધ કરવા માટે કહી રહ્યો છું, પણ તું શાસ્ત્રોને વચ્ચે લાવીને નિશ્ચયોને વિભાજીત કરવામાં લાગેલો છે. તું એમનો સહારો લઈને મને, પાપ-પુણ્ય શું છે, એ સમજાવી રહ્યો છે. પણ સ્પષ્ટ સમજી લે કે એક નિશ્ચય પુણ્ય છે, અને ભ્રમ પાપ છે. અને તું શાસ્ત્રોના કારણે અત્યારે ભ્રમિત થઈ ચૂક્યો છે. તેથી તું શાસ્ત્રોની વાત છોડ અને સ્વાધીન અન્તઃકરણવાળો બન. તારે શું કરવું જોઈએ, એ તારા અંતરાત્માને પૂછ. મનુષ્યનો અંતરાત્મા જ દરેક મનુષ્યનું પોતાનું શાસ્ત્ર છે. સાચું કહું તો એ જ તેનું એકમાત્ર શાસ્ત્ર છે. બાકી તો સંસારમાં હજારો શાસ્ત્ર છે. કોઈ કંઈક કરવાનું કહે છે તો બીજા તેના વિરોધમાં કંઈક કહે છે. તારે એ બધાંથી શું? તું તો પોતાની ભીતરના પરમાત્મા સાથે સંવાદ સ્થાપિત કર. એક એ જ છે જે આ પળનું સત્ય જાણે છે. એક વાત સમજ અર્જુન, કે જે પોતાના અંતરાત્માનો અવાજ સાંભળે છે, એ પરિપૂર્ણ જળાશય મેળવી લે છે. એ જ્ઞાનના પરમ શિખર ઉપર બેસી જાય છે. આવું પરિપૂર્ણ જળાશય મેળવી લેવાથી નાના જળાશયોમાં મનુષ્યનું જેટલું પ્રયોજન રહી જાય છે, એટલું જ પ્રયોજન અંતરાત્મા સાથે ચાલી રહેલાં મનુષ્યના સંસારના તમામ વેદો અને શાસ્ત્રોમાં રહી જાય છે. તેથી તું ભીતરના જ્ઞાનની વહેતી ગંગાને છોડીને ટુકડા-ટુકડામાં આપેલું ભ્રમિત જ્ઞાન કેમ ઉઠાવવા ઈચ્છે છે? જ્ઞાનની તો અહીં મનુષ્યને જરૂર જ નથી. દરેકનો અંતરાત્મા અહીં જ્ઞાન-વિજ્ઞાનથી પૂર્ણ રીતે તૃપ્ત છે. હું પણ આ સમયે તને કોઈ જ્ઞાન નથી આપી રહ્યો, પરંતુ હું તો ફક્ત તને પોતાના અંતરાત્માનો અવાજ સાંભળવા માટે પ્રેરિત કરી રહ્યો છું. તે

સાંભળી લે, તું દિલ ખોલીને યુદ્ધ કરવા માટે રાજી થઈ જઈશ. ...પછી તું શાસ્ત્રોના વ્યર્થ હવાલા આપી-આપીને યુદ્ધથી ભાગવાની વાત નહીં કરે.

ખેર, બીજી બાજુ તું બીજી એક કમાલ કરી રહ્યો છે. તું ફળોનો હવાલો આપીને યુદ્ધના મેદાનમાંથી ભાગવા ઈચ્છે છે. પણ સત્ય તો એ છે અર્જુન કે ''તારો કર્મ કરવા ઉપર અધિકાર છે, એના ફળો પણ ક્યારેય નહીં.'' હે અર્જુન, આ એક વાક્યમાં બધું જ સમાઈ જાય છે. મનુષ્યની નજર ફક્ત કર્મ ઉપર હોવી જોઈએ, તેને કરવા કે ન કરવાના કારણો ઉપર નહીં. પણ તું આવું નથી કરી રહ્યો. તું યુદ્ધ કરવાના હજારો કારણ વિચારીને યુદ્ધના મેદાનમાં પહોંચ્યો છે. અને અહીં આવીને યુદ્ધ ન કરવાના હજાર કારણ ગણાવી રહ્યો છે. પણ મને જો, કેમ કે મારું અહીં આવવાનું કોઈ કારણ નથી, તેથી હું અહીંથી ભાગવાના કારણ પણ નથી આપી રહ્યો. મારા તો બધાં જ કર્મોનું એક જ કારણ હોય છે કે જે થવું જોઈએ, એ થવું જ જોઈએ. અને પછી તેની આગળ ફળની ચિંતા હું નથી કરતો. એ જે પણ આવવું હોય એ આવી જવા દો. આ જ જીવવાની સાચી રીત પણ છે, અને આ જ કુદરતની મહાન લીલા પણ છે. તો એવામાં, હું ભલા ''જીવનની વહેતી ધારા અને કુદરતની મહાન લીલા''ની વચ્ચે શા માટે આવું?'' તેથી તું પણ યુદ્ધ કરવા કે ન કરવાના તમામ કારણ ત્યજીને કુદરતની આ મહાન લીલાનું અંગ બની જા. વહી જવા દે જીવનને, જે તરફ તે વહી રહ્યું છે. ...અને પછી જે થતું હોય, એ થઈ જવા દે.

સો વાતોની એક વાત એ કે તું સમત્વમાં સ્થિત થઈ જા. હાર-જીત જ નહીં, સિદ્ધિ અને અસિદ્ધિમાં પણ સમ થઈ જા. તું ધ્યાન ફક્ત એ કર્મ ઉપર લગાડ, જે સામે છે. તું ફળ ઉપરથી ધ્યાન હટાવ. તું કારણો ઉપરથી ધ્યાન હટાવ. આવું કરવાથી તને ફક્ત યુદ્ધ દેખાશે. આવું કરવાથી તું દિલ ખોલીને હસતાં-હસતાં યુદ્ધ કરી શકીશ. અને ત્યારે જ તું આ યુદ્ધમાં પોતાનું શ્રેષ્ઠ પ્રદર્શન કરી શકીશ. ત્યારે જ યુદ્ધનું શ્રેષ્ઠ પરિણામ તારા પક્ષમાં આવી શકશે. તું ફળ વિશે વિચારીશ કે ખુદને કારણોમાં વિભાજીત કરીશ, તો તું આ યુદ્ધમાં પોતાનું શ્રેષ્ઠ પ્રદર્શન ક્યારેય નહીં કરી શકે. ...કેમ કે પરિણામ તારા વિચારવાનું નહીં, કર્મોનું આવશે. તેથી તું મારા આ સૂત્રને સુખ અને સફળતાના શિખર સ્પર્શવાનું મહાસૂત્ર સમજી લે. મેં આખું જીવન નજર ફક્ત કર્મ ઉપર જ રાખી છે. અને જો, મેં ગોવાળથી દ્વારકાધીશ સુધીનું અંતર કાપ્યું છે. હું જીવનનું કોઈપણ યુદ્ધ ક્યારેય નથી હાર્યો. તેથી તું અહીં-તહીંની બધી વાતો છોડી દે અને જાણી લે કે આપણો ફક્ત કર્મ ઉપર અધિકાર છે, તેના ફળ ઉપર નહીં. તેથી, તું આ માનીને દિલ ખોલીને યુદ્ધ કર. અને બાકી બધું એની ઉપર છોડી દે, જેના હાથમાં બધું છે.

પણ ફળની આશા છોડવી, અને કારણો ઉપર વિચાર કરવાનું છોડવું સહેલું નથી. અને આ જ મુશ્કેલી અર્જુનને પણ થઈ રહી હતી. એવું નથી કે એ મારી વાત બિલકુલ

નહોતો સમજી રહ્યો, પણ તેના ઉપર અમલ નહોતો કરી શકતો. તેથી મેં આ જ વાતને થોડીક વધારે વિસ્તારપૂર્વક સમજાવવાનો પ્રયત્ન કરતાં કહ્યું કે ''સમત્વ-બુદ્ધિ'' જ એકમાત્ર શ્રેષ્ઠ બુદ્ધિ છે. નફો-નુકસાન કે જય-પરાજયનું વિચારવું એ અત્યંત નિમ્ન શ્રેણીની વાત છે. આશ્ચર્ય તો એ છે કે શાસ્ત્ર પણ નફા-નુકસાન અને જય-પરાજયની ભાષા જ બોલે છે. અને આ જ કારણ છે કે શાસ્ત્રોની આટલી ભરમાર હોવા છતાં મનુષ્યને શાંતિ નથી મળી રહી. આ જ કારણ છે કે તે સુખ અને સફળતાથી વંચિત છે. પણ તું ના ચૂકીશ. તું ફળની ઈચ્છા ન રાખીશ. તને શું આપવું અને શું ન આપવું, એ પરમાત્મા તારાથી વધુ સારી રીતે જાણે છે. અને ધ્યાન રાખ અર્જુન, કે સમત્વ એટલે કે પૂર્ણ સમત્વ. નફો-નુકસાન અને જય-પરાજયમાં જ નહીં, પાપ અને પુણ્યમાં પણ સંપૂર્ણ સમત્વ. જ્યારે તું શાસ્ત્રોને આધાર બનાવીને જે પણ તર્ક આપી રહ્યો છે, એ બધાંના મૂળમાં પાપ અને પુણ્ય સિવાય બીજું કશું નથી. એવી જ રીતે ફળનો ત્યાગ એટલે સંપૂર્ણ ત્યાગ. પછી ફળની ઈચ્છા ચાહે પુણ્ય મેળવવાની હોય કે સ્વર્ગ મેળવવાની. ફળની ઈચ્છા ભલેને ગમે તેવી હોય, એ પાપ જ છે. તેથી આ સ્પષ્ટ સમજી લે કે સંપૂર્ણ સમત્વ જ કર્મના બંધનોમાંથી છૂટવાનો એકમાત્ર ઉપાય છે. અર્જુન, તું એટલું સમજ કે ફળની આશા જ તમામ પ્રકારના મોહગ્રસ્ત બંધનોનું એકમાત્ર કારણ છે. ફળો તરફ પ્રેરિત કરવાવાળા તમામ પ્રકારના જ્ઞાન ''એક-નિશ્ચય''માં અવરોધરુપ છે. અને જે દિવસે તું ''સમત્વ''માં દ્રઢતાપૂર્વક સ્થિત થઈ જઈશ, એ દિવસે ફળોની આશાની સાથે-સાથે સાંભળેલા તમામ શાસ્ત્રીય વચનોથી પણ મુક્ત થઈ જઈશ. અને આ બંનેમાંથી છૂટીશ તો તારો પરમાત્મા સાથે નિત્ય સંયોગ થઈ જશે. પછી શું કરવું અને શું ન કરવું જેવા સવાલ મનમાં ઉઠશે જ નહીં. બધું જ તારા અંતરાત્મામાં કાયમ અરીસાની જેમ સ્પષ્ટ હશે.

હવે વાત તો મેં ન ફક્ત ગહન કહી હતી, પરંતુ સ્પષ્ટતાપૂર્વક પણ કહી હતી. અને તેનાથી અર્જુનનું ધ્યાન ભયથી હટીને જ્ઞાન તરફ એકાગ્ર પણ થયું. પહેલાં જે અર્જુન મને શાસ્ત્ર-જ્ઞાનથી અવગત કરાવવામાં લાગેલો હતો, એ જ હવે જીજ્ઞાસાપૂર્વક મારી પાસેથી જ્ઞાન મેળવવા માટે ઉત્સુક થઈ ગયો હતો. તેથી, મારી વાત સાંભળીને અર્જુન બોલ્યો કે હે કૃષ્ણ, એ કહો કે આવાં પરમાત્માને પ્રાપ્ત પુરુષના લક્ષણ શું છે? એ કેવી રીતે બેસે છે, કેવી રીતે બોલે છે અને કેવી રીતે ચાલે છે? હવે સવાલ ભલેને એણે જીજ્ઞાસાપૂર્વક પૂછ્યો હતો, પણ તેની માનસિકતા ઉપર શાસ્ત્રોનો પ્રભાવ હજી પણ સ્પષ્ટ ઝળકી રહ્યો હતો. તેથી મેં તેને શાસ્ત્રોના પ્રભાવમાંથી મુક્ત કરવાના ઉદ્દેશ્યથી કહ્યું કે હે અર્જુન, સવાલ એ શું બોલે છે, અને શું કરે છે એનો નથી. સવાલ એ કેવી રીતે ઉઠે છે, શું પહેરે છે કે કેવી રીતે ચાલે છે તેનો પણ નથી. આ બધાં તો શારીરિક કર્મ છે, જેમનો ધર્મ સાથે કોઈ સંબંધ નથી. સત્ય તો એ છે કે શરીરને કર્મનો અધિકાર જ નથી. મનુષ્યના શરીરને કર્મ કરવા કે ન કરવા માટે

તેની કામનાઓ ઉશ્કેરે છે. પણ સ્થિતપ્રજ્ઞ યોગી તો બધી જ કામનાઓને ત્યજી ચૂક્યો હોય છે. તું તો અહીં યુદ્ધ કરવા પણ પોતાની કામનાઓની પૂર્તિ માટે આવ્યો હતો, અને પોતાની કામનાઓની પૂર્તિ માટે જ અહીંથી ભાગવા પણ ઇચ્છી રહ્યો છે. પણ દરેક પ્રકારની કામનાઓ પાપ છે. કેમ કે કામના મનુષ્યને કર્મથી અલગ કરી નાખે છે. સવાલ ''તું યુદ્ધ કરી રહ્યો છે કે હિમાલય ઉપર બેસીને ધ્યાન કરી રહ્યો છે''નો નથી, સવાલ એ છે કે એ કર્મ તું કામનાથી પ્રેરિત થઈને કરી રહ્યો છે કે નિષ્કામ-ભાવથી કરી રહ્યો છે? સ્થિતપ્રજ્ઞ યોગી જે પણ કરે છે, તે નિષ્કામ-ભાવથી કરે છે. અને જે નિષ્કામ-ભાવથી કર્મ કરે છે, એને ક્યારેય દુઃખો મળવાથી ભીતર કષ્ટ નથી થતું અને સુખો મળવાથી તે ઉછળી નથી પડતો. ભીતર એ હંમેશા સમરસ જ રહે છે. કયો મનુષ્ય કામનાઓથી કેટલો મુક્ત છે, એનું એકમાત્ર પ્રમાણ તેની ભીતરની સમરસતા જ છે. કેમ કે તું કામનાઓથી ભરેલો છે એટલે હાર-જીતથી પ્રભાવિત થઈ રહ્યો છે. અર્જુન એટલું સમજ કે સુખ અને દુઃખમાં કાંપવું જ એકમાત્ર પાપ છે. દરેક સ્થિતિમાં અકંપ રહેવું એકમાત્ર પુણ્ય છે. અને તું શાસ્ત્રોથી કે ફળની કામનાઓથી જ નથી કાંપી રહ્યો, તું તો પાપ-પુણ્ય, હાર-જીત, મિત્ર-શત્રુ સુધીની દરેક વાત ઉપર કાંપી રહ્યો છે. પણ સ્થિતપ્રજ્ઞ પુરુષ કામનારહિત હોવાના કારણે ક્યારેય કોઈ વાતથી નથી કાંપતા. તેથી તેઓ ભલેને ગમે તે કરે, દુનિયા એમને ગમે તે કહે; તેઓને ક્યારેય પાપ નથી લાગતું. અને હું પણ તને એ જ કહી રહ્યો છું કે ''તું પણ કામનારહિત થઈને યુદ્ધ કરીશ તો'' ક્યારેય પાપ નહીં લાગે. તેથી શાસ્ત્રોમાં વર્ણિત પાપ-પુણ્યો ઉપરથી ધ્યાન હટાવીને તું સંપૂર્ણ રીતે કામનારહિત બની જા. સાચું કહું અર્જુન, તો તું કાચબાની જેમ તારા આ તમામ કંપનોને આટોપી લે. બીજી એક વસ્તુ સમજી લે કે યુદ્ધથી ભાગ્યા પછી પણ તારી કામનાઓ

પરમાત્માના **માર્ગમાં** ક્યારેય મોડું નથી થતું. ...ત્યાં તો જ્યારે **જાગો** ત્યારે **સવાર** થઈ જાય છે

હે
અર્જુન,
એક વાત
હંમેશા
ધ્યાનમાં
રાખજે કે
"શું કરવું
અને **શું ન**
કરવું"
નો એકમાત્ર
આધાર
સમય જ
છે

નિવૃત્ત નહીં થાય. હિમાલય ઉપર જઈને બેસવાથી ઈચ્છાઓ પીછો નથી છોડી દેતી. એટલે ભાગવું નહીં; ભોગવવું એકમાત્ર સમાધાન છે. તેથી તું યુદ્ધથી ભાગવાની જગ્યાએ યુદ્ધને ભોગવ. આ સમજ કે યુદ્ધ છોડીને ભાગી જવાથી તારા યુદ્ધ કરવા માટે આવવાના કારણ નહીં મટી જાય. તું યુદ્ધથી ભાગીશ તો પણ એ કારણ તો તારો પીછો કરતાં જ રહેશે. વળી એ પણ સમજ કે તારા યુદ્ધના મેદાનથી ભાગવાથી તારી રાજ્ય મેળવવાની ઈચ્છા નહીં મટી જાય. કૌરવો પ્રત્યે તારી શત્રુતા સમાપ્ત નહીં થઈ જાય. પણ યુદ્ધ કરવાથી તું આ બંને કારણો ઉપર વિજય મેળવી શકે છે. બની શકે કે જીતવાથી તારી રાજ્ય મેળવવાની ઈચ્છા પૂરી થઈ જાય અને તું એનાથી છૂટી જાય. બની શકે કે કૌરવો ઉપર થોડાક પ્રહાર કરીને તારી એમના પ્રત્યેની શત્રુતા દૂર થઈ જાય. તેથી આ સમજી લે અર્જુન, કે જેના મનમાં જે છે, એ જ તેનું સત્ય છે. તેને ભોગવીને જ એ તેનાથી છુટકારો મેળવી શકે છે, ભાગીને નહીં. અર્જુન, ધ્યાન રાખ કે વિષયોથી ભાગવાવાળાના વિષય તો છૂટી જાય છે, પણ એમની એમનામાં રહેવાવાળી ઈચ્છાઓ નથી છૂટતી. એવી જ રીતે યુદ્ધથી ભાગવાથી તારો યુદ્ધથી તો છુટકારો થઈ જશે, પણ તેના કારણો ઉપર તું વિજય નહીં મેળવી શકે. એ કારણ તો ઉલટા ભીતર ને ભીતર વધારે ઊંડા જશે. આ સત્ય જાણી લે કે સ્ત્રી અને ભોગોથી ભાગેલા સંન્યાસીઓનો તેમનાંથી ક્યારેય છુટકારો નથી થતો. આ જ કારણ છે કે સ્ત્રી અને ભોગ તેમના શાસ્ત્રો સુદ્ધાંમાં ચાલ્યા જ આવે છે. તેમજ એ તેમની સ્વર્ગની કલ્પનામાં પણ મળે છે. તેથી રાજ્ય મેળવવાની ઈચ્છામાં દર-દર ભટકવા કરતાં સારું છે, રાજ્ય ભોગવવાનો મોકો લઈ લે. કદાચ ભોગવ્યા પછી એક દિવસ તારો રાજ્ય-મોહ હકીકતમાં સમાપ્ત થઈ જાય.

અર્જુન, આ તમામ પ્રક્રિયાનું વિજ્ઞાન સમજી લે. આ સંપૂર્ણ પ્રક્રિયામાં તું વિષયોને વેરી જાણ. આ પણ

જાણ કે જુદા-જુદા વિષય અસ્તિત્વમાં આવે છે, સમત્વ ખોવાના કારણે. સમત્વ ગુમાવતાં જ મનુષ્યના બધાં દ્વંદ્વ ઉજાગર થઈ જાય છે. પછી તે ભોગ અને સંન્યાસમાં જાત-જાતના તફાવત ઉત્પન્ન કરે છે. એમના જ આધારે તે અનેક વિષયોને જન્મ આપે છે. પછી એ વિષયોથી સંબંધિત સાધનોની કામના કરે છે. ભોગ ઈચ્છવાવાળા ધન અને સત્તા ભેગી કરવામાં લાગી જાય છે, જ્યારે બીજી બાજુ સંન્યાસ ઈચ્છવાવાળા જ્ઞાન અને ધ્યાનના સાધન ભેગા કરવામાં જોડાઈ જાય છે. પણ છેલ્લે તો બંનેમાં કોઈ અંતર નથી. કેમ કે બંને વિષયોની પાછળ જ તો ભાગી રહ્યાં છે. આ વિજ્ઞાનને એવું સમજ કે મનુષ્ય રાજ્યની કામના કરે કે કમંડળની, છે તો બંને એક વિષય જ. પછી તેનો એ બંને વિષયોમાં મોહ થઈ જાય છે. તેનાથી તેને મેળવવાની ઈચ્છા ઉત્પન્ન થાય છે. મેળવી લે તો તેને તેનો મોહ ઉત્પન્ન થાય છે. અને ના મેળવી શકે તો વિચલિત થઈ જાય છે. વળી મેળવીને ગુમાવવાનો વારો આવી જાય તો તે ક્રોધિત થઈ ઉઠે છે. અને તું જ જોઈ લે, હુમલો ચાહે રાજ્ય ઉપર કરવામાં આવે કે કમંડળ ઉપર, ક્રોધિત બંને જ થઈ જાય છે. આ ક્રોધથી બંનેની જ્ઞાનશક્તિનો નાશ થઈ જાય છે. ...પછી તેઓ પોતાની સ્થિતિમાંથી વધુને વધુ નીચે પડી જાય છે. ...અને પછી તો એમનું પતન થતું જ જાય છે. પછી તો ખેલ એવો જામે છે કે રાજા રાજપાટથી થાકી જાય છે અને સંન્યાસી કમંડળથી કંટાળી જાય છે. અને આગળ જતાં એક દિવસ એવો પણ આવે છે કે રાજા કમંડળ મેળવવા માટે ઉત્સુક થઈ જવાનું શરૂ કરી દે છે; અને કમંડળધારી ધનની કામનાથી ભરાઈ જાય છે. પછી બસ આ જ ક્રમ જન્મો-જન્માંતર સુધી ચાલતો રહે છે. પણ આ ભાગદોડમાંથી તેમનો છુટકારો ક્યારેય નથી થતો. તારું જ ઉદાહરણ લે, રાજ્યની કામના તને યુદ્ધના મેદાનમાં લઈ આવી. કૌરવોની વિશાળ સેના તને રાજ્ય મેળવવામાં નડતરરૂપ લાગવા લાગી તો તું સંન્યાસની વાતો ઉપર ઉતરી આવ્યો. કાલે ફરી પરિસ્થિતિ બદલાશે, તો ફરી એકવાર તું રાજ્ય મેળવવા માટે ઉત્સુક થઈ જઈશ. ...આ ક્રમ ક્યાં સુધી ચાલશે? ક્યાં સુધી રાજ્ય અને સંન્યાસની પાછળ ભાગતો રહીશ? ક્યારે સમજીશ કે બંન્નેમાંથી કોઈમાં કોઈ તફાવત નથી. તેથી તું એક નિશ્ચયથી યુદ્ધ કર અને તેના પરિણામનો નિર્ણય પરમાત્મા ઉપર છોડી દે. યુદ્ધમાંથી ફળની આશા છોડી દે. નિર્ણય એ પરમાત્માને કરવા દે કે તને રાજ્ય મળે, સંન્યાસ મળે કે આ જીવનમાંથી મુક્તિ મળે. આ ધ્યાન રાખી લે અર્જુન, કે જ્યાં સુધી તું મન પ્રમાણે કર્મ કરીને ફળ પરમાત્મા ઉપર નહીં છોડે, ત્યાં સુધી તું સુખ અને દુઃખથી વિચલિત થતો રહીશ. અને ત્યાં સુધી તું ક્યારેક રાજ્ય તો ક્યારેક વૈરાગ્ય તરફ ભાગતો રહીશ. આ સમજી લે અર્જુન, કે ભોગ અને ત્યાગ, બંને વહેતી નદી સમાન છે. બંને ખૂબ દોડાવે છે. તેથી તું ભોગ અને સંન્યાસ, બંનેની કામના ત્યાગીને દિલ ખોલીને યુદ્ધ માટે ઊભો થઈ જા. અને પોતાની આ ભાગદોડ ઉપર હંમેશને માટે વિજય મેળવી લે. તું ફળને ત્યાગીને

એક વિશાળ સમુદ્ર જેવો બની જા. યુદ્ધના ફળસ્વરૂપે રાજ્ય મળે કે વૈરાગ્ય, કે પછી મૃત્યુ જ કેમ ના મળે, ત્રણેય સંભાવનાઓને પોતાની અંદર એ રીતે સમાવી લે... જે રીતે વિશાળ સમુદ્ર તમામ વહેતી નદીઓને પોતાની ભીતર સમાવી લે છે. આ, વિશાળ સમુદ્ર જેવાં હોવું એ જ સ્થિતપ્રજ્ઞતા છે. અને વળી એ કેમ નથી સમજતો કે આ યુદ્ધ તારી જ કામનાઓનું પરિણામ છે. આને હવે ફળની આશા ત્યાગીને દિલ ખોલીને ભોગવી લે. બસ, તું બ્રહ્માનંદને પ્રાપ્ત થઈ જઈશ. ...આ જ કર્મોના બંધનમાંથી હંમેશને માટે છૂટવાનો એકમાત્ર ઉપાય છે. આ જ તમામ ભાગદોડો ઉપર પૂર્ણવિરામ લગાવવાનો એકમાત્ર માર્ગ છે. તેથી અહીં દરેક માટે જરૂરી છે કે એ કર્મોથી ભાગે નહીં. તે આ માની જ લે કે સામે જે કંઈ પણ કર્મ છે, તે પોતાની જ કામનાઓનું અંતિમ પરિણામ છે. તેથી એકવાર દિલ ખોલીને અને ફળની આશા ત્યજીને તે કર્મ કરી લો, પછી હંમેશને માટે દરેક કર્મના બંધનમાંથી મુક્ત થઈ જશો. અર્જુન માટે મહાભારતનું યુદ્ધ એ અવસર છે, તમારે માટે કોઈ બીજું યુદ્ધ એ અવસર હોઈ શકે છે. ...બસ, ફળ પરમાત્મા ઉપર છોડીને રમી કાઢો. ...બ્રહ્માનંદને પ્રાપ્ત થઈ જશો.

પ્રેક્ટિકલ એપ્લિકેશન - 5

ગીતાના બીજા અધ્યાયમાં કૃષ્ણએ સમજાવ્યું કે સવાલ સારા-ખરાબનો નથી. સવાલ તમે શું ચાહો છો, એનો પણ નથી. સવાલ માત્ર સમયનો છે. ઈચ્છાઓ અને મહત્ત્વાકાંક્ષાઓ તો કોઈપણ ગમે તેવી રાખી શકે છે. કૃષ્ણ કહે છે એનાથી મને કોઈ વાંધો પણ નથી. પણ હા, એ અવશ્ય ચેક કરી લો કે તમે જે ઈચ્છા કરી રહ્યાં છો, આ એનો યોગ્ય સમય છે કે નહીં? જો ખોટાં સમયે ખોટી મહત્ત્વાકાંક્ષાઓ રાખી લીધી તો બરબાદી નિશ્ચિત છે. તેથી તમારાં માટે બહેતર છે કે પોતાની ત્રણ પ્રમુખ ઈચ્છાઓ અને મહત્ત્વાકાંક્ષાઓનાં સમયને ઓળખી લો. સમય ઉચિત લાગે તો જ આગળ વધો અન્યથા ઉચિત સમયની રાહ જુઓ. હાલપૂરતી એ ઈચ્છા અને મહત્ત્વાકાંક્ષાને બાજુએ મૂકી દો. કેમકે એ પ્રકૃતિનો નિયમ છે કે સાચા સમયે આંગળીથી પહાડ પણ તૂટી જશે અને ખોટા સમયે બુલડોઝરથી કાંકરો સુદ્ધા નહીં તૂટે. માટે પોતાની ત્રણ પ્રમુખ ઈચ્છાઓનો સમય પહેલા ચેક કરી લો અને જેનો સમય ઉચિત લાગે, એમાં તનમનથી મચી પડો. જ્યાં સુધી ઈચ્છિત વસ્તુ પ્રાપ્ત ન કરી લો, અટકતા જ નહીં.

1 ઈચ્છા વિસ્તારથી લખો

....

....

....

....

....

....

....

....

શું તમારામાં એ બાબતે યોગ્યતા છે?

☐ હા ☐ ના

પરિસ્થિતિઓ અનુકુળ છે?

☐ હા ☐ ના

ઉપલબ્ધ ઓપ્શન્સમાં આજ સર્વશ્રેષ્ઠ છે ને?

☐ હા ☐ ના

રસ્તામાં આવનારી બધી અડચણો દૂર થઈ શકે છે ને?

☐ હા ☐ ના

તમે આગળ વધવા અંગે કૉન્ફિડન્ટ છો?

☐ હા ☐ ના

2 ઇચ્છા વિસ્તારથી લખો

....
....
....
....
....
....
....
....

શું તમારામાં એ બાબતે યોગ્યતા છે?

☐ હા ☐ ના

પરિસ્થિતિઓ અનુકુળ છે?

☐ હા ☐ ના

ઉપલબ્ધ ઓપ્શન્સમાં આજ સર્વશ્રેષ્ઠ છે ને?

☐ હા ☐ ના

રસ્તામાં આવનારી બધી અડચણો દૂર થઈ શકે છે ને?

☐ હા ☐ ના

તમે આગળ વધવા અંગે કૉન્ફિડન્ટ છો?

☐ હા ☐ ના

3 ઇચ્છા વિસ્તારથી લખો

....

....

....

....

....

....

....

....

શું તમારામાં એ બાબતે યોગ્યતા છે?

☐ હા ☐ ના

પરિસ્થિતિઓ અનુકુળ છે?

☐ હા ☐ ના

ઉપલબ્ધ ઓપ્શન્સમાં આજ સર્વશ્રેષ્ઠ છે ને?

☐ હા ☐ ના

રસ્તામાં આવનારી બધી અડચણો દૂર થઈ શકે છે ને?

☐ હા ☐ ના

તમે આગળ વધવા અંગે કૉન્ફિડન્ટ છો?

☐ હા ☐ ના

નોટઃ જો પાંચેય માપદંડોમાં 'હા' પર ટિક લાગી હોય, ત્યારે તો એક ક્ષણ પણ બગાડ્યા વિના એ ઈચ્છાની પૂર્તિ માટે મચી પડો. ચાર પર 'હા' હોય તો પણ આગળ વધી જ જાવ. ત્રણ પર 'હા' હોય ત્યારે ચાર કે પાંચ પર 'હા' થવાની રાહ જુઓ. અને ૧ કે ૨ ઉપર જ 'હા' હોય તો હાલપૂરતી એ ઈચ્છાને ત્યાગી દો.

પ્રેક્ટિકલ એપ્લિકેશન - 6

આ અધ્યાયમાં આપણે કન્ફ્યૂઝનનાં કારણોને સમજ્યા. દ્રઢતાપૂર્વક યુદ્ધના મેદાનમાં આવેલો અર્જુન અચાનક કન્ફ્યૂઝ કેમ થયો, એ આપણે સમજ્યા. આ અધ્યાયમાં આપણે એ જાણ્યું કે એકથી વધારે વિકલ્પો ઉપર મનન કરવું કન્ફ્યૂઝનની જડ છે. જ્યાં સુધી યુદ્ધ એકમાત્ર વિકલ્પ અર્જુન પાસે હતો, ત્યાં સુધી અર્જુન યુદ્ધ માટે રતીભાર પણ ભ્રમિત નહોતો. પણ જ્યારે તે અનેક વિકલ્પો વચ્ચે ફસાઈ ગયો તો કન્ફ્યૂઝ્ડ થઈ ગયો. બસ, આને જ આધાર બનાવીને તમે પોતાના મુખ્ય કન્ફ્યૂઝનના મૂળિયાને સમજો અને એમને હટાવો. અને તે માટે આગળના પાને આપવામાં આવેલા ચાર્ટને ભરો. પોતાના ત્રણ મુખ્ય કન્ફ્યૂઝન વિસ્તારથી લખો અને કન્ફ્યૂઝ થવાના કારણોની સામે 'હા' કે 'ના' પર ટિક (✓) લગાઓ.

નોટઃ કાર્યનો એ નિયમ છે કે જેટલું એ એકાગ્ર મનથી દ્રઢતાપૂર્વક કરશો, એટલાં જ એનાં શ્રેષ્ઠ પરિણામ આવશે. તેથી કોશિશ કરો કે જે પણ કરો તે દ્રઢતાપૂર્વક કરો. અને એ ત્યારે જ સંભવ છે જ્યારે વિકલ્પ એક જ રહે કે આ કરવું જ છે. અને એ માટે ભ્રમિત કરનારા તમામ વિકલ્પોથી છુટકારો મેળવવો જરૂરી છે. તેથી પોતાના પ્રમુખ ભ્રમોની સામે આપવામાં આવેલાં કારણોમાંથી જે લાગુ પડતા હોય, એમાં ટિક લગાઓ. પછી જુઓ કે તમારે જે કરવું છે એમાં કુલ કેટલાં કારણ તમને રોકી રહ્યાં છે? પછી એક-એક કરીને એ બધાને હટાવીને કાર્ય કરવાં માટે પોતાના મનને મક્કમ કરતાં જાવ. કાર્ય પ્રારંભ કરવાની ઉતાવળ ન કરો, પહેલા ભ્રમ પેદા કરનારાં બધાં કારણોને હટાવો. અને જ્યારે બધાં કન્ફ્યૂઝન દૂર થઈ જાય, ત્યારે કમર કસીને કાર્ય કરવાં માટે તૈયાર થઈ જાવ. કૃષ્ણ પણ યુદ્ધને લઈને અર્જુન પર છવાયેલાં બધાં કન્ફ્યૂઝન જ હટાવવામાં લાગેલા છે. જેથી પછી એ મક્કમ મનથી યુદ્ધ કરી શકે. અને તમારે પણ પહેલા કન્ફ્યૂઝન હટાવવાના છે જેથી ત્યારબાદ મક્કમ મનથી કાર્ય કરી શકો. અને એ કહેવાની જરૂર નથી કે જે કાર્ય મક્કમ મનથી કરશો એનાં પરિણામ પણ ભવ્ય આવશે જ.

1 પ્રમુખ કન્ફ્યૂઝન

....

....

....

....

કરવું છે પણ ધર્મ આડે આવી રહ્યો છે?

☐ હા ☐ ના

કરવું છે પણ લોકો શું કહેશે નો ડર લાગે છે?

☐ હા ☐ ના

કરવું છે પણ પરિણામને લઈને ચિંતા છે?

☐ હા ☐ ના

કરવા નથી ઈચ્છતા પણ કરવા માટે બાહ્ય દબાવ છે?

☐ હા ☐ ના

કરવું મજબૂરી લાગે છે પણ મન નથી?

☐ હા ☐ ના

કરવું છે પણ નિર્ણય લેવાની સત્તા તમારી પાસે નથી?

☐ હા ☐ ના

....

....

....

....

કરવું છે પણ ધર્મ આડે આવી રહ્યો છે?

☐ હા ☐ ના

કરવું છે પણ લોકો શું કહેશે નો ડર લાગે છે?

☐ હા ☐ ના

કરવું છે પણ પરિણામને લઈને ચિંતા છે?

☐ હા ☐ ના

કરવા નથી ઈચ્છતા પણ કરવા માટે બાહ્ય દબાવ છે?

☐ હા ☐ ના

કરવું મજબૂરી લાગે છે પણ મન નથી?

☐ હા ☐ ના

કરવું છે પણ નિર્ણય લેવાની સત્તા તમારી પાસે નથી?

☐ હા ☐ ના

....

....

....

....

કરવું છે પણ ધર્મ આડે આવી રહ્યો છે?

☐ હા ☐ ના

કરવું છે પણ લોકો શું કહેશે નો ડર લાગે છે?

☐ હા ☐ ના

કરવું છે પણ પરિણામને લઈને ચિંતા છે?

☐ હા ☐ ના

કરવા નથી ઈચ્છતા પણ કરવા માટે બાહ્ય દબાવ છે?

☐ હા ☐ ના

કરવું મજબૂરી લાગે છે પણ મન નથી?

☐ હા ☐ ના

કરવું છે પણ નિર્ણય લેવાની સત્તા તમારી પાસે નથી?

☐ હા ☐ ના

પ્રેક્ટિકલ એપ્લિકેશન - 7

કૃષ્ણ અર્જુન પાસેથી શું ઈચ્છી રહ્યાં છે? એટલું જ કે એ દિલ ખોલીને યુદ્ધ કરે. કેમ? કેમકે ત્યારેજ એ યુદ્ધમાં વિજયી થઈ શકે છે. ગીતામાંથી આપણે પણ આજ શીખવાનું છે. કૃષ્ણ શીખવી રહ્યાં છે કે ધ્યાન માત્ર કર્મ પર કેન્દ્રિત કરવાનું છે. અને એ ક્યારે સંભવ છે? જ્યારે બાકીની જગ્યાઓ પરથી ધ્યાન હટી જાય. કર્મના ફળ સુદ્ધા પર ધ્યાન ન હોય, ત્યારેજ મનુષ્ય કર્મ પૂર્ણતાથી કરી શકે છે. જો મનુષ્ય ઈચ્છવા છતાંય સફળ નથી થઈ રહ્યો તો એ પ્રતિભાની ઊણપને કારણે નહીં, પરંતુ કર્મમાં પૂરું ધ્યાન ન લગાવી શકવાને કારણે. તેથી કોઈપણ મોટું કાર્ય શરૂ કરતાં પહેલા એ જોઈ લો કે તમારાં મનમાં કાર્ય સિવાય બીજું શું-શું ચાલી રહ્યું છે? પહેલા એ બધાંથી છુટકારો મેળવી લો. અને જ્યારે ધ્યાન બધી બાજુથી હટી જાય અને સંપૂર્ણપણે કાર્યમાં લાગી જાય, ત્યારે જ મોટું કામ કરવાનો આરંભ કરો. પછી એ કાર્યમાં તમને મોટી સફળતા મળવાનું નિશ્ચિત છે. માટે આ સમયે તમે જે પણ મોટું કાર્ય કરવાનું વિચારી રહ્યા છો, તો એની પહેલા આગળના પાને આપવામાં આવેલા ચાર્ટને ભરી લો. આ નકામી જગ્યાઓ પરથી ધ્યાન હટાવવામાં અને પોતાની પૂરી શક્તિ કાર્ય પર લગાડવામાં સહાયતા કરશે.

એ મોટું કાર્ય જે તમે કરવાં ઇચ્છી રહ્યાં છો

....
....
....
....
....
....
....
....
....
....
....
....
....
....
....
....
....
....
....

ધ્યાન કાર્ય સિવાય બીજે ક્યાં-ક્યાં વહેંચાયેલું છે, ચેક કરો!

ફળ કે પરિણામમાં ધ્યાન ભટકી રહ્યું છે?

☐ હા | **જો હા, તો પહેલા અવરોધ દૂર કરવામાં લાગો. તથા અવરોધ દૂર થાય ત્યારે ટિક (✓) લગાવો** ☐

☐ ના | **જો ના, તો આગળ વધો અને આગળના અવરોધ પર ધ્યાન આપો**

ફાયનાન્શિયલ અવ્યવસ્થા કાર્યમાં અવરોધ ઊભી કરી રહી છે?

☐ હા | જો હા, તો પહેલા અવરોધ દૂર કરવામાં લાગો. તથા અવરોધ દૂર થાય ત્યારે ટિક (✓) લગાવો ☐

☐ ના | જો ના, તો આગળ વધો અને આગળના અવરોધ પર ધ્યાન આપો

પારિવારિક સમસ્યા ધ્યાન ભટકાવી રહી છે?

☐ હા | જો હા, તો પહેલા અવરોધ દૂર કરવામાં લાગો. તથા અવરોધ દૂર થાય ત્યારે ટિક (✓) લગાવો ☐

☐ ના | જો ના, તો આગળ વધો અને આગળના અવરોધ પર ધ્યાન આપો

સ્વાસ્થ્ય સાથ નથી આપતું?

☐ હા | જો હા, તો પહેલા અવરોધ દૂર કરવામાં લાગો. તથા અવરોધ દૂર થાય ત્યારે ટિક (✓) લગાવો ☐

☐ ના | જો ના, તો આગળ વધો અને આગળના અવરોધ પર ધ્યાન આપો

કાર્યની ઝીણવટ સમજવી બાકી છે, એ અડચણ છે?

☐ હા | જો હા, તો પહેલા અવરોધ દૂર કરવામાં લાગો. તથા અવરોધ દૂર થાય ત્યારે ટિક (✓) લગાવો ☐

☐ ના |

નોટઃ જેટલી કોલમમાં 'હા' લખો છો, એટલી અડચણો છે. તેથી જો કાર્ય મોટું હોય તો પહેલા જેટલી બને એટલી અડચણો દૂર કરો. અને જ્યારે બધી અડચણો સારી રીતે નિયંત્રણમાં આવી જાય ત્યારેજ મોટાં કામનો આરંભ કરો. પૂરી રીતે મન પણ લાગશે અને કાર્ય આસાનીથી પતી પણ જશે. કામની મજા પણ આવશે અને પરિણામ પણ શ્રેષ્ઠ આવશે. એ ધ્યાન રાખજો કે આ એપ્લિકેશન જીવનનાં કેટલાંક મહત્ત્વપૂર્ણ કાર્યો માટે જ છે. બાકી તો આજના આધુનિક યુગમાં દરરોજ એકીસાથે અનેક સમસ્યાઓ સાથે બાથ ભીડવી જ પડે છે.

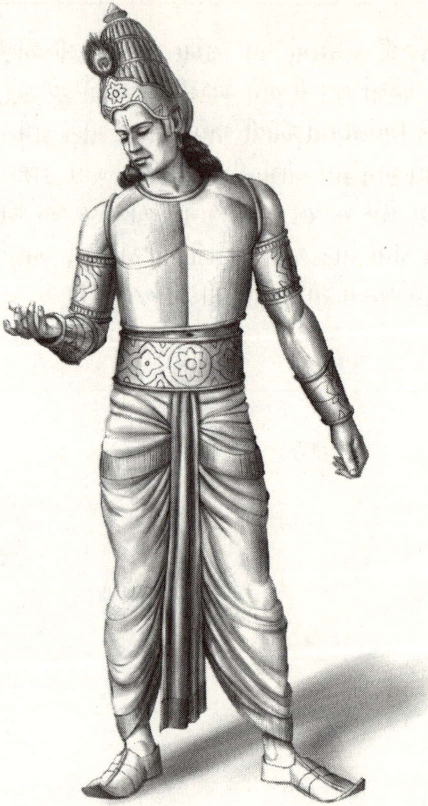

અધ્યાય – ૩

અર્જુનઃ

હે કૃષ્ણ! જો તમને કર્મની સરખામણીમાં જ્ઞાન શ્રેષ્ઠ લાગતું હોય, તો પછી મને આ ભયાનક કર્મ કરવા માટે શું કામ કહી રહ્યાં છો? જોતાં નથી, આમાં કેટલું જોખમ છે? સાચું કહું કૃષ્ણ, તો તમારાં વચન મને વશીભૂત કરી રહ્યાં છે. મન થાય છે કે એમને સાંભળ્યા જ કરું. તેથી તમે કર્મની વાત છોડીને જ્ઞાનની વાત કરો. અને એ જ્ઞાનની વાતમાં કોઈ એક વાત એવી કહો, જે મારે માટે નિશ્ચિત કલ્યાણકારક હોય. ...જેમાં કોઈ જોખમ ના હોય.

કૃષ્ણઃ

અર્જુન પણ કમાલ છે! કહી રહ્યો છે કે તમને કર્મની સરખામણીએ જ્ઞાન શ્રેષ્ઠ માન્ય છે તો મને યુદ્ધ કરવાની સલાહ વારંવાર શા માટે આપી રહ્યાં છો? શું કામ મને આ ભયંકર કર્મમાં ઘસેડવા ઈચ્છો છો? ...હવે મેં ક્યારે કહ્યું કે કર્મ કરતાં જ્ઞાન શ્રેષ્ઠ છે! મેં તો કહ્યું હતું કે તું જ્ઞાનની દ્રષ્ટિ વધારીને આત્માની અમરતાને સ્વીકારી લે, એવામાં તારે માટે આ યુદ્ધ એક નાટક બની જશે. ...અને ઈચ્છે તો તું યુદ્ધરૂપી કર્મમાંથી ફળોનો ત્યાગ કરી લે, પછી તને યુદ્ધથી કોઈ વાંધો નહી રહે. એટલે કે વાત ચાહે કર્મથી સમજ કે જ્ઞાનથી, કરવાનું તો તારે યુદ્ધ જ છે. તારી પાસે કોઈ વિકલ્પ નથી. હવે મારી કહેલી આ સીધી વાતને પણ તેણે એક નવો વળાંક આપી દીધો. ...હું સમજી ગયો કે હરી-ફરીને તેનું બધું ધ્યાન યુદ્ધથી ભાગવા ઉપર જ લાગેલું છે. હું શું કહી રહ્યો છું... એનાથી તેને કોઈ મતલબ નથી. એણે તો એમાંથી પણ યુદ્ધમાંથી ભાગવાના બહાના શોધી લેવાના છે. હવે બીજો સમય હોત તો તેની સાથે વાદ-વિવાદ પણ કરી લેત કે મેં આવું ક્યારે કહ્યું હતું? પણ અત્યારે આવું કરીશ તો એને મનગમતું મળી જશે. એ તો ચર્ચા કરવા જ ઈચ્છે છે, જેથી ગમે તે રીતે મને પણ યુદ્ધથી ભાગવા માટે રાજી કરી શકે. પણ આ બધી વાતો માટે સમય જ ક્યાં છે? એવું ન થાય કે અમે અહીં ચર્ચા જ કરતાં રહી જઈએ અને ત્યાં યુદ્ધ શરૂ પણ થઈ જાય. એવું થયું તો અર્જુન તો ચોક્કસપણે કમોતે માર્યો જશે. ...તેથી બહેતર છે કે એ જે કહી રહ્યો છે, ત્યાંથી જ વાત આગળ વધારું.

બસ મેં કહ્યું, સાંભળ અર્જુન! બે પ્રકારના માર્ગ મારા દ્વારા પહેલાં કહેવામાં આવ્યા છે. ...અને મારા ચૈતન્યની પરાકાષ્ઠા જુઓ કે આ સમયે મને શરીરનું ભાન જ નથી. આ સમયે હું ફક્ત એક ''આત્મીય અહેસાસ'' થઈને રહી ગયો છું. એટલે જ તો મારા મોઢાંમાંથી નીકળ્યું કે ''મેં કહી છે....'' આ 'મેં'માં એવી દરેક વ્યક્તિ સામેલ છે જે ક્યારે પણ ''આત્મીય અહેસાસ''થી બોલ્યો છું. ...એ અહેસાસમાં જુદાપણાનો બોધ જ ક્યાં છે? ત્યાંથી બોલી રહેલી વ્યક્તિના નામ કે શરીર હોય છે જ ક્યાં? તેથી મારા મુખેથી નીકળ્યું કે ''જ્ઞાનયોગ'' અને ''કર્મયોગ'' બે પ્રકારના માર્ગ આત્મજ્ઞાનીઓએ યુગોથી સૂચવ્યા છે. અને અર્જુન, વાત ભલેને જ્ઞાનયોગની કર કે કર્મયોગની; છેલ્લે તો બંનેનો આધાર કર્મ જ છે. અહીં કુદરતની રચના જ એવી છે કે કોઈપણ મનુષ્ય, પળવાર માટે પણ કર્મ વિના નથી રહી શકતો. કંઈ નહીં તો પણ તેને જીવતા રહેવા માટે શ્વાસ લેવાનું કર્મ તો કરવાનું જ હોય છે. તેથી તું આ તો કહીશ જ નહીં કે કૃષ્ણ, કર્મની વાત જ ના કરશો. મને તો બસ જ્ઞાન આપો અને આ ભયાનક કર્મમાંથી ભગાડીને લઈ જાવ. જ્ઞાનમાર્ગથી પણ તારે કર્મ તો કરવું જ પડશે.

અહીં એ પણ સમજી લે અર્જુન, કે દરેક કર્મનો આધાર ફક્ત અને ફક્ત વર્તમાન હોય છે. કોણે કાલે શું કહ્યું હતું, એ આજના વર્તમાન કર્મનો આધાર ક્યારેય ન બની શકે.

તેથી દરેક મનુષ્યના કર્મનો આધાર તેના ''મનનું વર્તમાન સત્ય'' જ હોવું જોઈએ. અને તારા મનનું વર્તમાન સત્ય રાજ્ય મેળવવું એ જ છે. તું લાખ અહીં-તહીંનો ભ્રાતૃપ્રેમ વ્યક્ત કરે, પણ તારા મનનું વર્તમાન સત્ય કૌરવોને પાઠ ભણાવવો એ જ છે. તું શાસ્ત્રોનો હવાલો આપીને કે ભ્રાતૃપ્રેમ વ્યક્ત કરીને પોતાના આ સત્યથી મોઢું ન ફેરવી શકે. આ ધ્યાન રાખ અર્જુન, કે જે ''મનમાં હોવાં છતાં કોઈપણ કારણે કર્મોનો ફક્ત શરીરથી ત્યાગ કરે છે'' એ મિથ્યાચારી એટલે કે અહંકારી અને પાખંડી કહેવામાં આવે છે. તેનો ફક્ત વિનાશ થાય છે. ...આવાં ''મનમાં હોવા છતાં શરીરથી જબરદસ્તી ત્યાગ કરવાવાળા'' જ પછી સ્વર્ગની કામના કરે છે. અને પછી તેમના એ સ્વર્ગમાં ઉર્વશી અને મેનકા આવે છે, સોમરસ આવે છે.... પણ મનના સત્યમાં જીવવાવાળા માટે તો અહીં જ સ્વર્ગ હોય છે. તેમના માટે ઉર્વશી-મેનકા હોય કે સોમરસ, બંને અહીં જ હોય છે. એ તો આ બધાંને ભોગવે છે પણ જીવતે-જીવ અને તેમનાંથી છૂટે છે પણ જીવતા-જીવ. તેથી આ સમજી લે કે તારા મનનું વર્તમાન સત્ય આ યુદ્ધ છે. તું એને દિલ ખોલીને ભોગવી લે, તો જ કાલે ઉઠીને ''જ્ઞાન' તારા મનનું સત્ય બની શકે છે. કોઈપણ વ્યક્તિ, કોઈપણ પ્રકારના કર્મનો ઉપરછલ્લો ત્યાગ કરીને ક્યારેય જ્ઞાન નથી મેળવી શકતો. કર્મોનો આવો ત્યાગ પોતાની સાથે કરવામાં આવેલું એ છળ છે જેનું ફળ માત્ર માનસિક વિનાશ હોય છે. અને વળી સામે ઊભેલા જે યોદ્ધાઓને તું ભાઈ, દાદા કે ગુરુ કહી રહ્યો છે, એકવાર તું એમના મનના વર્તમાન સત્યને પણ જોઈ લે. તેઓ વર્તમાનમાં તારા ગુરુ કે તારા ભાઈ-બંધુ નથી. તેઓ તારા શત્રુ છે જેઓ પાંડવોના વિનાશની ઈચ્છાથી અહીં ભેગા થયા છે. તેથી વર્તમાનમાં તેમને ગુરુ કે ભાઈ-બંધુ માનવા પણ અસત્ય છે. સો વાતની એક વાત અર્જુન એ સમજ કે વર્તમાન જ જ્ઞાન છે. વર્તમાન જ ઈશ્વરનું વાસ્તવિક સ્વરૂપ છે. અને આ પળનું વર્તમાન સત્ય એ છે કે યુદ્ધ અટળ છે અને તું અને કૌરવ એકબીજા પ્રત્યે શત્રુતા રાખીને યુદ્ધના મેદાનમાં સામ-સામે ઊભા છો. એવામાં તારા આ ''વર્તમાન સત્ય'' માટે, શાસ્ત્ર ભૂતકાળ બની જાય છે અને યુદ્ધનું પરિણામ ભવિષ્ય. તેથી તું એ બંનેને ત્યજીને વર્તમાન સત્યને દિલ ખોલીને સ્વીકારી લે.

અર્જુન, એક વાત સમજ કે અહીં દરેક મનુષ્યનું પોતાનું એક શાસ્ત્ર હોય છે, જે આ પળના વર્તમાન સત્ય અનુસાર તેના અંતરાત્મામાંથી નીકળે છે. અને એ જ દરેક મનુષ્યનું પોતાનું વાસ્તવિક સત્ય હોય છે. અને તારું વર્તમાન સત્ય ''દિલ ખોલીને યુદ્ધ કરવું'' એ જ છે. તેથી તું ના તો બીજાઓના લખેલા શાસ્ત્રોને અને ન યુદ્ધના પરિણામોને વચ્ચે લાવીશ. તું પોતાના આત્માના શાસ્ત્રનું શરણ લે. તેનો અવાજ સાંભળ. ...તેનો પુકાર યુદ્ધનો જ છે. અને આ ''શાસ્ત્રીય આત્મજ્ઞાન'' દરેક મનુષ્યની ભીતર હોય છે. વર્તમાનમાં શું કરવું એ દરેકના અંતરાત્મામાં દર્પણની જેમ સ્પષ્ટ હોય છે. પણ દરેકનું આ જ્ઞાન બહારના

શાસ્ત્રીય જ્ઞાન અને પરિણામોની ચિંતાના કારણે ઢંકાઈ જાય છે. તેનાથી જ તે શું કરવું અને શું ના કરવું એ બાબતે ભ્રમિત થતો રહે છે. તેથી તું જ્ઞાન મેળવવા ઈચ્છતો હોય તો સાંભળી લે, જ્ઞાન તો તારા અંતરાત્મામાં પડેલું જ છે. ...તેને તારે ક્યાંયથી મેળવવાનું નથી. એ માટે તો બસ તારે પોતાના સાંભળેલા શાસ્ત્રજ્ઞાનને શૂન્ય કરવાનું છે અને પરિણામોની ચિંતા છોડી દેવાની છે. આવું કરવાથી ''યુદ્ધ કરવાની દ્રઢતા'' તારી ભીતરથી આત્મજ્ઞાન સ્વરૂપે આપમેળે જ પ્રકટ થઈ જશે. તેથી, તું કર્મોથી ભાગવાની તો વાત જ ના કરીશ....

અર્જુન, ચાલ આ જ વાતને સમજવા માટે તું મનુષ્યની ઉત્પત્તિના સિદ્ધાંતને સમજ. જો વર્તમાનમાં પ્રચલિત શાસ્ત્રોના હવાલાથી તેમની જ ભાષામાં વાત કરું તો 'બ્રહ્મા' એટલે કે પ્રકૃતિમાંથી, કર્મ એટલે કે 'યજ્ઞ'ની ઉત્પત્તિ થઈ છે. એટલે કે પ્રકૃતિના 'કર્મરૂપી યજ્ઞ'માંથી જીવન અસ્તિત્વમાં આવ્યું છે. અને જીવનના અસ્તિત્વમાં આવતા જ પ્રકૃતિએ ''જીવનને સંપૂર્ણ રીતે કર્મોના હવાલે કરી દીધું'' છે. ત્યારથી પ્રકૃતિ ફક્ત જીવનની પાલન-કર્તા બની ગઈ છે. એટલે કે પ્રકૃતિ તરફથી જીવનના આગળ વધવા માટે પાણી, અનાજ, સૂર્યની રોશની, પૃથ્વી વગેરે તો ઉપલબ્ધ કરાવડાવી દેવામાં આવ્યાં, પણ તેનાથી આગળની યાત્રા માટે દરેક જીવનને તેના કર્મોના હવાલે છોડી દેવામાં આવ્યાં છે. એટલે કે તેનાથી આગળના બધાં કાર્ય અને બધી પ્રગતિ મનુષ્યએ પોતાના કર્મોના જોરે જ કરવાની છે. પ્રકૃતિ તરફથી તેમાં હવે કોઈ મદદ મનુષ્ય માટે ઉપલબ્ધ નથી. પ્રકૃતિ, એટલે કે બ્રહ્માએ સ્પષ્ટપણે કહી દીધું છે કે હવે આ કર્મો દ્વારા તું જાતે પોતાનો ઉદ્ધાર કર. અને બહેતર છે કે એવા કર્મ કરો કે જેનાથી બધાંનો સામૂહિક ઉદ્ધાર થાય. અને જો અર્જુન, નગ્ન ફરવાવાળા અને પત્તા ઓઢીને ફરવાવાળા મનુષ્યએ પોતાના કર્મોના બળ ઉપર એકથી એક

હે **અર્જુન**, જયારે જીવન **અસ્તિત્વમાં જ** **કર્મથી** આવ્યું છે તો કર્મોથી તો અહીં કોઈનો **છુટકારો** છે જ નહીં. **કર્મ** તો અહીં **કીડીથી** લઈને **હાથી** સુધી સહુએ **કરવું જ પડે** છે

ચડિયાતા વસ્ત્રોનું નિર્માણ કર્યું. પગપાળા ચાલવાવાળા મનુષ્યએ ભવ્ય રથોનું નિર્માણ કર્યું. કાચું માંસ ખાવાવાળા મનુષ્યએ કર્મોના બળે એકથી એક ચડિયાતી વાનગીઓની શોધ કરી. તેણે ન ફક્ત નૃત્ય અને સંગીત શોધ્યા, પરંતુ મનોરંજન માટે રમત-ગમત પણ શોધી. અને આ બધું મનુષ્યએ પોતાના કર્મોના બળ ઉપર મેળવ્યું. આમાં પ્રકૃતિનો ક્યાંય-કોઈ ફાળો નથી. અને મારો વિશ્વાસ કર કે આની આગળ પણ મનુષ્ય શું નું શું નહીં શોધી લે.

કહેવાનો અર્થ એ કે પ્રકૃતિએ જીવનને કર્મોના હવાલે કરીને સ્પષ્ટ કહી દીધું છે કે હવે આગળ આ કર્મો દ્વારા તમે એકબીજાની સહાયતા કરો. ...બધાંનો સામૂહિક ઉદ્ધાર કરો. પ્રકૃતિએ મનુષ્યને સ્પષ્ટ કહી દીધું છે કે ''બધાંની ભલાઈ માટે કર્મોનો આ યજ્ઞ'' રાત-દિવસ કરો. અને અર્જુન, હું પણ તને એ જ કહી રહ્યો છું કે પ્રકૃતિ દ્વારા નિર્દેશિત ''સર્વસુખાય સર્વહિતાય'' યજ્ઞ ઉપર જ તું ધ્યાન આપ. હું તો તને જ નહીં, દરેકને કહું છું કે પોતાની બધી જીવન-ઊર્જા ફક્ત આ એક યજ્ઞને સમર્પિત કરી દે. પછી એ સર્વહિતાયનું આ કર્મ ભલેને કંઈક કળાના રૂપમાં કરે કે જ્ઞાનનાં, વિજ્ઞાનના રૂપમાં કરે કે વ્યવસાયના રૂપમાં; કોઈ ફરક નથી પડતો. બસ, દરેક કર્મ કરતી વખતે નજર ફક્ત સર્વહિતાય ઉપર મંડાઈ રહેવી જરૂરી છે. તેથી તું પણ આ યુદ્ધમાં નજર સર્વના હિત ઉપર માંડ. હસ્તિનાપુરની પ્રજાને દુર્યોધનના કુશાસનમાંથી મુક્ત કરાવવી, એ આ સમયે તારું સર્વહિતાય કર્તવ્ય છે. પરંતુ તું પણ સામાન્ય મનુષ્યની જેમ, સ્વાર્થની આજુ-બાજુ ફરી રહ્યો છે. તું યુદ્ધના મેદાનમાં પણ સ્વાર્થવશ જ આવ્યો છે અને સ્વાર્થવશ જ અહીંથી ભાગવા પણ ઈચ્છે છે. પણ સ્વાર્થ માટે કર્મ કરવું એ પ્રકૃતિની વ્યવસ્થાની વિરુદ્ધ છે. આ સમજ અર્જુન, કે યુદ્ધના મેદાનમાં આવવું એ પણ એક કર્મ છે, યુદ્ધ કરવું એ પણ એક કર્મ છે અને યુદ્ધથી ભાગવું એ પણ એક કર્મ છે. તેથી કર્મ તો તારે યુદ્ધથી ભાગવાનું પણ કરવાનું જ છે. જ્યારે જીવન અસ્તિત્વમાં જ કર્મથી આવ્યું છે, તો કર્મોથી તો કોઈનો અહીં છુટકારો છે જ નહીં. કર્મ તો અહીં કીડીથી માંડીને હાથી સુધી બધાંએ કરવું જ પડે છે. તેથી સ્પષ્ટ સમજી લે કે તું ભલેને વાત જ્ઞાનની જ કેમ ન કરે, તેમાં પણ સવાલ ક્યારેય ''કર્મ કરવું કે ન કરવું''નો નથી હોતો. ...કર્મ તો જ્ઞાનમાર્ગમાં પણ કરવાનું જ હોય છે. તેથી હરી-ફરીને મનુષ્ય પાસે સવાલ ફક્ત એટલો જ બચે છે કે તે કર્મ સ્વાર્થમાં આવીને કરે અથવા કર્મ સર્વહિત માટે કરે. અને સર્વહિત માટે કર્મ કરવું હંમેશા બહેતર છે. તેનાથી પ્રકૃતિ અને મનુષ્યનો તાલમેલ જળવાઈ રહે છે. તેથી તું સ્વાર્થ માટે ના તો યુદ્ધ કરવાનું વિચાર અને ના સ્વાર્થના વશમાં આવીને યુદ્ધમાંથી ભાગવાનો વિચાર કર. તું પ્રજાની ખુશાલી માટે યુદ્ધ કર. આ સ્પષ્ટ સમજી લે અર્જુન, કે જે સ્વાર્થ માટે યજ્ઞ એટલે કે કર્મ કરે છે, એ પાપ કરે છે. તું પાપને હવાલે ન થઈશ... તું સર્વ માટે અડગ રહીને યુદ્ધ કર. કેમ કે સ્વાર્થપૂર્તિ માટે કર્મ કરવાવાળા વ્યર્થ જ જીવે છે. હકીકતમાં સર્વહિત માટે સતત કર્મ

કરતાં રહેવું એ જ એકમાત્ર સાચું જ્ઞાન છે. તેથી આ સ્પષ્ટ સમજી લે કે દુનિયાના કોઈપણ જ્ઞાનને 'કર્મ' થી અલગ નથી કરી શકાતું. એમ સમજ કે જ્ઞાન ભીતર છે અને કર્મ બહાર છે. બંને એકબીજા વિના અધૂરા છે. તેથી તું પણ ભીતર પ્રજાના હિતનું જ્ઞાન જગાડ, અને એ માટે બહાર યુદ્ધ કર.

અર્જુન, તું મારું જ ઉદાહરણ લે. હું જીવનભર આ જ સૃષ્ટિ-ચક્ર અનુસાર વર્ત્યો છું. મેં હંમેશા સર્વહિત માટે કર્મ કરવાને જ પોતાનું જીવન માન્યું છે. મેં કેટલાં વધ કર્યા, પણ એમાંથી કોઈપણ વધ ક્યારે પણ રાજ્ય મેળવવા માટે કે રાજ્ય વધારવા માટે કર્યો? જેમના વધ કર્યા શું એમનામાંથી કોઈની સાથે મારી વ્યક્તિગત દુશ્મની હતી? ના... પણ કેમ કે પોતાના પાપ દ્વારા તેઓ બધાં જ સર્વ માટે જોખમ બની ગયા હતાં, એટલે મેં તેમનો વધ કરીને સર્વનો ઉદ્ધાર કર્યો. એ વધો પછી કેટલીય વાર મને રાજા બનવાના પ્રસ્તાવ પણ આવ્યા, પણ મેં એ પ્રસ્તાવોને ક્યારેય ન સ્વીકાર્યા. સર્વહિતનું કર્મ કરતી વખતે ક્યારેય સ્વાર્થ ઉપર મારી નજર જ નથી ગઈ. હું કોઈ રાજાનો પુત્ર પણ ન હતો કે રાજપાટ મને વારસામાં મળી જાત. મેં તો મારું રાજ્ય 'દ્વારકા' પણ મારા કર્મોના બળે જ સ્થાપિત કર્યું હતું. દ્વારકા વસાવવા માટે મેં ના તો કોઈ યુદ્ધ કર્યું, ના તો કોઈ બીજા ખૂનખરાબા કર્યા. હું તો હંમેશા મારા આત્મામાં જ રમણ કરતો રહ્યો, અને એમાં જ હંમેશા તૃપ્ત રહ્યો. અર્જુન, એક વાત સમજી લે કે જ્યાં સુધી સ્વાર્થ છે ત્યાં સુધી જ આ બધાં કર્મ અને કર્તવ્ય છે. પણ જે મનુષ્ય આત્મામાં જ તૃપ્ત છે, તેને માટે ના તો કોઈ કર્મ છે, અને ના તો કોઈ કર્તવ્ય છે. આ જેમને પણ મનુષ્ય ''કર્મ અને કર્તવ્ય'' કહે છે, એ બધાંના મૂળમાં સ્વાર્થ છે. એ પોતાની અને પોતાનાઓની ચિંતામાં કર્મ કરે છે અને તેને જ કર્તવ્ય સમજે છે. પણ આત્મામાં તૃપ્ત વ્યક્તિ તો ફક્ત ''સર્વહિતાય''થી બંધાયેલી હોય છે. એ તો નિરંતર સ્વાર્થ વિના જગતનો ઉદ્ધાર કરવામાં લાગેલી હોય છે. અને આ જગત-ઉદ્ધાર માટે લાગેલા રહેવું એ જ મનુષ્યનું એકમાત્ર વાસ્તવિક ''કર્તવ્ય-કર્મ'' હોય છે. આવાં કર્તવ્ય કર્મોમાં લાગેલા રહેવાવાળાઓને પોતાની કે પોતાનાંઓની ચિંતા નથી સતાવતી. આવાં મહાપુરુષનું ન તો કર્મ કરવા પાછળ કોઈ ઉદ્દેશ્ય હોય છે, અને ન તો કર્મ ન કરવાની પાછળ કોઈ હેતુ હોય છે. પણ તું સ્વાર્થવશ રાજ્ય મેળવવાના એક ઉદ્દેશ્યને લઈને યુદ્ધના મેદાનમાં આવ્યો હતો. અને હવે પોતાનો જીવ બચાવવાના એક ઉદ્દેશ્યને લઈને યુદ્ધના મેદાનમાંથી ભાગવા ઈચ્છે છે. બંનેના મૂળમાં સ્વાર્થ છે. સ્વાર્થથી ઉપર ઊઠ અને સર્વનું વિચાર. રાજ્ય મેળવવાનો ઉદ્દેશ્ય અને ભાગવાનું પ્રયોજન, બંનેમાંથી છુટકારો મેળવ. આ યુદ્ધ તું પ્રજાની ખુશાલી માટે કર. દુર્યોધનના કુશાસનને ખતમ કરવા માટે કર. આ ક્ષણે આ જ તારું કર્તવ્ય-કર્મ છે. અર્જુન, એટલું સમજી લે કે બહાર તો યુદ્ધ અટળ છે. તેથી હવે આ યુદ્ધમાં કોઈ સારાપણું કે ખરાબી

જે
બધું જ
સ્વીકારતો
જાય છે,
તે જ
સાચો
સંન્યાસી
છે

બચી નથી. અને એમ પણ બધું 'સારાપણું-ખરાબી' તો મનુષ્યની મનોદશામાં હોય છે. મનુષ્ય સ્વાર્થને ધ્યાનમાં રાખીને કંઈ પણ કરે છે ...તો પાપ, અને ત્યાંજ પોતાની મનોદશામાં સર્વને ધ્યાનમાં રાખીને કંઈ કરે છે... તો પુણ્ય. તેથી તું વર્તમાન યુદ્ધથી દરેક પ્રકારનો મોહ દૂર કરી દે. હું ખાતરી આપું છું કે ''મોહરહિત મનોદશામાં'' યુદ્ધ કરતાં-કરતાં તું પરમાત્માને પ્રાપ્ત થઈ જઈશ. ...પછી એ માટે તારે યુદ્ધના પરિણામ ઉપર નિર્ભર રહેવાની જરૂર નહીં રહે. કેમ કે બધો ખેલ મનોદશાનો છે, બાહ્ય કર્મનો નહીં. સ્વાર્થની મનોદશામાં યુદ્ધ કરવાથી તું હારીશ, જીતીશ કે મરીશ; ત્રણેય સ્થિતિમાં પાપને જ પ્રાપ્ત થઈશ. જ્યારે સર્વહિતની મનોદશામાં યુદ્ધ કરવાથી તું હારવા, જીતવા અને મરવા છતાં પણ પરમાત્માને જ પ્રાપ્ત થઈશ. સીતાના પિતા જનકે પણ મોહ દૂર કરીને પરમસિદ્ધિ પ્રાપ્ત કરી હતી. જીવન-સંબંધિત એવા કયા-કયા કર્મ હતા જે તેઓ નહોતા કરતાં, પણ તેમનાંમાં મોહનો સંપૂર્ણપણે અભાવ હોવાને કારણે તેઓ હંમેશા પરમાત્મામાં સ્થિત રહેતા હતા. તેથી તું પણ યુદ્ધ કરવું કે ના કરવુંમાં વિકલ્પ ન શોધીશ. તું યુદ્ધમાંથી મોહ અને સ્વાર્થ દૂર કરવા વિશે વિચાર.

અર્જુન, આ સમયે હું ચેતનાના પરમ-શિખર ઉપર બિરાજમાન છું. તેથી હું જે કંઈ પણ કહી રહ્યો છું, એ ધ્યાનથી સાંભળ. તું પહેલી વ્યક્તિ નથી જે કર્મોને લઈને આ રીતે ભ્રમિત થઈ હોય. કર્મોને લઈને તો મનુષ્ય યુગોથી ભ્રમિત રહ્યો છે. ...જ્યારે સત્ય એ છે કે કર્મ જ તેના જીવનનો આધાર છે. આ કારણે સામાન્ય મનુષ્ય ''શું કરવું અને શું ન કરવું'' એ માટે કાયમ શ્રેષ્ઠ પુરુષો ઉપર આશ્રિત રહ્યો છે. શ્રેષ્ઠ પુરુષ જે કંઈ પણ કરે છે, સામાન્ય વ્યક્તિ સમજ્યા વિના તેમનું અનુકરણ કરવા લાગી જાય છે. અને તેનાથી જ આ બધાં ભ્રમ જન્મે છે. કેમ કે સામાન્ય મનુષ્ય અહીં મનની ગહનતાને કે પ્રકૃતિની રચનાને તો સમજતો

નથી, અને સમજ્યા વિના શ્રેષ્ઠ પુરુષોના શારીરિક કર્મોને આધાર બનાવીને તેમના અનુકરણ ઉપર ઉતરી આવે છે. એ શ્રેષ્ઠ પુરુષોને જોઈને સમજવા લાગે છે કે આ ખાવું, આ પહેરવું કે આ કરવું સારું છે. ક્યારેક સમજે છે કે આ કરવું ખોટું છે. અને આ જ બધાંના કારણે જગતમાં કર્મોને લઈને આટલા ભ્રમ ઉત્પન્ન થયા છે. કેમ કે દરેક શ્રેષ્ઠ પુરુષની આદત પ્રમાણે અહીં કરવા અને ન કરવાની અલગ-અલગ સૂચિઓ ઉપલબ્ધ છે. અને આ જ હાલતી-ચાલતી સૂચિઓને કારણે સંસારમાં કર્મોને લઈને આટલી અશ્રદ્ધા વ્યાપ્ત છે. આ જ કારણે હરકોઈ અહીં ન કરવાયોગ્ય કર્મોની સૂચિઓ બનાવીને ફરી રહ્યાં છે... અને આ જ ખોટું છે.

તું મને જ જો અર્જુન, ત્રણેય લોકોમાં એવું કંઈ પ્રાપ્ત કરવાયોગ્ય છે જ નહીં, જે મારી પાસે ના હોય. અહીં એ પણ સમજી લે અર્જુન, કે આ ત્રણેય લોક બહાર નથી, પરંતુ આ મનુષ્યના મનની અવસ્થા છે. હરકોઈ અહીં સમયના આધારે ત્રણ લોકો એટલે કે ભૂતકાળ, વર્તમાન અને ભવિષ્યમાં રહી શકે છે. અને તેના મનના આ ત્રણેય લોકોમાં તેને કંઈક ને કંઈક જોઈતું હોય છે. તારું જ ઉદાહરણ લે; ભૂતકાળમાં તને રાજ્ય જોઈતું હતું, વર્તમાનમાં યુદ્ધથી ભાગવા ઈચ્છી રહ્યો છે, અને ભવિષ્યમાં પોતાની સુરક્ષા ઈચ્છે છે. જ્યારે હું આ યુદ્ધમાં ન તો ભૂતકાળની કોઈ ઈચ્છાને કારણે છું અને ન તો વર્તમાનમાં મને આ યુદ્ધ પાસેથી કંઈ જોઈએ છે. ...ન તો આ યુદ્ધના પરિણામોને લઈને મને ભવિષ્યની કોઈ વ્યક્તિગત લાલચ છે. તેમ છતાં હું યુદ્ધના મેદાનમાં દ્રઢતાપૂર્વક ઊભો છું. આનાથી તું એટલું જ સમજ અર્જુન, કે "બધું જ પ્રાપ્ત જ છે" આ માનીને દ્રઢતાપૂર્વક કર્તવ્ય-કર્મ કરતાં રહેવું એ જ "કર્મો"નો એકમાત્ર સાચો આધાર છે. "બધું પ્રાપ્ત જ છે," ...આ મનોદશા મેળવી લેવી એ મોટી વાત છે. આ મનોદશા જ મનુષ્યને રાજા બનાવે છે. રાજાનો અર્થ છે કે મારી પાસે જે અને જેટલું છે, એ એટલું પર્યાપ્ત છે કે હવે મને બીજું કંઈ જોઈતું જ નથી. ...આ જ આત્મજ્ઞાનીનું લક્ષણ છે. કેમ કે જેણે પોતાનો આત્મા પામી લીધો, તેને બધું જ પામી લેવાનો સંતોષ મળી જ જાય છે. પણ દુર્ભાગ્યવશ, આવાં શ્રેષ્ઠ પુરુષ પ્રાયઃ "કર્મો"થી મોઢું ફેરવી લે છે. પ્રાયઃ તે આત્મજ્ઞાનીઓ એ નથી સમજતા કે આનાથી મનુષ્યતા ભ્રમિત થઈ રહી છે. કેમ કે હું ચૈતન્યના સર્વોચ્ચ શિખર ઉપર બિરાજમાન વ્યક્તિ છું, તેથી મેં આત્મજ્ઞાનીઓની આ ભૂલ ઉપર પણ ધ્યાન આપ્યું છે. અને આ ભૂલ મારાથી ન થઈ જાય, તેનું મેં જીવનભર ધ્યાન રાખ્યું છે. મેં એ વાતનું ધ્યાન રાખ્યું છે કે જો મેં કોઈ કર્મનો અસ્વીકાર કર્યો તો મનુષ્ય એ "અસ્વીકાર કરવાને" ધર્મ માની લેશે. આ જ કારણ છે કે મેં જીવનના તમામ સામાન્ય કર્મ સહજતાથી કર્યા. કેમ કે "શું કર્યું અને શું ના કર્યું" એ મનુષ્યના જ્ઞાનને બિલકુલ નથી દર્શાવતું. મનુષ્યનું જ્ઞાન તો કર્મની પાછળ છૂપાયેલી 'કામના'થી પ્રદર્શિત થાય છે. કેમ કે જો હું વિચારું કે મારે સ્ત્રીઓ સાથે શું, અને સ્ત્રીઓ સાથે અંતર જાળવું તો મોટું

નુકસાન થઈ જાય. પછી તો હરકોઈ સ્ત્રી-પુરુષ સંબંધથી દૂર થવા લાગે. અને જોત-જોતાંમાં મનુષ્યતા જ સમાપ્ત થઈ જાય. એવામાં તો હું જ મનુષ્યતા નષ્ટ કરવાવાળો બની જાઉં. ...સંકીર્ણતા કરવાવાળો કહેવાઉં. આ જે વાત મારા ચૈતન્યને સમજાઈ, એને સમજવામાં મોટા-મોટા જ્ઞાની થાપ ખાઈ ગયા. અને એમના જ કારણે સંસારમાં કર્મોને લઈને આટલી અશ્રદ્ધા ઉત્પન્ન થઈ ગઈ. આ જ કારણ છે કે અહીં કોઈ પાપ માનીને એક કર્મથી ભાગી રહ્યો છે, તો કોઈ બીજા કર્મથી. દૂર કેમ જાય છે, તારું જ ઉદાહરણ લે. તું પણ શાસ્ત્રોમાં વર્ણિત પાપ-પુણ્યોનો હવાલો આપીને યુદ્ધથી ભાગવા ઈચ્છી રહ્યો છે. પણ હું ચેતનાના પરમ-શિખર ઉપર બેઠેલી વ્યક્તિ છું. તેથી તું શાસ્ત્રોની આણ આપવાને બદલે મારી વાત સાંભળ. કર્મોમાં અશ્રદ્ધા પેદા કરવાવાળી કોઈ વાત કે શિક્ષણમાં ન આવીશ. સાથે જ હું આત્મજ્ઞાનીઓને પણ નિવેદન કરું છું કે તેઓ પણ પ્રકૃતિની મહાન લીલાનો આદર કરે. તેઓ પણ એ સમજે કે આત્મપ્રાપ્તિ મનુષ્યજીવનનું પ્રથમ ઉદ્દેશ્ય છે, અંતિમ નહીં. અંતિમ ઉદ્દેશ્ય તો આત્મપ્રાપ્તિ પછી જીવનરૂપી નાટકને દિલ ખોલીને રમવાનું જ છે. જેવી રીતે રાજા જનક રમી ગયા હતાં. જેમ હું જીવનભર રમ્યો છું. જ્ઞાનીઓએ આ સમજવું જ રહ્યું કે તેમણે યુગ નથી બદલવાનો, પરંતુ મનુષ્યના મનમાંથી કામના દૂર કરવાની છે. યુગ તો જે અને જેવો છે, તેને બધાંએ સ્વીકારવો જોઈએ. બધાંએ યુગ પ્રમાણે પોતાને ઢાળી જ લેવા જોઈએ. જ્ઞાનીઓએ પણ લોકસંગ્રહ કરતાં-કરતાં લોકોની ઈચ્છા પ્રમાણે જ જીવવું જોઈએ. તેમણે પણ કામના વિના યુગના પ્રખ્યાત બધાં જ શોખને પૂરા કરવા જોઈએ. ...ભલા બધું જ જ્યારે નાટક બની ગયું, તો અસ્વીકાર કઈ વાતનો? મેં તો ના પ્રેમનો અસ્વીકાર કર્યો, ના લગ્નોનો. ના રાસનો અસ્વીકાર કર્યો, ના યુદ્ધનો. મેં તો નૃત્ય, સંગીત અને ભોજનના શોખને પણ અપનાવ્યા. અરે, કામનારહિત જ્ઞાનીનો તો આ હક થાય છે. ભોગોને જેટલાં પ્રેમથી તે ભોગવી શકે છે, અજ્ઞાની ક્યાં ભોગવી શકે છે? તેથી તેનો તો દરેક ભોગ ઉપર પહેલો અધિકાર ગણાય છે. તેથી તેમણે તો ભોગનો અસ્વીકાર કરવાની જગ્યાએ ઉલ્ટું દિલ ખોલીને ભોગોને ભોગવવા જોઈએ. તેમણે બધાંને સમજાવવું જોઈએ કે સવાલ ભોગવવાનો નથી, ભોગોમાં છુપાયેલી ઈચ્છાનો છે. તેથી લોકોમાં ભોગો પ્રત્યે અશ્રદ્ધા ઉત્પન્ન કરવાની જગ્યાએ તેમણે લોકોને ભોગમાં છૂપાયેલાં મોહમાંથી છોડાવવાનો પ્રયત્ન કરવો જોઈએ. લોકોના ભોગોની ''વધુ-વધુની જીદ'' છોડાવવા ઉપર ધ્યાન આપવું જોઈએ. શંકરનું જ ઉદાહરણ લો, તેઓ પણ વૈરાગી હતાં, પણ તેમણે ન લગ્નનો, ન પ્રેમનો, ન ક્રોધનો અસ્વીકાર કર્યો. ...અને ન તો તેમણે ભાંગ અને નૃત્યના શોખનો અસ્વીકાર કર્યો. તેથી મનુષ્યએ ન કર્મોનો અસ્વીકાર કરવાનો છે અને ન તો ભોગોનો. બંને, યુગ પ્રમાણે દિલ ખોલીને કરવાના જ છે. મનુષ્યએ તો બસ કર્મોમાંથી કામના અને ભોગોમાંથી વધુ-વધુની જીદ ટાળવાનું શીખવાનું

છે. મનુષ્યએ કર્મમાં ફક્ત એટલું શીખવાનું છે કે જ્યારે જે કરવું પડે, ઠીક. અને ભોગોમાં ફક્ત એટલું શીખવાનું છે કે જ્યારે જે મળી જાય, ઠીક. તેથી તને યુદ્ધ મળ્યું છે તો તેને એક મહાન કર્મ માનીને ગળે લગાવી લે. પરિણામમાં રાજ્ય મળે તો તેને પણ દિલ ખોલીને ભોગવી લે. આમાં ક્યાંય કોઈ પાપ નથી.

અને વળી અર્જુન, અહીં કોઈ ''મનુષ્યની રચના''ને સમજતાં નથી. બધાં કર્મોની ચર્ચા શરીરને લઈને થાય છે, જ્યારે શરીર પોતે કોઈ કર્મ કરતું જ નથી. કર્મ કરવા માટે તેને મન, બુદ્ધિ, અહંકાર અને ઈન્દ્રિયો ઉશ્કેરે છે. ...એવામાં શરીરે શું કર્યું કે શું નહીં, અથવા શરીર શું કરે કે શું નહીં તે સવાલ જ ખોટો છે. ત્યાંજ મન, બુદ્ધિ અને અહંકાર પણ પોતાના જૂનાં કર્મો પાસે બધું જ ઈચ્છવા, કરવા અને કરાવવા માટે બાધ્ય છે. એમ સમજ કે બધાં કર્મ પ્રકૃતિના ગુણો દ્વારા કરવામાં આવે છે. તું પણ પોતાની માનસિકતાથી રાજ્ય ઈચ્છવા અને કૌરવો સાથે શત્રુતા રાખવા માટે બાધ્ય છે. આ તારી જ બનાવેલી તારી માનસિકતા છે જે મુજબ આજે તું વર્તવા માટે બાધ્ય છે. અને ફક્ત તું જ નહીં, હરકોઈ અહીં પોતાની માનસિકતા અનુસાર વિચારો, કર્મો અને શોખ માટે ચાહવા અને વર્તવા માટે બાધ્ય છે. તેથી તું સ્પષ્ટ સમજી લે કે અહીં યુદ્ધના મેદાનમાં પણ તું પોતાની માનસિકતાને કારણે જ આવ્યો છે. આ ક્ષણે પણ યુદ્ધ તારી માનસિકતાનો ભાગ છે. તેથી તું જીદ ના કર. એટલું સમજ કે જેની જે માનસિકતા છે, એ જ તેનું વર્તમાન સત્ય છે. તેનાથી ભાગવું મૂર્ખતા છે. અહીં કોઈએ પણ ક્યારેય ''કોઈપણ બાહ્ય-જ્ઞાનને'' પોતાની માનસિકતાની ચાલી રહેલી લીલામાં અવરોધરૂપ ન બનાવવું જોઈએ. જો કે સાચું જ્ઞાન અવરોધરૂપ બનતું પણ નથી. બધું ''નડતરરૂપ જ્ઞાન'' અજ્ઞાની આપે છે. તું અજ્ઞાનીઓના ચક્કરમાં ના આવીશ. અરે તું શું, મારા જેવો જ્ઞાની પણ

ફળની
આશા
સિવાય
મનુષ્યના
અસંતોષનું
બીજું કોઈ
કારણ
નથી

અહીં મારી માનસિકતા પ્રમાણે વર્તવા માટે બાધ્ય છે. અત્યારનું જ ઉદાહરણ લે, હું મારી ''સર્વના હિતની દ્રઢ માનસિકતા''ને કારણે તને આ બધી વાતો કહેવા માટે બાધ્ય છું. ફરક એટલો જ છે કે સામાન્ય મનુષ્યની માનસિકતા સ્વાર્થની છે, અને મારી પરમાર્થની. પણ પોત-પોતાની માનસિકતા પ્રમાણે કર્મ કરવા માટે તો બંને બાધ્ય છે જ. ...અને એટલે જ હું જ્ઞાનનો દાવો કરનારાઓને પણ નિવેદન કરવા ઈચ્છું છું કે તેઓ પણ અકારણ ''લોકોની એની મેળે વહી રહેલી માનસિકતામાં'' અવરોધ પહોંચાડવાવાળું જ્ઞાન ન આપે. લોકોએ ''શું કરવું અને શું ના કરવું''ના સૂચન ન આપે. લોકોને નિરર્થક પાપ-પુણ્યોની સૂચિઓ ન પકડાવે. કેમ કે અહીં હરકોઈ પોતાની માનસિકતા પ્રમાણે કર્મ કરવા માટે બાધ્ય છે. અને એ જ તેના માટે યોગ્ય પણ છે. તેથી અહીં હરકોઈએ બસ એટલું સમજવાનું છે કે આ કર્મ એ નહીં, પરંતુ તેની માનસિકતા તેની પાસે કરાવડાવી રહી છે. અને જ્યારે આપણી માનસિકતા આપણી પાસે કર્મ કરાવી રહી છે, તો આપણી ચિંતા શું? અર્જુન, તું એટલું સમજ કે ''હું કરું છું'' એમ માનવું અજ્ઞાન છે. અને ''માનસિકતા કરાવી રહી છે'' એમ સમજવું જ્ઞાન છે. તેથી તું પણ યુદ્ધ કરી નથી રહ્યો, પરંતુ તારી માનસિકતા તારી પાસે કરાવડાવી રહી છે... એમ માનીને ચિંતામુક્ત થઈ જા.

અર્જુન, એમ સમજ કે અહીં મનુષ્યની માનસિકતા તેનું પ્રથમ સત્ય છે. અને મનુષ્યનો અંતરાત્મા તેની એ માનસિકતાનો દ્રષ્ટા છે. અને જીવનનો વાસ્તવિક ખેલ એ છે કે મનુષ્યની માનસિકતા તેની પાસે કર્મ કરાવે છે અને તેનો દ્રષ્ટા એ ખેલ જોતો રહે છે. તેથી તું પણ કર્તાપણું દૂર કરીને પોતાની માનસિકતાના ખેલનો દર્શક બની જા. જે કોઈ અહીં પોતાની માનસિકતાનો ખેલ જોવાવાળો બની જાય છે, તે તરી જાય છે. ...અને જે કોઈ પોતાની માનસિકતાની વિરુદ્ધ જાય છે, તે નષ્ટ થઈ જાય છે. તેથી તું પણ, તારામાં સ્થિત તારા અંતરાત્મા ઉપર ધ્યાન લગાવ. તારી માનસિકતાને ખુલી છોડી દે. તારી માનસિકતાને તારામાં સ્થિત મુજ અંતર્યામીને સમર્પિત કરી દે. તું પોતે આશારહિત અને મમતારહિત બની જા, અને કોઈપણ જાતના સંતાપ વિના યુદ્ધ કર.

હવે મેં તો આટલું કહીને ફરી એકવાર ગીતા સમાપ્ત કરી નાખી. સમયનો આમ પણ અભાવ છે, એવામાં મારા તરફથી તો વાત આગળ વધારવાનો પ્રશ્ન જ નથી. કેમ કે એવું ન થાય કે આપણે વાત કરતાં જ રહી જઈએ અને ત્યાં યુદ્ધનું રણશિંગુ વાગી જાય. એવું થશે તો કૌરવો સૌથી પહેલાં સામે ઊભેલા આ હતાશ અર્જુનને જ મારી નાખશે. અને એવું થયું તો યુદ્ધ શરૂ થતાં પહેલાં જ સમાપ્ત થઈ જશે. પણ મારું આ બધું સમજવાથી શું થશે...? અર્જુન પણ રાજી થવો જોઈએ ને? મેં તો સમજાવી દીધું કે પોતાની માનસિકતા, પોતાના અંતરાત્માને સમર્પિત કરીને સ્વયં ''અકર્તા'' બની જા. તારી માનસિકતાને સંતાપરહિત થઈને

યુદ્ધ કરવા દે. તું તારી માનસિકતાની વચ્ચે અકારણ ''કર્તા'' બનીને આવીશ જ નહીં. હવે આ ક્ષણે આનાથી મોટી વાત કોઈ ન કરી શકે. પણ એ સમજે ત્યારે ને...? તેથી મજબૂરીમાં મેં ફરી એકવાર કહેવાનું શરૂ કર્યું. મેં કહ્યું કે હે અર્જુન, ધર્મ મનુષ્યની ભીતરની વાત છે. અને તેની માનસિકતા જ તેનો ધર્મ છે. એમાં જીવવાથી કોઈને ...ક્યારેય કોઈ પરેશાની નથી થતી. પણ બીજાની સુઝાડેલી માનસિકતા ઓઢવાની કોશિશ ભય ઉત્પન્ન કરે છે. યુદ્ધ તારી માનસિકતાનો ભાગ છે. આજ સુધીમાં તે કેટલાં યુદ્ધ કર્યા, ક્યારેય નથી ડર્યો. ...ક્યારેય પીછેહઠ નથી કરી. પણ આજે, જેવી તે બીજાઓની સૂચવેલી પાપ-પુણ્યની માનસિકતા ઓઢવાનો પ્રયત્ન કર્યો કે તું ભયભીત થઈ ગયો. એટલે જ હું ચૈતન્યના પરમ-શિખર ઉપર બેઠેલો કૃષ્ણ કહું છું કે પોતાના ધર્મમાં મનુષ્ય મરી પણ હસતાં-હસતાં શકે છે, પણ બીજાનો ધર્મ ભય પમાડનારો છે. તેથી તું અહીં-તહીંની બાહ્ય વાતોમાંથી મુક્તિ મેળવ, અને પોતાની માનસિકતામાં ફરીથી સ્થિત થઈને અડગ બનીને યુદ્ધ કરવા માટે ઊભો થઈ જા.

અર્જુનઃ

હે કૃષ્ણ! જો પોતાની માનસિકતા જ મનુષ્યનો પહેલો ધર્મ છે, તો કોનાથી પ્રભાવિત થઈને મનુષ્ય પોતાની માનસિકતાની વિપરીત જવાનું પાપ કરી બેસે છે?

કૃષ્ણઃ

હે અર્જુન! હકીકતમાં મનુષ્યનો રજોગુણ આ વિષયમાં વેરી છે. આ જે રજોગુણથી ઉત્પન્ન કામનાઓ છે, એ ક્યારેય નથી થાકતી. કંઈક મેળવવા માટે પણ એ દોડાવે છે, અને કંઈક ગુમાવવાના ડરથી પણ એ દોડાવે છે. અને બહાર ધર્મ, વ્યવસાય અને શિક્ષણના નામે આ બધાંની શણગારેલી દુકાનો ધમધોકાર ચાલી રહી છે. બસ મનુષ્ય એ બધાંથી આકર્ષિત થઈને પોતાની માનસિકતાની વિરુદ્ધ જવાનું પાપ કરી બેસે છે. એમ સમજ કે ''મનુષ્યની માનસિકતા અને અંતરાત્મા,'' બંનેમાંથી કોઈને, કોઈ જ્ઞાનની કંઈ જરૂર નથી. મનુષ્યની માનસિકતા તેના કર્મો પ્રમાણે વહી જ રહી હોય છે, બસ મનુષ્યએ દ્રઢતાપૂર્વક કર્મ કરતાં-કરતાં તેનો સાથ આપતા રહેવું જોઈએ. અને મનુષ્યના દ્રષ્ટાએ કોઈ છેડછાડ વિના તેના આ ખેલને જોતા રહેવું જોઈએ. પણ જીવનના આ સીધા ખેલમાં પણ રજોગુણથી પ્રભાવિત મનુષ્ય ''નફા-નુકસાનની વેતરણમાં'' બીજા કર્મોની શોધમાં લાગી જાય છે. અને તેનાથી જ તે કર્મો પ્રત્યે ભ્રમિત થઈ જાય છે. તું પણ અત્યારે ભ્રમિત થઈ ચૂક્યો છે, કેમ કે બાહ્ય જ્ઞાનને કારણે તારું ભીતરી જ્ઞાન ઢંકાઈ ગયું છે. અને આ જ કારણે તું પોતાની માનસિકતાની વિરુદ્ધ જવાના બીજા કર્મો ઉપર વિચાર કરી રહ્યો છે.

અર્જુન, તારે મનુષ્યની સંરચનાને સમજવી જરૂરી છે. કદાચ એનાથી તું પોતાના એ ''કામરૂપી વેરીને ઓળખી શકે,'' જે નફા-નુકસાનની વેતરણમાં દોડાવતો રહે છે. જે મનુષ્યના અંતરાત્માની સાથે-સાથે તેની માનસિકતાને પણ ઢાંકી દે છે. આ વિશે પહેલા આ સ્પષ્ટતાપૂર્વક સમજી લે કે શરીર સ્થૂળ એટલે કે જડ છે. એનાથી બળવાન મનુષ્યની ઈન્દ્રિયો હોય છે. ઈન્દ્રિયોથી ઉપર મન અને એનાથી પણ ઉપર મનુષ્યની બુદ્ધિ હોય છે. અને બુદ્ધિ કરતાં પણ જે કેટલાંય ગણો શક્તિશાળી છે, તે આત્મા છે. પણ આ આત્મા સંપૂર્ણ રીતે અકર્તા છે. જો તું આત્માના અકર્તાપણાને મહેસૂસ કરવામાં સક્ષમ ના હોય, તો એમ સમજ કે મનુષ્યના મનના બે પ્રકાર છે. એક કમજોર મન જે બુદ્ધિથી કમજોર છે, અને એક મજબૂત મન જે બુદ્ધિથી કેટલાય ગણું શક્તિશાળી છે. અને આત્માની ઊંચાઈ સુધી ઉઠવા માટે તેણે પોતાની બુદ્ધિના સહારે ''કમજોર મનોથી ઉઠીને શક્તિશાળી મનો તરફ'' જવાનું હોય છે. અત્યારે તું તારા કમજોર મનોના સકંજામાં છે. કેમ કે આ સમયે તારી માનસિકતા ઉપર બાહ્ય પ્રભાવ હાવી છે. હું કહી રહ્યો છું કે પોતાની બુદ્ધિ દ્વારા પકડાવેલાં આ બધાં બાહ્ય પ્રભાવોમાંથી તું મુક્તિ મેળવ. તું ફરી એકવાર પોતાની ''ક્ષત્રિય-માનસિકતા''માં સ્થિત થવાનો પ્રયત્ન કર. એનાથી તારું મન તે જ ક્ષણે મજબૂત થઈ જશે. અને એ મજબૂત મનથી યુદ્ધ કરતાં-કરતાં તું આત્માની ઊંચાઈ સુધી પણ ઉઠી શકીશ. તેથી ટૂંકમાં તું એટલું સમજી લે કે તારા ઉદ્ધારના બધાં માર્ગો ''આ યુદ્ધને દિલ ખોલીને ગળે લગાડવા''થી જ પસાર થાય છે.

પ્રેક્ટિકલ એપ્લિકેશન - 8

ત્રીજા અધ્યાયનું સર્વશ્રેષ્ઠ શિક્ષણ એ છે કે જેને કંઈ નથી જોઈતું, તે રાજા છે. બાકી બધાં ભિખારી છે. અને જેની માનસિકતા ભિખારી જેવી છે, એને આખાં સંસારનું ધન મળી જાય તો પણ એ ''વધુ આપો...વધુ આપો'' ની રટ લગાવતો જ રહેશે. એને ગમે તેટલું કેમ ન મળી જાય, એ રાજા નહીં બની શકે. કેમકે રાજા માત્ર મનથી બની શકાય છે, ધનથી નહીં. અને તમે પણ કૃષ્ણની જેમ મનનાં રાજા બની જાવ જેથી તમે પણ એમની જેમ કહી શકો કે મારી પાસે બધું જ છે. હકીકતે અધિકાંશ લોકો પાસે ઘણું બધું છે જ. તેથી જે છે એની મજા માણો. એનાથી કાર્યોમાં મન લાગશે. જ્યારે કાર્યોમાં મન લાગશે તો તેના પરિણામ પણ સારાં આવશે. પરિણામ સારાં આવશે તો તમને ઘણું બધું વધારે મળશે પણ ખરું. એકંદરે ''વધુ લાવો...વધુ લાવો''નું ચક્કર છોડીને...લગાતાર દિલ દઈને કાર્ય કરતાં રહો, અને પરિણામમાં જે અને જેટલું મળતું જાય, એનો ભરપૂર આનંદ ઉઠાવતા રહો. ભલે ગમે તે થઈ જાય, રહો હરહાલમાં 'રાજા'ની જેમ. 'આ નથી'નો ભિખારી જેવો અહેસાસ છોડો અને ''આટલું બધું તો છે'' નો રાજાઓ જેવો અહેસાસ જગાડો. અને સત્ય તો એ પણ છે કે ઈતિહાસમાં આવા મનનાં રાજાઓએ જ સફળતાની પતાકાઓ ફરકાવી છે. માટે ''શું નથી'' નાં વિચાર મનમાંથી હટાવો અને ''શું-શું છે'' ની સૂચિ બનાવો. એનો આનંદ માણો અને રાજાની ફિલિંગ જગાડો. ચહેરા ઉપર રાતોરાત એવું તેજ આવી જશે કે ભલભલા ઝાંખાં લાગવા માંડશે. અને પ્રગતિના રસ્તે લાગી જશો એ બોનસ.

''શું-શું છે'' ની સૂચિ બનાવો	હોય તો હા લખો
1 શ્વાસ આવી અને જઈ રહ્યો છે?	....
2 આનંદ, શાંતિ અને મસ્તીમાં રહેવાની ક્ષમતા હજુ બાકી છે?	....
3 પરિવાર છે?	....
4 મિત્ર છે?	....
5 શોખ છે?	....
6 મનોરંજનના સાધન છે?	....
7 રમત-ગમતના શોખ છે?	....
8 પ્રતિભા છે?	....
9 રહેવા માટે જગ્યા છે?	....
10 હાથમાં કામ છે?	....

નોટઃ હવે આટલું બધું તો છે. આમ પણ સોફા-ખુરશી બનીને તો નથી બેઠાને, એ શું ઓછું છે? માટે આટલું બધું છે, એનો ગર્વ કરો. એ બધાંની મજા માણો. કાર્ય મનથી કરો. અને જે થતું હોય, થવા દો. જે મળતું હોય, મળવા દો. તમે તો રાજા બનીને રહો. આ મનોદશામાં સતત જીવતા રહેશો તો તમારાથી ક્યારે મહાન કાર્યો થઈ જશે, ખબર પણ નહીં પડે.

અધ્યાય - ૪

કૃષ્ણઃ

હવે આમ તો મેં અર્જુનને બધું સમજાવી જ દીધું હતું. તેને એ કહી જ દીધું હતું કે સ્વાર્થથી લઈને પરમાર્થ સુધી, બધી દ્રષ્ટિએ તારે માટે યુદ્ધ કરવું જ શ્રેષ્ઠ છે. હકીકત તો એ છે કે તારી પાસે આ સિવાય કોઈ વિકલ્પ જ નથી. પણ જે રીતે અર્જુને મારી વાતને ફેરવી હતી કે ''હે કૃષ્ણ, જો કર્મ કરતાં જ્ઞાન શ્રેષ્ઠ છે તો મને શા માટે આ ભયાનક કર્મમાં લગાડો છો'' તેનાથી સ્પષ્ટ થઈ ગયું હતું કે તે મને ગંભીરતાપૂર્વક સાંભળી નથી રહ્યો. તેનું બધું ધ્યાન

યુદ્ધમાંથી ભાગવા ઉપર જ લાગેલું છે. એ વાતને લાંબી એટલાં જ માટે તાણી રહ્યો છે કે ક્યાંક મારા મોઢાંમાંથી કોઈક એવી વાત નીકળી જાય કે જેનો એ "યુદ્ધમાંથી ભાગવાના તર્ક" તરીકે ઉપયોગ કરી શકે. હવે તેને મારા તરફથી એ મોકો તો મળવાનો નથી, પણ સવાલ એ છે કે તેમાં સમય બગડી રહ્યો છે. ...અને સમય છે ક્યાં? મેં તો તેને એ પણ કહ્યું કે હું જ્ઞાનીઓનો પણ જ્ઞાની છું. જાણકાર મને એકલાને "પૂર્ણ-અવતાર" કહે છે. પણ એ કેવી રીતે વિશ્વાસ કરે? એ મારા શરીર અને મારા આત્માના ભેદને સમજી જ ક્યાં શકે છે? એ મને શરીર માની રહ્યો છે. એ કારણે એ એમ વિચારી રહ્યો છે કે આ છળ-કપટ કરવાવાળો માણસ જ્ઞાની ક્યાંથી બની ગયો? ...પૂર્ણ-અવતાર તો બહુ દૂરની વાત છે. જો કે હું તેના અહંકારને ઠેસ ન પહોંચે, એટલે કહી ચૂક્યો છું કે હું શરીર નથી, શુદ્ધ-બુદ્ધ આત્મા છું. મારો એ આત્મા જ જ્ઞાની છે, અને એ જ પૂર્ણ-અવતાર છે. બાકી શરીર તો તારું હોય કે મારું, બંનેનું એક જેવું જ છે. પણ શરીરથી ઉપર કંઈક વિચારી શકે, અત્યારે એવી તેની પ્રજ્ઞા જ ક્યાં છે? મને આ બરાબર સમજાઈ ગયું કે જ્યાં સુધી તે આ તફાવત નહીં સમજે, ત્યાં સુધી એ મને ગંભીરતાથી નહીં લે. અને જ્યાં સુધી તે મને ગંભીરતાથી નહીં લે, ત્યાં સુધી એ યુદ્ધ કરવા માટે રાજી નહીં થાય.

તેથી, જ્ઞાનની વાત છોડીને મારે માટે પહેલા એ જરૂરી હતું કે એ મને ગંભીરતાથી લે. અને એ માટે મેં તેના શાસ્ત્રજ્ઞાનને ફોસલાવવાનું જ યોગ્ય સમજ્યું. બસ, મેં પૂરી છટાથી તેને કહ્યું કે હે અર્જુન! આ જે મહાન યોગ છે, એ મેં સૂર્યને કહ્યો હતો. પછી તેણે એ પોતાના પુત્રોને કહ્યો. પણ પછી એ સમય સાથે લુપ્ત થઈ ગયો. પણ કેમ કે તું મારો પ્રિય મિત્ર અને ભક્ત છે, તેથી આજે આ યોગ હું તને કહી રહ્યો છું. ...જો કે અર્જુનના કોઈ લક્ષણ ભક્તિવાળા નથી. ...નહીંતર તો મારા એકવાર કહેવાથી જ તે યુદ્ધ કરવા માટે ઊભો થઈ ચૂક્યો હોત. પણ શું કરીએ, ફોસલાવવો પડે. હશે, પછી છેલ્લે મેં કહ્યું કે આ ખૂબ જ ગુપ્ત રાખવાયોગ્ય રહસ્ય છે. છતાં પણ કેમ કે તું મારો પ્રિય છે, તેથી તને કહી દીધું. ...દેખીતી રીતે મેં અર્જુનને પોતાનું મહત્ત્વ સમજાવવાનો પ્રયત્ન કર્યો. જો આ મહાન યોગ મેં સૂર્યને કહ્યો હતો, તો મારી કોઈ વાત ઉપર પ્રશ્ન ઉઠાવવો જ ન જોઈએ. સાથે જ એ પણ કહી દીધું કે આ ખૂબ જ ગુપ્ત રાખવાયોગ્ય રહસ્ય છે. તેથી સમજ અર્જુન, કે મેં તને કેટલી મહાન વાત કહી. તેથી, હવે તું વિચારવાનું બંધ કર અને જે હું કહી રહ્યો છું, એ કર.

અર્જુનઃ

અરે કૃષ્ણ! તમારો જન્મ તો હજી હમણાં જ થયો છે. અને સૂર્ય લાખો વર્ષોથી છે. એવામાં હું એ કેવી રીતે સમજું કે આ યોગ તમે સૂર્યને કહ્યો હતો? જરા સમજાવો....

કૃષ્ણઃ

હવે મને તો આશા હતી કે અર્જુન મારી આ સાયકો-ટ્રીટમેન્ટમાં આવીને વાદ-વિવાદ કર્યા વિના યુદ્ધ કરવા માટે રાજી થઈ જશે. પરંતુ અર્જુન પણ અર્જુન છે. બુદ્ધિશાળી છે. એણે તો મારી આ વાતથી પ્રભાવિત થવાને બદલે, એક સચોટ પ્રશ્ન જ ઊભો કરી દીધો. જ્યારે મારી અને સૂર્યની ઉંમરમાં જ લાખો વર્ષોનું અંતર છે, તો મેં સૂર્યને કેવી રીતે કહ્યું? એણે મને ફસાવી તો દીધો હતો, પણ પૂરો નહીં. એ બુદ્ધિશાળી તો હતો પરંતુ એટલો પણ નહીં. કેમ કે એણે જે શંકા કરી, સત્યના વર્તુળમાં તેનો જવાબ આપી શકાતો હતો. જો એ એમ પૂછત કે સૂર્ય નિર્જિવ છે, એ સાંભળી જ કેવી રીતે શકે છે? તેના પુત્ર હોઈ જ કેવી રીતે શકે? ...તો હું ફસાઈ જાત. પણ એ કહી રહ્યો છે કે તમે અત્યારનાં, સૂર્ય જૂનો; પછી તમે સૂર્યને કેવી રીતે કહ્યું?

લે, હમણાં કહું છું. બસ, હું ફરી એકવાર સીધો સત્ય ઉપર ઉતરી આવ્યો. મેં કહ્યું કે હે અર્જુન, તારા અને મારા કેટલાંય જન્મ થઈ ચૂક્યા છે, જેમને બુદ્ધિ-અહંકારના વશમાં હોવાને કારણે તું નથી જાણતો; જ્યારે હું જાણું છું. આ આખી પ્રકૃતિ એકસાથે અસ્તિત્વમાં આવી છે. તેથી હું અને તું પણ એટલાં જ પુરાતન છીએ, જેટલો કે આ સૂર્ય છે. ફરક એટલો જ છે કે આપણી ચેતનાએ વિકાસ કરીને મનુષ્ય સુધીની ઊંચાઈ સ્પર્શી છે, સૂર્યએ હજી એ વિકાસ નથી કર્યો. અને જ્યાં સુધી મારા જેવા આત્માનો સવાલ છે તો હું તો અજન્મા અને અવિનાશી છું. હું જ સમસ્ત પ્રાણીઓનો ઈશ્વર છું. બસ... પોતાની બુદ્ધિ-અહંકારરૂપી પ્રકૃતિને આધીન કરીને યોગમાયાથી પ્રકટ થાઉં છું. તું પણ તારી બુદ્ધિ-અહંકારરૂપી પ્રકૃતિથી છુટકારો મેળવી લે, આ આત્મા તારામાં પણ પૂર્ણરૂપે પ્રકટ થઈ જશે. હે અર્જુન, જ્યારે પણ અધર્મ વધે છે અથવા ધર્મની હાનિ થાય છે, ત્યારે-ત્યારે આ 'આત્મા' ધર્મનું રક્ષણ કરવા માટે કોઈ ને

હે **અર્જુન** હું **ગીતા** કહેતી **વખતે** જ નહીં, પરંતુ **છળ-કપટ** કરતી **વખતે** પણ પૂર્ણ **પરમાત્મા** જ છું

કોઈ મનુષ્યમાંથી પ્રકટ થતો જ રહે છે. આ તો યુગ-યુગની કહાણી છે. જેવી રીતે આ આત્મા મારામાં પ્રકટ છે, એવી જ રીતે દરેકમાં તેની પ્રકટ થવાની શક્યતા છૂપાયેલી છે. તું પણ કૌરવોના પાપોના ખાત્મા માટે દિલ ખોલીને યુદ્ધ કર, એ તારામાં પણ પ્રકટ થઈ જશે. તેથી મારી વાત સાંભળીને ના તો તારા અહંકારને ઠેસ પહોંચવી જોઈએ અને ના તો તારે મારા પર નાહક શંકા કરવી જોઈએ. હું પહેલાં પણ કહી ચૂક્યો છું કે હું શરીર નથી, આત્મા છું.

અર્જુન, મુજ આત્માના જન્મ અને કર્મ, બંને દિવ્ય અને નિર્મળ છે. પહેલા પણ જેમના રાગ અને ભય નષ્ટ થઈ ચૂક્યા છે, તેમનામાં આ પ્રકટ થતો જ રહ્યો છે. અને જેનામાં આ એકવાર પ્રકટ થઈ જાય છે, પછી તેનો બીજી વાર જન્મ નથી થતો. એ પવિત્ર થઈને પછી મારા સ્વરૂપને જ પ્રાપ્ત થઈ જાય છે. અર્જુન, મુજ આત્માની સૌથી મોટી વિશેષતા એ છે કે જે ભક્ત મારી સાથે જેવું વર્તન કરે છે, હું પણ એની સાથે એવું જ વર્તન કરું છું. તેથી તું તારામાં સ્થિત મુજ દ્રષ્ટાને વણજોયો ના કર. તેના અવાજ ઉપર દિલ ખોલીને યુદ્ધ કર. પાપીઓનો નાશ કર. હું આત્મા, આ મહાન કાર્યમાં તારો પૂરો સાથ આપીશ. એમ સમજ કે તારો દ્રષ્ટા તો સર્વના હિતના નાદથી જ ભરેલો પડ્યો છે, પણ તેના નાદ ઉપર કાર્ય તો ''મનુષ્યના મન-બુદ્ધિ-શરીરએ જ'' કરવાનું હોય છે. આત્મા તો દરેકના શરીરમાં કાયમ અકર્તા જ હોય છે. એવામાં જો તું પોતાના આત્માના અવાજ ઉપર પાપીઓનો નાશ કરવા ઊભો નહીં થાય, તો મુજ આત્મા માટે તારામાં અને કૌરવોમાં કોઈ અંતર નહીં રહી જાય. ...એવામાં તું મુજ મહાન આત્માના સાથથી વંચિત રહી જઈશ. પણ જો તું આત્માના અવાજ ઉપર દિલ ખોલીને યુદ્ધ કરીશ, તો ડગલે ને પગલે મને તારી સાથે પામીશ. અને આ વાત દરેકે સમજવાની છે. પરમાત્માનો સાથ અહીં બધાંને જોઈએ છે, પણ પોતાના આત્માના અવાજ ઉપર કર્મ કરવા અહીં કોઈ નથી ઈચ્છતું. ...અને હું સ્પષ્ટ કરી દઉં કે એક તેના સિવાય અહીં પરમાત્માનો સાથ ક્યારેય કોઈને નથી મળતો. પોતાના આત્માની વિરુદ્ધ જઈને મનુષ્ય દુનિયાભરનો ધર્મ કેમ ન ઓઢી લે, પરમાત્મા ત્યાં ડોકિયું પણ નથી કરતાં.

ખેર, હવે એમ તો ફરી એકવાર મેં તેને સ્પષ્ટતાપૂર્વક સમજાવી દીધું હતું. પણ એ રાજી થતો લાગ્યો નહીં. મને સમજાઈ ગયું કે હું જે કંઈ પણ કહી રહ્યો છું, તે એ સમજી નથી શકતો. કેમ કે તેના ઉપર શાસ્ત્ર-જ્ઞાન હાવી છે. અને શાસ્ત્રોમાં તો ક્યાંક-ક્યાંક જ 'તત્વજ્ઞાન'ની ચર્ચા છે. નહિતર તો એ કર્મકાંડોથી જ ભરેલા પડ્યાં છે. હું સમજી ગયો કે તત્વજ્ઞાનની વાતો અર્જુને નથી વાંચી. તે હજી પણ શાસ્ત્રોમાં વર્ણિત કર્મકાંડોને જ 'સત્ય' માની રહ્યો છે. જો કે હું તેને પહેલાં પણ કહી ચૂક્યો છું કે આત્મજ્ઞાનનો નાનો-એવો અંશ પણ હજારો શાસ્ત્રો ઉપર ભારે છે. પણ જ્યાં સુધી શાસ્ત્રોના કર્મકાંડનો તેની ઉપર પ્રભાવ

યથાવત્ રહેશે, ત્યાં સુધી તે આત્મજ્ઞાનનું મહત્ત્વ નહીં સમજી શકે. તેથી મેં સીધું તેને પૂજનનો તફાવત સમજાવતા કહ્યું કે અવારનવાર મનુષ્ય બે પ્રકારના પૂજન કરે છે. એક ફળોની ચાહમાં અને એક ફળોને ત્યાગીને. જેઓ ફળોને ચાહે છે તેઓ અનેક બીજા દેવતાનું પૂજન કરે છે. પણ ફળોને ન ચાહવાવાળા મુજ-આત્મા ઉપર જ ધ્યાન લગાવે છે. મુખ્ય વાત એ છે કે કર્મ ''ફળોને ચાહવાવાળા અને ફળોને ન ચાહવાવાળા'' બંને જ કરે છે. કેમ કે છેલ્લે તો કર્મ જ મનુષ્યના હોવાનો આધાર છે. અને આ કર્મ કરવાવાળાઓને કર્મના આધારે ચાર ભાગોમાં વિભાજીત કરી શકાય છે. બ્રાહ્મણ, ક્ષત્રિય, વૈશ્ય અને શૂદ્ર. આ ધ્યાન રાખી લે અર્જુન, કે મનુષ્યોનું આ વિભાજન તારા શાસ્ત્રો પ્રમાણે જન્મના આધારે નહીં, પરંતુ કર્મના આધારે હોય છે. તેથી તું ક્ષત્રિયને ત્યાં જન્મ્યો એટલે ક્ષત્રિય નથી, પણ કેમ કે તારી માનસિકતા મરવું-મારવું છે... એટલે તું ક્ષત્રિય છે. મહત્ત્વપૂર્ણ વાત એ છે કે ચારેય ફળની ચાહ રાખીને પણ કર્મ કરી શકે છે અને ફળની ચાહ વિના પણ કર્મ કરી શકે છે. પણ દરેક સ્થિતિમાં તેમનો આત્મા તેમનામાં હંમેશા અકર્તા જ હોય છે. મુજ આત્માની ના તો કર્મ કરવામાં અને ના તો તેના ફળોમાં ક્યારેય કોઈ લાલસા હોય છે. તેથી સીધી રીતે ''ફળોની આશા ત્યાગીને સામાન્ય કર્મ કરતાં કરતાં પણ'' આમાંથી કોઈપણ આત્મજ્ઞાનને પ્રાપ્ત થઈ શકે છે. તેથી તું ફળોની લાલસા પકડાવવાવાળા શાસ્ત્રોમાંથી મુક્તિ મેળવી લે. સીધી વાત એ સમજ કે કેમ કે તું માનસિક રીતે હજી પણ ક્ષત્રિય છે, તેથી ''ફળની આશા ત્યાગીને યુદ્ધરૂપી કર્મમાં કૂદવું'' જ તારા ઉદ્ધારનો એકમાત્ર માર્ગ છે.

ખેર અર્જુન, જ્યારે આટલું સમજાવ્યું છે તો તને કર્મ શું છે અને અકર્મ શું છે, એ પણ સમજાવીશ. મનુષ્યએ કર્મનું સ્વરૂપ પણ જાણવું જોઈએ અને અકર્મનું પણ... અને હકીકત તો એ છે કે મનુષ્યએ તો વિકર્મનું સ્વરૂપ પણ જાણવું જોઈએ. જગતની ત્રિગુણી-માયાના આધારે મનુષ્યના બધાં કર્મ આ ત્રણ પ્રકારના જ હોય છે. અને આને જાણવા અને સમજવામાં મેં બુદ્ધિશાળીમાં બુદ્ધિશાળી લોકોને પણ મોહિત થયેલા જોયા છે. મજા એ છે કે છતાં પણ તેઓ મનુષ્યોને કર્મોનું જ્ઞાન આપવામાં લાગી જાય છે. તેથી તું એ બધાંની વાત છોડ અને મુજ આત્મજ્ઞાનીની વાત સાંભળ. ટૂંકમાં કહું તો જે સામે છે તેને દિલ ખોલીને કરવું એ કર્મ છે. જે સામે છે અર્થાત્, જે મનમાં હોય અને જેની પરિસ્થિતિ પણ બનેલી હોય. જેવી રીતે તારા મનમાં રાજ્ય મેળવવાની તમન્ના છે, અને એ માટે યુદ્ધરૂપી પરિસ્થિતિ પણ બનેલી છે. બસ, તું દિલ ખોલીને રાજ્ય મેળવવા માટે યુદ્ધ કરે, તો એ તારું 'કર્મ' કહેવાશે. પણ તું એ કર્મથી ભાગે અથવા તેને મનમારીને કરે તો એ તારું વિકર્મ કહેવાશે. અહીં એ વિશેષરુપે સમજી લે કે કર્મથી અપેક્ષિત પરિણામ મેળવવાની શક્યતા પ્રબળ હોય છે, જ્યારે વિકર્મથી ફક્ત વિનાશ થાય છે. પણ અકર્મ તો આ બન્નેથી જુદું છે, અને સીધી

રીતે સર્વશ્રેષ્ઠ છે. અકર્મનો અર્થ છે, જે સામે છે એ કર્મ તો દિલ ખોલીને કરવાનું છે, પણ તેના કર્તાપણાથી મુક્તિ મેળવી લેવાની છે. એટલે કે કર્મ પોતાને માટે નહીં, પરંતુ સર્વ માટે કરવાનું છે. અને એ પણ ફળની આશા વિના, અને પરિણામની ચિંતા કર્યા વિના. તેથી જો આ યુદ્ધ તું પોતાની કે યુદ્ધના પરિણામોની ચિંતા કર્યા વિના ''ફક્ત કૌરવોના પાપનો ખાત્મો કરવા માટે કરે છે'' તો એ તારું અકર્મ કહેવાશે. અને હું તને એટલું જ કહી રહ્યો છું કે તું અકર્મમાં સ્થિત થઈને યુદ્ધ કરવામાં સક્ષમ નથી તો આ યુદ્ધને પોતાનું કર્તવ્ય-કર્મ માનીને કર. ...પણ મહેરબાની કરીને વિકર્મના વિકલ્પ ન શોધીશ, નહિતર બરબાદ થઈ જઈશ. અને જ્યારે આટલી વાત નીકળી છે, તો અકર્મને સમજવાની સર્વશ્રેષ્ઠ દ્રષ્ટિ તને આપું છું. અર્જુન, જે મહાપુરુષોના ''કર્મમાં અકર્મ જોઈ લે છે અને તેમના અકર્મમાં કર્મ જોઈ લે છે'' એક એ જ મનુષ્યોમાં બુદ્ધિશાળી છે. આ વાતને તું મારા જ ઉદાહરણથી સમજ. ...કહેવા માટે તો મેં કેટલાં કર્મ કર્યા. મેં શું-શું નથી કર્યું? પ્રેમ પણ કર્યો અને લગ્નો પણ કર્યા. છળ પણ કર્યું અને કપટ પણ કર્યું. વધ પણ કર્યા અને યુદ્ધ પણ કર્યા. રાસ પણ કર્યો, નૃત્ય પણ કર્યા અને વાંસળી પણ વગાડી. પણ મારા આ બધાં કર્મોમાં કર્તાપણાનો હંમેશા અભાવ રહ્યો. એ બધાં કર્મ બહારના બહાર રહ્યાં, હું ભીતર હંમેશા અકર્તા જ બની રહ્યો. આ સમજી લે અર્જુન, કે બહાર કોણે શું કરવું, એ કુદરતના હાથમાં છે; અને ભીતર અકર્તા બની રહેવું એ મનુષ્યની ઊંચાઈ છે. અને એટલે જ તો જ્ઞાની લોકો આટલા પ્રેમ અને આટલાં લગ્ન કરવા છતાં મને બ્રહ્મચારી કહે છે. કેમ કે પ્રેમ હોય કે લગ્ન, બંને બહાર જ હતાં; ભીતર તો હું ''ખુદના પ્રેમ અને મારા લગ્નોનો'' દ્રષ્ટા જ હતો. તેથી તું યુદ્ધરૂપી કર્મને બહાર રહેવા દે, અને ભીતર તારા આ કર્મનો દ્રષ્ટા બની જા; તું અત્યારે જ આ મનુષ્યજીવનની સર્વોચ્ચ ઊંચાઈ પામી લઈશ.

હે અર્જુન, તું એમ સમજ કે ''કામના અને સંકલ્પ'' આ બંને મનુષ્યના પરમાત્મા સાથેના મેળાપમાં મુખ્ય વિઘ્ન છે. હકીકતમાં આ આખી પ્રકૃતિ વર્તમાન છે. અને આ વર્તમાનમાં જે કંઈ પણ છે, તે પરમાત્મા છે. તેથી વર્તમાન સાથે એકાત્મતા, એ જ પરમાત્મા સાથે મેળાપ છે. અને આ વર્તમાન બે જગ્યાએથી પ્રગટ થાય છે. એક મનુષ્યની મનોદશામાંથી અને બીજો બાહ્ય પરિસ્થિતિઓમાંથી. તેથી મનુષ્ય માટે જરૂરી છે કે તેની અંદર-બહાર જે કંઈ પણ છે, તેમાં જ તે ઈમાનદારીથી જીવે. પણ તેની કામનાઓ તેને વર્તમાનમાં રહેવા જ નથી દેતી. તેની કામનાઓ તેને વર્તમાનથી ભટકાવતી રહે છે. અને પોતાની કામનાઓથી ઉત્તેજિત થઈને જ તે ''વર્તમાનને બદલવાના પ્રયત્નમાં'' લાગી જાય છે. અને ચોક્કસપણે કામનામાંથી ઉત્પન્ન થયેલાં આ પ્રયત્નમાં તે પોતાની સંકલ્પશક્તિનો સહારો લે છે. પોતાની સંકલ્પશક્તિના બળે ન માત્ર તે પોતાની મનોદશાથી વિપરીત જવાનો પ્રયત્ન કરે છે, પરંતુ બાહ્ય પરિસ્થિતિઓને પણ બદલવાના પ્રયત્નમાં લાગી જાય છે. પણ

તેના આ બધાં જ પ્રયત્ન પરમાત્માની રચનાની વિરુદ્ધ જવાની કોશિશ છે. અને તેનાથી જ તે છિન્ન-ભિન્ન થઈ જાય છે.

અર્જુન, તું પણ અત્યારે એ જ પ્રયત્નમાં લાગેલો છે. સામે યુદ્ધ છે, અને તું એને સ્વીકારવાની જગ્યાએ યુદ્ધથી ભાગવાની વાત કરી રહ્યો છે. તારી ભીતર રાજ્યની ઈચ્છા છે, પણ સંકલ્પના બળે તું એ ઈચ્છાને છૂપાવવામાં લાગેલો છે. તેથી તું સાવધ થા. ...પોતાની સંકલ્પશક્તિને ખોટી જગ્યાએ ન લગાડીશ. તારા માટે બહેતર છે કે પોતાની સંકલ્પશક્તિને એમાં લગાડ, જે તારી સામે છે. અને સામે યુદ્ધ છે. આ રીતે પોતાની સંપૂર્ણ સંકલ્પશક્તિને યુદ્ધમાં લગાડવાથી તું "પરમાત્માના વર્તમાન સત્યથી" એકરસ બની જઈશ. અને આવી વર્તમાન સાથે એકરસ થયેલી વ્યક્તિને ક્યારેય પાપ નહીં લાગે. નિયમ પ્રમાણે તો મનુષ્યનું દરેક મેળવવું અને ગુમાવવું, બંને પરમાત્માને આધીન છે. અને મનુષ્યએ પોતાની કામના અને સંકલ્પના બળે તેમાં દખલગીરી ના કરવી જોઈએ. મનુષ્યએ નિયમ મુજબ હાર-જીત, સિદ્ધિ-અસિદ્ધિ જેવા બધા જ દ્વંદ્વોથી ઉપર ઉઠીને જે થાય છે, તેને થવા દેવું જોઈએ. ...એણે તો હંમેશા "પરમાત્મા તરફથી આપમેળે મળેલા પદાર્થમાં" સંતુષ્ટ રહેવું જોઈએ. ...હે અર્જુન, આ જે સંતોષનો માર્ગ છે, એ જ મનુષ્યના સુખ અને સફળતાનો એકમાત્ર આધાર છે. તેથી તું તારા સુખ અને સફળતાના આધારને નષ્ટ ન કરીશ. એ સ્પષ્ટ સમજી લે કે જે કંઈ પણ તને આગળ મળવાનું છે, એ આ યુદ્ધમાંથી પસાર થઈને જ મળવાનું છે.

અને વળી હે અર્જુન, મનુષ્યના તમામ ભેદ અજ્ઞાન છે. વાસ્તવિકતામાં યજ્ઞ એટલે કે કર્મ, મનુષ્યજીવનનું એકમાત્ર સત્ય છે. અને તેના જે કોઈપણ યજ્ઞમાં અર્પણ કરવામાં આવતો પદાર્થ, હવનની સામગ્રી, હવન કરવાવાળા અને હવન ભોગવવાવાળા, બધું જ પરમાત્મા છે, એ જ એકમાત્ર સાચો યજ્ઞ છે. એટલે કે એ જ એક કર્મ તેનું સાચું કર્મ છે. અને તું પણ વર્તમાન કર્મ આ જ માનીને કર. તું એમ માની લે કે યુદ્ધમાં ઉપયોગ કરવામાં આવનારા હથિયાર પણ પરમાત્મા છે, યુદ્ધ કરનારા તમામ યોદ્ધા પણ પરમાત્મા છે, અને તેના પરિણામને ભોગવનારા પણ પરમાત્મા છે. ...વળી આ યુદ્ધનું પરિણામ નક્કી કરવાવાળા પણ પરમાત્મા જ છે. અને જ્યારે બધું જ પરમાત્મા છે તો રમવા દે પરમાત્માને પરમાત્મા સાથે, તું વચ્ચેથી હટી જા. પણ કર્મરૂપી યજ્ઞની આ મહાનતાને ન સમજવાને કારણે મનુષ્ય આ 'મહાન-યજ્ઞ'થી વિમુખ થઈ ગયો છે. અનેક ભેદો અને કામનાઓમાં ગૂંચવાયેલો મનુષ્ય, આ એક મહાન-યજ્ઞને છોડીને અનેક પ્રકારના બીજા યજ્ઞ કરવામાં લાગેલો છે. પણ તેમના આ તમામ યજ્ઞોને તું કામનાઓથી પ્રેરિત સમજ. આ તમામ યજ્ઞોને તું માત્ર શરીર સંબંધી યજ્ઞ સમજ. સાચો યજ્ઞ તો બધું જ પરમાત્મા માનીને કરવામાં આવેલું કર્મ જ છે. અને જ્યારે બધું જ પરમાત્મા છે, તો ન કામનાની જરૂર છે અને ન સંકલ્પની. મનુષ્યએ તો

આને
માયાવી
જગત
કહે છે જ
એટલે, કેમકે
અહીં બધું જ
માયા
પણ છે અને
બધું જ
પરમાત્મા
પણ છે

કર્મના ફળરૂપે જે કંઈ મળી જાય તેને પરમાત્મા માની તથા સ્વીકારીને આગળ વધતા જવાનું છે. તેથી તું પણ યુદ્ધરૂપી આ કર્મને પરમાત્મા માનીને રમી નાંખ. અને પરિણામમાં જે મળે તેને પરમાત્માનો પ્રસાદ માનીને હસતા-હસતાં સ્વીકારી લેજે. કેમ કે મરજી આપણી નહીં, પરમાત્માની પૂરી થવી જોઈએ.

પણ અર્જુન મારી કોઈ વાત સમજવા માટે તૈયાર ન હતો. તેથી મેં કહ્યું કે તું એક કામ કર, આ જ્ઞાનને તું કોઈ બીજા જ્ઞાની પાસે જઈને સમજી લે. પણ હા, તેમના પ્રત્યે શ્રદ્ધા ચોક્કસ રાખજે. તેમની સાથે ચર્ચા ના કરતો. તેમને સરળતાપૂર્વક સવાલ પૂછજે. કપટ ના દેખાડતો, મનમાં કંઈક હોય અને બહાર બીજું કંઈક ના બતાવતો. ...તો તને આ જ્ઞાન ચોક્કસ સમજાઈ જશે. ...એટલે કે એક રીતે મેં તેને સ્પષ્ટ રીતે કહી દીધું કે સમસ્યા મારા જ્ઞાનમાં નથી, સમસ્યા તારી શ્રદ્ધામાં છે. અને તું જો હકીકતમાં જ્ઞાન મેળવવા ઈચ્છે છે તો મને શ્રદ્ધાપૂર્વક સાંભળ, કપટપૂર્વક નહીં. કેમ કે બીજા કોઈ જ્ઞાની પાસે જવાનો અત્યારે 'સમય' જ ક્યાં છે? અને વળી મારાથી મોટો જ્ઞાની મળશે પણ કોણ? તેથી મેં આગળ વધારતા તેને કહ્યું કે સરળતાથી સાંભળવાથી ચોક્કસપણે તારો "વર્તમાન મોહ" નષ્ટ થઈ જશે. અને એવું થવાથી તું કોઈપણ જાતના ભ્રમ વિના યુદ્ધમાં કૂદી પડીશ. અને અર્જુન, હું તારી સમસ્યા સમજી રહ્યો છું. કેમ કે આ નિયમ છે કે મનુષ્યને જેટલું જ્ઞાન હોય છે, એ જ માત્રામાં તે જ્ઞાનીને ઓળખી શકે છે. પોતાનાથી ઉપરની વ્યક્તિને ઓળખવાની અહીં કોઈ વ્યવસ્થા નથી. તેથી તું જ્યાર સુધી સંપૂર્ણ રીતે જ્ઞાનને ઉપલબ્ધ નથી થઈ જતો, ત્યાં સુધી તને મારામાં "જ્ઞાનીના દર્શન" નથી થવાના. આ નિયમ છે કે પરમાત્માને પહેલાં મનુષ્ય પોતાની ભીતર પામે છે, અને ત્યારે જ તેને બધાંમાં એ દેખાય છે. એટલે હું પણ આ સમયે તને જ્ઞાન નથી આપી રહ્યો, પરંતુ

તારો પરમાત્મા જગાડવાનો પ્રયત્ન કરી રહ્યો છું. કેમ કે આ નિયમ તારા પર જ નહીં, બધાં ઉપર લાગુ પડે છે. તેથી મહેરબાની કરીને કોઈ મારામાં પરમાત્મા શોધવાની કોશિશ ન કરે. કેમ કે તે પોતાનો પરમાત્મા પામ્યા વિના ક્યારેય નહીં દેખાય. તેના વિના ''મને પરમાત્મા માનવો'' એ એક નાટક જ હશે. તેથી, તારે અને હરકોઈએ મારા દ્વારા આપવામાં આવી રહેલા જ્ઞાનથી પોતાનાંમાં પરમાત્મા શોધવા ઉપર ધ્યાન આપવું જોઈએ.

હે અર્જુન, આ વિજ્ઞાનનું બીજું એક રહસ્ય સમજી લે. આ મહાન જ્ઞાનને સતત ''શુદ્ધ અંતઃકરણથી જીવવાવાળો મનુષ્ય'' આપમેળે મેળવી લે છે. તેથી તું શુદ્ધ અંતઃકરણથી યુદ્ધ કર. અને કેમ કે તારા અંતઃકરણમાં રાજ્ય મેળવવાનું છે, તેથી એ માટે દિલ ખોલીને યુદ્ધ કર. અને આગળ જતાં પણ પોતાના અંતઃકરણનો સાથ આપતો રહેજે. સતત આવું કરવાથી મનુષ્યના મનના બધાં વિકાર જાતે જ દૂર થતાં જાય છે. હકીકત તો એ છે કે આ મહાન જ્ઞાનને મેળવવા માટે મનુષ્યએ બીજું કંઈ કરવાની જરૂર જ નથી. એક દિવસ એ મનુષ્યનો આત્મા પોતાના સમયે જાતે જ પ્રકટ થઈ જાય છે. પાપના શિખર ઉપર બેઠેલો મનુષ્ય પણ આ એક જ્ઞાનની મદદથી સમસ્ત પાપ-સમુદ્રમાંથી તરી જાય છે. ''શુદ્ધ અંતઃકરણથી સતત કર્મ કરતાં ચાલ્યા જવું'' એક એવું જ્ઞાન છે કે જે મનુષ્યોના બધાં કર્મોને જોત-જોતામાં જ ભસ્મીભૂત કરી નાંખે છે. તું આ સ્પષ્ટ સમજી લે કે મનુષ્ય પોતાના અંતઃકરણથી વિપરીત જવાને કારણે ભટકે છે. તેથી દિલ ખોલીને યુદ્ધ એજ તારે માટે વર્તમાનમાં પરમાત્માને પામવાનો એકમાત્ર માર્ગ છે. અને જે વિવેકહીન અને શ્રદ્ધારહિત પુરુષ મારા બતાવેલા આ માર્ગનું ઉલ્લંઘન કરે છે, તે પરમાર્થથી ભ્રષ્ટ થઈને નષ્ટ થઈ જાય છે. તેથી તું પોતાના બધાં જ કર્મ પોતાના અંતઃકરણને સમર્પિત કરી દે. ...અને પૂરી તાકાતથી યુદ્ધ કરવા માટે તૈયાર થઈ જા.

પ્રેક્ટિકલ એપ્લિકેશન - 9

કૃષ્ણએ અધ્યાય-૪ માં કર્મ, વિકર્મ તથા અકર્મ વિશે સમજાવ્યું. કૃષ્ણએ સમજાવ્યું કે કર્મ તો અહીં દરેકે કરવા જ પડે છે. સૂર્યએ તપવાનું, પાણીએ વહેવાનું અને મનુષ્યોએ જીવન ઘડવાનું કર્મ કરવું જ પડે છે. આ જ પ્રકૃતિની રચના છે. આગળ તેમણે જણાવ્યું કે મનુષ્ય ત્રણ પ્રકારના કર્મ કરે છે. પહેલું છે કર્મ, જે ફળની આશામાં કરવામાં છે. એટલે કે તે કંઈક મેળવવા માટે કરાય છે, કે પછી કંઈ બચાવવા માટે કરાય છે. કર્મ કરતા નિમ્નસ્તરનું છે, વિકર્મ. વિકર્મ પોતાના ભીતરથી વિપરીત કરવામાં આવતા કર્મોને કહે છે. એટલે કે અંતરમાં કંઈક હોય તથા બહાર કંઈક બીજું કરી રહ્યા હો, તો તેને વિકર્મ કહેવાય છે. તથા આવા કર્મોનાં હંમેશા વિનાશક પરિણામ આવે છે. અને બધાંથી શ્રેષ્ઠ છે 'અકર્મ'. આ 'એક મન'થી કરવામાં આવતા કર્મ છે. જે કર્મમાં મન, બુદ્ધિ, શરીર, ઇંદ્રિયો - બધું એકસાથે લાગેલું હોય, એવા કર્મને અકર્મ કહે છે. ત્યાં સુધી કે અકર્મમાં મન 'ફળની આશા' પણ નથી કરી રહ્યું હોતું. મજાની વાત એ કે સતત અકર્મ કરનારો ક્યારે મહાન થઈ જાય છે, એ ખબર જ નથી પડતી. હવે કર્મ તો દિવસ-રાત તમે પણ કરો છો. પરંતુ જાણતા નથી કે એમાં કયા અકર્મ છે, કયા વિકર્મ અને કયા કર્મ છે? પણ આજ પછી ધ્યાન આપવાનું શરૂ કરો કે તમે જે કોઈ કર્મ કરી રહ્યા છો, એમાંથી કેટલાં કયા પ્રકારના છે? હું અમુક કર્મોની સૂચિ આપું છું. તમે એમાંથી કયા કાર્ય કયા પ્રકારના કર્મથી પૂરા કરો છો, એ ચેક કરી લો. આ ચાર્ટ જ તમારા વર્તમાન જીવન તથા ભવિષ્યનો આધાર બની જશે. કહેવાની જરૂર નથી કે જો અકર્મ વધારે હશે તો જીવન પણ ઉત્કૃષ્ટ હશે, વળી જો વિકર્મ વધારે હશે તો જીવન બરબાદ થશે.

કર્મોનાં પ્રકાર

આ 'કર્મ' તમે કર્મ, વિકર્મ અને અકર્મ, કેવી રીતે પૂર્ણ કરો છો એનાં પર ટિક (✓) લગાઓ

નિત્યક્રિયાઓ

☐ કર્મ ☐ વિકર્મ ☐ અકર્મ

પત્ની કે પ્રેયસી સાથે વાતચીત

☐ કર્મ ☐ વિકર્મ ☐ અકર્મ

શોખોની પૂર્તિ સમયે

☐ કર્મ ☐ વિકર્મ ☐ અકર્મ

માતા-પિતા સાથે વાતચીત વખતે

☐ કર્મ ☐ વિકર્મ ☐ અકર્મ

કામના સમયે એટલે કે ડ્યુટી નિભાવતી વખતે

☐ કર્મ ☐ વિકર્મ ☐ અકર્મ

મનોરંજન માણી રહ્યાં હો, ત્યારે

☐ કર્મ ☐ વિકર્મ ☐ અકર્મ

ભોજન કરતી વખતે

☐ કર્મ ☐ વિકર્મ ☐ અકર્મ

વ્યાયામના સમયે

☐ કર્મ ☐ વિકર્મ ☐ અકર્મ

મનપસંદ કાર્ય કરી રહ્યાં હો, ત્યારે

☐ કર્મ ☐ વિકર્મ ☐ અકર્મ

સૂતી વખતે

☐ કર્મ ☐ વિકર્મ ☐ અકર્મ

નોટઃ જેના જીવનમાં જેટલાં વધારે અકર્મ હશે, એટલો જ તે ઊર્જાથી ભરપૂર હશે. એટલો જ એ પ્રસન્ન તથા સફળ પણ હશે જ. એટલે હવે તમે આગળ કરો એ કે જે કાર્ય તમે વિકર્મથી કરી રહ્યાં હો, એ કાર્ય કરવાના બંધ કરી દો. એનાથી તમારાં જીવનની ઘણી મુસીબતો આપોઆપ જ દૂર થઈ જશે. પછી રહ્યો સવાલ કર્મોનો. તો એ કાર્ય આવશ્યક જ છે. માટે ધીમે-ધીમે કરીને કર્મોને અકર્મમાં પરિવર્તિત કરવાની કોશિશ કરો. જે દિવસે તમારાં બધાં કર્મો 'અકર્મ'માં પરિવર્તિત થઈ ગયાં, સમજો જીવનની બધી મુશ્કેલીઓ પૂરી થઈ ગઈ. બસ, ચાર્ટ ઈમાનદારીથી સમજી-વિચારીને ભરો અને ઈમાનદારીથી બધાં કાર્યો અકર્મમાં પરિવર્તિત કરવાની કોશિશ કરો. ...પછી જુઓ કે જીવન ક્યાંથી ક્યાં પહોંચી જાય છે...!

અધ્યાય - ૫

અર્જુન:

હે કૃષ્ણ! તમે પહેલાં કર્મોના સંન્યાસની અને પછી કર્મયોગની પ્રશંસા કરો છો. કૃપા કરીને આ બંનેમાંથી જે મારા માટે નિશ્ચિત કલ્યાણકારક સાધન હોય, એ કહો.

કૃષ્ણ:

કમાલ છે અર્જુન તું પણ! હું તારો મિત્ર છું. અરે, હું તો આખા જગતનો મિત્ર છું. અકલ્યાણકારી વાત તો હું કહી જ નથી શકતો. તેથી હું જે કંઈ પણ કહીશ એ તારા

અને જગતના કલ્યાણને ધ્યાનમાં રાખીને જ કહીશ. ખેર, હાલ તો તું ''કર્મયોગ અને કર્મસંન્યાસમાંથી શું શ્રેષ્ઠ છે'' એ સમજવા ઈચ્છે છે... એ પણ બહુ મોટી વાત છે. પણ હકીકતમાં અર્જુન, કેમ કે મનુષ્યને સાયકોલૉજીનું જ્ઞાન નથી એટલે તે આવી વાતો કરે છે. બાકી તો કર્મયોગ હોય કે કર્મસંન્યાસ, બંને પરમ કલ્યાણકારક છે. ત્યાંજ બીજી એક વાત સાંભળી લે, અર્જુન, કે કર્મયોગ અને કર્મસંન્યાસને મૂર્ખ લોકો અલગ-અલગ સમજે છે. સાયકોલૉજીના અજ્ઞાનને કારણે બધાં આવી વાતો કરે છે. ...બાકી જ્ઞાની લોકો તો જાણે જ છે કે બંનેનું અંતિમ પરિણામ એક જ છે. અર્જુન, કર્મસંન્યાસ છે ''કર્મોમાંથી કર્તાપણાનો ત્યાગ કરવો'' અને કર્મયોગ છે ''કર્મોમાંથી ફળનો ત્યાગ કરવો'' મનુષ્ય ભલેને કર્મોમાંથી ''ફળ''નો ત્યાગ કરે અથવા ''કર્તાપણા''નો, એકનો ત્યાગ કરતાં જ બીજું એની મેળે છૂટી જાય છે. એમ સમજ અર્જુન કે જે ફળ ઈચ્છે છે, એ જ કર્તા છે. અને જે કર્તા છે, એ જ ફળ ઈચ્છે છે. તારું જ ઉદાહરણ લે... તું રાજ્યરૂપી ફળ ઈચ્છતો હતો, તેથી યુદ્ધ કરવાનો કર્તા બનીને અહીં આવ્યો હતો. અને અત્યારે કેમ કે તું પોતાના જીવની સુરક્ષા ઈચ્છે છે, એટલે યુદ્ધના મેદાનમાંથી ભાગવાનો કર્તા બનવા ઈચ્છે છે. એટલે કે જ્યાં સુધી ફળની કામના છે, ત્યાં સુધી કર્તાપણું છે. ત્યાંજ બીજી બાજુ મનુષ્યની ભીતર કર્તાપણુ પણ ત્યાં સુધી જ છે, જ્યાર સુધી તેને ફળની કામના છે. એટલે કે ફળ અને કર્તાપણું, બંને એકબીજાના પૂરક છે. એકના દૂર થતાં જ બીજું આપોઆપ દૂર થઈ જાય છે.

તું મને જ જો, અર્જુન! હું પણ તારી જેમ યુદ્ધના મેદાનમાં ઊભો છું, પણ, મારે જોઈએ છે શું? કંઈ પણ નહીં. અને જ્યારે કંઈ જોઈતું નથી, તો હું કર્તા પણ નથી. હું તો કેમ કે પરમાત્માની ઈચ્છા પૂરી કરવા માટે યુદ્ધના મેદાનમાં અડગ રહ્યો છું, એટલે મારા આ યુદ્ધરૂપી કર્મનો કર્તા પણ એ જ છે. આમ જ કેમ, મારા તો દરેક કર્મનો કર્તા પરમાત્મા છે. હું તો રાસ પણ એને માટે રચાવું છું અને છપ્પનભોગ પણ એને માટે ખાઉં છું. હું વધ પણ એને માટે કરું છું અને છળ-કપટ પણ તેના જ ઈશારાઓ ઉપર કરું છું. તેથી બહારથી કર્તા હોવા છતાં પણ હું ભીતરથી હંમેશા અકર્તા જ બની રહું છું. અને તું પણ આ જ કર. તું યુદ્ધથી ઉત્પન્ન તમામ ફળોમાંથી મુક્ત થઈ જા. હાર મળે કે જીત, રાજ્ય મળે કે મૃત્યુ, પાપ હોય કે પુણ્ય; તું તારા મનમાંથી આ બધી ચિંતાઓ દૂર કરી દે. તારી બધી જ વ્યક્તિગત ઈચ્છાઓ દૂર થતાં જ તું યુદ્ધ પરમાત્મા માટે કરીશ. અને જ્યારે તું યુદ્ધ પરમાત્મા માટે કરીશ તો આ યુદ્ધનો કર્તા પણ તારા ભીતરનો પરમાત્મા હશે, તું નહીં. ...એમ સમજ કે પોતાને માટે કંઈક કરવાથી જ કર્તાપણાનો અહેસાસ જાગે છે અને આ સ્વાર્થ દૂર થતાં જ મનુષ્ય 'અકર્તા' બની જાય છે. તેથી હું તો કહું છું કે આ યુદ્ધ જ કેમ, તું પોતાના તમામ કર્મ એ એક પરમાત્મા માટે કર. આવું કરવાથી તું હંમેશા મુક્ત જ રહીશ. ખેર, ટૂંકમાં તું એટલું સમજ કે કર્મયોગ વિના

કર્મ-સંન્યાસ શક્ય નથી, અને કર્મ-સંન્યાસ વિના કર્મયોગ શક્ય નથી. ...પણ કેમ કે કર્તાપણાનો ત્યાગ કરવો મનુષ્ય માટે થોડું મુશ્કેલ છે, એટલે મારી દ્રષ્ટિમાં ફળોનો ત્યાગ જ મનુષ્યના ઉદ્ધારનો શ્રેષ્ઠ માર્ગ છે. તેથી હું તને ફરી એકવાર કહું છું કે તું ''તમામ ફળોનો ત્યાગ કરીને'' યુદ્ધ માટે ઊભો થઈ જા. આવું કરવાથી તારું કર્તાપણું એની મેળે લુપ્ત થઈ જશે અને તું તે જ ક્ષણે યોગને ઉપલબ્ધ થઈ જઈશ.

અર્જુન એક સીધી વાત સમજ કે સવાલ ''શું કર્યું કે શું નહીં''નો ક્યારેય નથી. સવાલ એ છે કે જે કંઈ પણ કર્યું, એ ફળની આશામાં કર્યું કે ફળની આશા વિના? જે કંઈ પણ કર્યું, તેનો કર્તા તું હતો કે પરમાત્મા હતાં? અર્જુન, તત્વજ્ઞાની તો જોતાં, સુંઘતા, ભોજન કરતાં, બોલતા, ત્યાગ અને ગ્રહણ કરતી વખતે પણ; હકીકતમાં પોતે કંઈ નથી કરી રહ્યાં હોતા. કેમ કે તેઓ પોતાના બધાં કર્મ પરમાત્મા માટે કરે છે. તેથી તું પણ યુદ્ધ તો કર, પણ પરમાત્મા માટે કર. પછી કોઈ કંઈ પણ કહે અથવા તારા શાસ્ત્ર જે કંઈ પણ કહેતાં હોય; પણ હું કહું છું કે પરમાત્મા માટે યુદ્ધ કરવાથી તને પાપ નહીં લાગે. અર્જુન, એવું નથી કે હું આજે આત્માની વાત કરતી વખતે તો પરમાત્મા છું, પણ રાસ રચાવતી વખતે કે છળ-કપટ કરતી વખતે પરમાત્મા ન હતો. હું દરેક સમયે, દરેક સ્થિતિમાં પરમાત્મા જ છું. ફળની આશા વિના અને કર્તાપણાના ભાવ વિના જે કોઈપણ અહીં, જે કંઈ પણ કર્મ કરે છે; એ કર્મ પૂરતા એ પરમાત્મા જ માનવામાં આવે છે. તેથી એમ સમજ કે ''કર્તાપણાનો ભાવ અને ફળની આશા'' ધર્મના માર્ગમાં સૌથી મોટી અડચણ છે. અને તું જે શાસ્ત્રોની વાત કરી રહ્યો છે, એ બધાં તો ઉલટા મનુષ્યમાં ''ફળની આશા'' જગાડવાવાળા છે. એ બધાં તો ઉલટા મનુષ્યના ''કર્તાપણા''ને મજબૂત કરવાવાળા છે. જ્યારે હું તને શુદ્ધ જ્ઞાન આપી રહ્યો છું. અને એ સીધું જ્ઞાન એ છે કે જે મનુષ્ય કોઈ વ્યક્તિ, વિષય કે વસ્તુથી ન તો રાગ કરે છે અને ન દ્વેષ;

હે
અર્જુન,
અહીં કોઈ
સંસારને
પરમાત્મા
માનીને જીવી
રહ્યો છે, તો
કોઈ
સંન્યાસને
અને **ખોટા**
બંને જ છે

એક એ જ સાચો કર્મયોગી છે. અને જે મનુષ્ય સામે જે કંઈ પણ આવી જાય તેને સ્વીકારતો ચાલ્યો જાય છે, એ સંન્યાસી છે. તેથી તારે માટે અત્યારે જ્ઞાન એટલું જ છે કે યુદ્ધ તારી સામે છે, બસ કર્તાપણું ત્યાગીને અને ફળની આશાઓ હટાવીને ...તેની સાથે રમી લે.

અર્જુન, જે શાસ્ત્રોની આણ આપીને તું યુદ્ધના મેદાનમાંથી ભાગવા ઈચ્છી રહ્યો છે, એ તો બ્રાહ્મણ અને શૂદ્ર વચ્ચે પણ ભેદભાવ કરવાનું શીખવે છે. તેઓ તો મનુષ્ય સુદ્ધાને વિભાજીત કરવામાં લાગેલા છે. પણ વાસ્તવિક જ્ઞાનીજન તો વિદ્યા અને વિનયથી ભરેલા બ્રાહ્મણમાં; અને ગાય, હાથી, કૂતરા અને ચાંડાળમાં પણ કોઈ અંતર નથી કરતાં. તેઓ તો બ્રાહ્મણ અને કૂતરામાં પણ સમદર્શી જ હોય છે. આવાં જ્ઞાનીજન ક્યારેય યુદ્ધ અને સંન્યાસ વચ્ચે ભેદભાવ નથી કરતાં. અને જેઓ આવાં સમભાવમાં સ્થિત છે, તેઓ પોતાના જીવતે-જીવ સંસાર પણ જીતી લે છે અને પરમાત્માને પણ મેળવી લે છે. અર્જુન, એટલું સમજી લે કે મનુષ્યના બધાં ભેદભાવ ત્યાં સુધી જ છે જ્યાં સુધી તેને ફળની આશા છે. તેની બધી પસંદગીઓ પણ ત્યાં સુધી જ છે, જ્યાં સુધી તેનામાં કર્તાપણાનો ભાવ છે. તેથી, સો વાતોની એક વાત એ છે કે એક સાચો જ્ઞાની ક્યારેય પ્રિય અને અપ્રિય વચ્ચે પસંદગી નથી કરતો. તે ક્યારેય પ્રિયને પ્રાપ્ત થઈને હર્ષિત નથી થતો અને અપ્રિયને પ્રાપ્ત થઈને દુઃખી નથી થતો. કેમ કે તે જાણે છે કે આ ''બધું મેળવવા-ગુમાવવા''નું પરમાત્માને આધીન છે. તેથી એ તો જે મળી જાય તેનાથી જ સંતોષ માની લે છે. એ ક્યારેય ન તો ઈચ્છા કરે છે, અને ન પસંદગી. એ જાણે છે કે એક દુનિયા બહાર છે અને એક ભીતર છે. એ જાણે છે કે બહારની દુનિયા ઉપર તેનું કોઈ નિયંત્રણ નથી, જ્યારે ભીતરની દુનિયા તેની પોતાની છે. એ જ તેનો આત્મા છે... અને આવાં તમામ જ્ઞાની લોકો પોતાના આત્મામાં જ સુખી રહે છે, તેનાથી જ તૃપ્ત રહે છે અને તેની પાસેથી જ જ્ઞાન લે છે અને તેમાં જ ભ્રમણ કરતાં રહે છે. અને એટલે તેમની આત્મતૃપ્તિની આ ભીતરી સ્થિતિમાં ક્યારેય કોઈ ફરક નથી પડતો. ...ભલેને બહાર જમીન-આસમાન એક કેમ ના થઈ જાય, તેઓ ભીતર હંમેશા એકરસ બની રહે છે. એટલે હે અર્જુન, જે પોતાના આ આત્માનો ભક્ત છે, તે એને બધાં યજ્ઞો અને તપોને ભોગવવાવાળો માને છે. એ તો પોતાના આત્માને ઈશ્વરોનો પણ ઈશ્વર સમજે છે. આવી વ્યક્તિ પોતાના આત્મા સિવાય કોઈ શાસ્ત્રથી પ્રભાવિત નથી થતી. તેથી તું પણ શાસ્ત્રોની આણ આપવાનું બંધ કરીને પોતાના અંતરાત્માના શરણે જા, ત્યાંથી જ જ્ઞાન લે; તારી બધી જ શંકાઓનો અંત આવી જશે. એ માટે તારે ''ફક્ત ફળની તમામ આશાઓને અને કર્તાપણાના ભાવને'' પોતાના આત્માને સમર્પિત કરી દેવાની છે. અને તું આ સમજી જ લે કે આવું કરવાથી પોતાના આત્મા પાસેથી તે જ ક્ષણે તને એ જ્ઞાન ઉપલબ્ધ થઈ જશે, જે હું તને આ સમયે આપી રહ્યો છું.

પ્રેક્ટિકલ એપ્લિકેશન - 10

અધ્યાય પાંચનો શ્રેષ્ઠ બોધપાઠ એ છે કે બધાં ભેદ મિટાવી દો. ભેદ જ ભ્રમ પેદા કરે છે અને જીવન પણ ભેદ જ ભટકાવે છે. તેથી એ વાતની ગાંઠ બાંધી જ લો કે "બધું પરમાત્મા છે" આજ એકમાત્ર સાચું જ્ઞાન છે. અર્જુન આ સમયે દુઃખી છે, તો ભેદને લીધે. અનિશ્ચયમાં ફસાયો છે, તો ભેદને કારણે. તમારાં જીવનમાં આટલાં ભટકાવ છે, તો ભેદને કારણે. આ ભેદનું શિક્ષણ જ છે જેણે સહુને ગાંડા કરી મૂક્યા છે. કૃષ્ણ કહી રહ્યાં છે કે એક જ્ઞાની માટે તો વિવેકી બ્રાહ્મણ અને કૂતરાં સુદ્ધામાં કોઈ ભેદ નથી. કેમકે અંતે તો બંને માત્ર 'છે'. એ આવું કે તેવું નથી. અને વળી આપણે તો જે આપણાં જીવનમાં છે, એટલાં સાથે જ વહેવાર કરવાનો છે. જે જીવનમાં નથી, એમને તો સ્વાભાવિક રીતે દૂરથી સલામ જ કરવાની છે. માટે જીવનમાં જે છે એમને પરમાત્મા માની લો, મન હંમેશ માટે શાંત અને પ્રસન્ન ન રહે તો કહેજો! અને શાંત તથા પ્રસન્ન મન જ પ્રગતિ કરે છે, એ કહેવાની જરૂર તો છે નહીં. ખેર, બધું પરમાત્મા છે એટલું માની લેવાથી સહુથી પહેલા તો તમારી મેળવવા-ગુમાવવાની બધી ચિંતાઓ પૂરી થઈ જશે. કેમકે પછી તો જે મેળવશો તે પણ પરમાત્મા અને જે ગુમાવશો, તે પણ પરમાત્મા. અને મન તો એટલું નિર્મળ બની જશે કે જીવવાની મજાજ આવી જશે. માટે આગળના પાને આપેલા ચાર્ટમાં આપેલી દરેક ચીજ સામે શાંત અને દ્રઢ મનથી લખો કે હું એને પરમાત્મા માનું છું. ત્યાંથી જ આપણે બંને આવ્યાં છે, ત્યાંજ આપણે બંનેએ જવાનું છે... તો પછી વચ્ચે 'ભેદ'ની મૂર્ખતા કરવાવાળો હું કોણ? આ એક પરિવર્તનથી તમારી ભીતર એવો ચમત્કાર થઈ જશે કે જેની તમે કલ્પના પણ નથી કરી શકતા. અને મન ક્યારેય સમાપ્ત ન થવાવાળી શાંતિને પ્રાપ્ત થઈ જશે, એ અલગ.

તમારાં જીવનમાં સામે આવનારાં મનુષ્યો તથા વસ્તુઓની સૂચિ

''આજ પછી હું એમને પરમાત્મા જ માનીશ'' આ દરેક કૉલમમાં હૃદયપૂર્વક લખો.

પરિવાર અને મિત્રો

....

....

....

તમારાં કર્તવ્ય

....

....

....

તમારું મન અને શરીર

....

....

....

બીજા ધર્મ, દેશ અને સમાજનાં લોકો

....

....

....

તમારાં પ્રતિદ્વંદ્વી

....

....

....

તમારાં શત્રુ

....

....

....

મળનારી અસફળતાઓ

....

....

....

સહેવા પડતાં સંકટ

....

....

....

તમારાં શોખ અને ઈચ્છાઓ

....

....

....

બીજાની ઈચ્છાઓ

....

....

....

નોટઃ એકંદરે એ સમજો કે બ્રહ્માંડની દરેક વસ્તુ, પૃથ્વીનો દરેક મનુષ્ય અને બનવાવાળી દરેક ઘટના, પરમાત્મા જ છે. અને આજ શ્રેષ્ઠ માનસિકતા છે. અને આ માનસિકતા એકવાર હૃદયપૂર્વક મેળવી લીધી, પછી દુઃખ જીવનમાંથી હંમેશને માટે અંતરધ્યાન થઈ જશે. આમ પણ જ્યારે બધું પરમાત્મામાંથી પેદા થયું છે અને બધું જ એની મરજીથી થઈ રહ્યું છે, તો પછી ભેદ શું કામ અને ચિંતા શેની? 'સમભાવ' આને જ કહે છે.

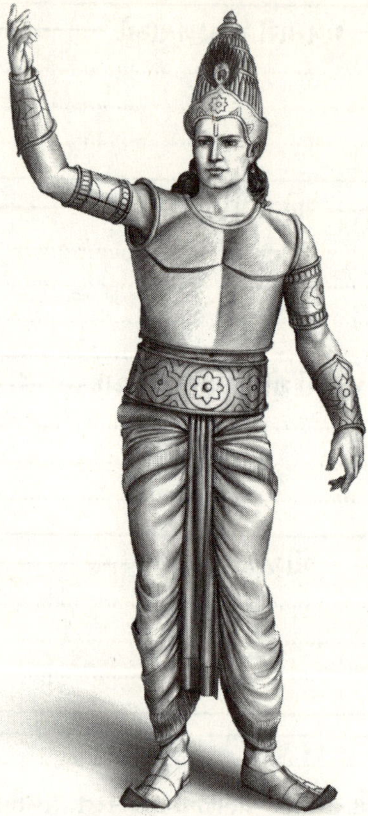

અધ્યાય - ૬

કૃષ્ણઃ

અર્જુન, તું યોગી બનવામાં જીજ્ઞાસા તો દેખાડી રહ્યો છે, પણ યોગીઓના લક્ષણ તું પોતાની અંદર વિકસિત નથી કરી શકતો. કેમ કે સત્ય તો એ છે કે કર્મોના ફળનો આશરો લઈને જો કોઈપણ મનુષ્ય કોઈપણ કર્મ કરવાનો ઈન્કાર કરે છે, તો તેને યોગી બિલકુલ ના માની શકાય. પછી ભલેને એ ઈન્કાર તે શાસ્ત્રોને કારણે કરી રહ્યો હોય, પાપ-પુણ્યને ધ્યાનમાં રાખીને કરી રહ્યો હોય, ...કે પછી એ ઈન્કાર તે નરકમાં જવાના ડરથી જ કેમ ના

કરી રહ્યો હોય. અને આ વાત તારે વિશેષ રીતે સમજવાની છે. ...કેમકે તું 'યોગ' સમજવા માટે જિજ્ઞાસુ તો ચોક્કસ છે, પણ વર્તન તું યોગીઓથી વિપરીત કરી રહ્યો છે. તું યુદ્ધને ન માત્ર પાપ માની રહ્યો છે, પરંતુ તેને નરકની સીડી પણ સમજી રહ્યો છે. પણ જો એક સાચા યોગીની જેમ તું આ ''ફળોના તમામ સહારા'' હટાવી દઈશ... તો તું યુદ્ધ કરવા સિવાય બીજી કોઈ બાબત વિશે નહીં વિચારે. હવે વધ તો મેં પણ અનેક કર્યાં, પણ એ વધ કરતી વખતે મેં ક્યારેય પાપ-પુણ્ય કે સ્વર્ગ-નરકની ના તો ચિંતા કરી અને ના તો કામના. ...કેમ કે પાપીઓનો નાશ થવો જોઈએ... તો થવો જ જોઈએ. પછી ફળની કામના કે પરિણામની ચિંતાના કારણે એ કર્મ ટાળી ના શકાય. પાપીઓના નાશને પાપ-પુણ્યના ત્રાજવામાં ના તોળી શકાય. ...એવી જ રીતે અર્જુન, એ પણ સમજી લે કે ફક્ત અગ્નિનો ત્યાગ કરવાવાળો સંન્યાસી નથી. એટલે કે પોતાના નુકસાનના ડરથી પણ ક્યારેય કરવાયોગ્ય કર્મ ના ટાળી શકાય. આ પણ સ્વાર્થ જ થયો... અને તું આ સમજી જ લે કે દુનિયાના કોઈપણ સ્વાર્થ માટે 'પરમાર્થ' ક્યારેય ન ટાળી શકાય.

એટલે અર્જુન, નિષ્કામ-ભાવથી એટલે કે કામના વિના સતત કર્મ કરતાં રહેવું એ જ યોગીનું લક્ષણ છે. અને આવાં યોગી માટે ''જે સર્વ સંકલ્પોનો અભાવ છે'' એ જ તેના કલ્યાણનો એકમાત્ર માર્ગ છે. કેમકે અહીં કઈ ક્ષણે, કોના માથે... શું કરવાનું આવી જાય, એ કહી ના શકાય. એવામાં ''હું આ કરીશ જ'' અથવા ''હું આ નહીં જ કરું'' જેવા સંકલ્પ લેવાવાળી વ્યક્તિ ક્યારે પણ યોગમાં સ્થિત નથી થઈ શકતી. કહેવાનો અર્થ એ કે ''બધાં જ સંકલ્પોનો ત્યાગી પુરુષ જ યોગારૂઢ કહી શકાય.'' મારું જ ઉદાહરણ લે, હું એક પ્રેમી હૃદય, આનંદપૂર્વક જીવવાવાળો અને શોખીન વ્યક્તિ છું. પણ એ માટે હું એ સંકલ્પ ન લઈ શકું કે હું માથાકૂટોમાં નહીં પડું કે સંઘર્ષોમાં નહીં ઉતરું. મારે કઈ પળે શું કરવું, એ સંપૂર્ણ રીતે મેં કુદરતના એકાધિકાર ઉપર છોડેલું છે. એમાં હું ''પોતાની ઈચ્છાઓ કે પોતાના સંકલ્પોને'' વચ્ચે નથી લાવતો. ...અને એટલે જ હું એક સાચો યોગી છું. તું પણ જો યોગમાં સ્થિત થવા ઈચ્છતો હોય તો ''તમામ પ્રકારની કામના અને સંકલ્પ,'' બંને દૂર કરી દે, અને ત્યારે તું મને યુદ્ધ ન કરવાનું એક કારણ કહે; હું માની જઈશ. અર્જુન, મારા ભાઈ, સમય વીતતો જઈ રહ્યો છે... તેથી તું વાતને સમજ. દુનિયાનો કોઈ સાચો યોગી કે સંન્યાસી વર્તમાન સ્થિતિમાં યુદ્ધનો અસ્વીકાર નહીં કરે.

હે અર્જુન, આ સંસારની રચના કંઈક એવી છે કે અહીં મનુષ્ય પોતે પોતાનો મિત્ર છે અને તે પોતે પોતાનો શત્રુ છે. બહાર અહીં કોઈ કોઈનો શત્રુ કે મિત્ર નથી. તેથી મનુષ્યએ પોતાની સાથે મિત્રતા નિભાવવી જોઈએ, અને પોતાના દ્વારા પોતાનો આ ''સંસાર-સમુદ્ર''માંથી ઉદ્ધાર કરવો જોઈએ. અને એ માટે તેણે તમામ કામનાઓ અને

મનના સત્યમાં જીવનારો તો ઉર્વશી મેનકા હોય કે સોમરસ, બંને અહીં જ ભોગવી લે છે

સંકલ્પોનો ત્યાગ કરવો જોઈએ. આ કરીશ કે આ નહીં કરું નો કોઈ નિર્ણય એ ક્યારેય ન કરે. આ જોઈએ કે આ ન જોઈએ જેવી વાતોમાં પોતાને ના ગૂંચવે. મનુષ્યએ આ તમામ પ્રકારના આકર્ષણો અને વિકર્ષણોથી ખુદને બચાવવો જોઈએ. અર્જુન, યોગી હોય કે સંન્યાસી, બંને માટે સુખ-દુઃખ, ઠંડી-ગરમી અને માન-અપમાનમાં કોઈ અંતર નથી હોતું. તેઓ તો જે મળી જાય તેને પરમાત્માનો પ્રસાદ સમજીને સ્વીકારી લે છે. જે કરવાનું માથે આવી પડે, તેને પરમાત્માનો હુકમ માનીને કરી લે છે. તેથી તું પણ સામે આવી પડેલા આ યુદ્ધને પરમાત્માનો પ્રસાદ માનીને સ્વીકારી લે. આના સિવાયનું કંઈ પણ વિચારવું, તારા ''અહંકાર અને અજ્ઞાન''ને જ દર્શાવે છે. તેથી યોગી અને સંન્યાસીમાં કોણ શ્રેષ્ઠ છે, એ ન પૂછીશ. એટલું સમજી લે કે બંનેમાંથી કોઈપણ આ યુદ્ધમાંથી ભાગવાનું બહાનું ન શોધત.

હે અર્જુન, એક યોગી માટે પથ્થર અને સોનામાં કોઈ અંતર નથી હોતું. તે મિત્ર, વેરી, મધ્યસ્થમાં જ નહીં, પાપી અને ધર્માત્માઓમાં પણ સમાનભાવ રાખવાવાળો હોય છે. તેને ના તો કોઈ પ્રકારની આશા હોય છે, અને ના મનથી તે કોઈ વાતને ગ્રહણ કરે છે. બહાર તેની દુનિયા ગમે તેટલી મોટી કેમ ન હોય, ભીતરથી તે નિરંતર પોતાના આત્મા સાથે એકાંતમાં જ રહે છે. આ યોગમાં, હે અર્જુન, અનેક લોકો, અનેક પ્રકારે સ્થિત થવાનો પ્રયત્ન કરે છે. આ માટે તેઓ પ્રાણાયામથી લઈને જુદા-જુદા પ્રકારના આસન કરે છે. આ બધું પણ ઉપયોગી છે, કેમ કે આનાથી શરીરની સ્વસ્થતા જળવાઈ રહે છે. અને સ્વસ્થ શરીર માટે મનની ઊંચાઈઓ સ્પર્શવાનું સરળ બની જાય છે. તેથી, હે અર્જુન, આ યોગમાં જેટલું મનના શુદ્ધિકરણનું મહત્ત્વ છે, એટલું જ શરીરની સ્વસ્થતાનું પણ મહત્ત્વ છે. તેથી આ યોગમાં ખાન-પાનથી લઈને ઊંઘ સુદ્ધાંનું ખૂબ જ મહત્ત્વ છે. આ

યોગ ના તો વધુ ખાવાવાળાનો કે ના તો ભૂખ્યા રહેવાવાળાનો ક્યારેય સફળ થાય છે. એવી જ રીતે ઓછું કે વધારે ઊંઘવું એ પણ આ યોગમાં નડતરરૂપ છે. પણ છેલ્લે તો બધું મહત્ત્વ ''મનની સ્વસ્થતા''નું જ છે. હરી-ફરીને મહત્ત્વ તો મનમાંથી ''કામનાઓ અને સંકલ્પ'' દૂર કરવાનું જ છે. તેથી, મનુષ્યએ શરીરને તો સંભાળવું જોઈએ, પણ ધ્યાન મનની સ્વસ્થતા ઉપર જ જાળવી રાખવું જોઈએ. ...કેમ કે છેવટે તો જીવનનું પરિણામ મનની સ્વસ્થતા ઉપર નિર્ભર છે, શરીરની સ્વસ્થતા ઉપર નહીં.

અર્જુન, તું એક સીધી વાત કેમ નથી સમજી રહ્યો કે મનુષ્યનું આખે-આખું જીવન તેની ભીતર છે, બહાર નહીં. જે કંઈ પણ તેણે મેળવવા અને ગુમાવવાયોગ્ય છે, એ બધું પણ તેની ભીતર છે. બહાર તો ન રાજ્ય મેળવવાયોગ્ય છે અને ન વૈરાગ્ય. બહાર તો જે કંઈ પણ છે, એક ભ્રમ જ છે. ના સ્વર્ગ બહાર છે અને ના નરક. તું અત્યારે જે મનોદશામાં છે, એ જ તારે માટે નરક છે. હું તને આ દુઃખમાંથી ઉગારીને તરત જ મહાઆનંદમાં સ્થિર કરી દેવા ઈચ્છું છું. તેથી તું આ યુદ્ધને બહાર ના જોઈશ. તું આ સંઘર્ષને ભીતર શોધ, અને પોતાના આ ભીતરી સંઘર્ષ ઉપર વિજય મેળવી લે. ...બસ તરત જ આ બાહ્ય યુદ્ધ તારે માટે એક ''નાટક'' બની જશે. એવું સમજ અર્જુન કે જે મનુષ્યની ભીતર કોઈ ભેદભાવ નથી, તેના જીવનમાં બહાર કોઈ સંઘર્ષ નથી. જ્યાં સુધી તારી ભીતર પાપ અને પુણ્યમાં, રાજ્ય અને વૈરાગ્યમાં ભેદભાવ છે; ત્યાં સુધી જ તારા જીવનમાં બહાર સંઘર્ષ છે. ત્યાં સુધી જ તું એકની તરફ જવા ઈચ્છીશ અને એકથી ભાગવા ઈચ્છતો રહીશ. તેથી, બહાર જે કંઈ પણ છે તેને તું બહાર જ રહેવા દઈને ભીતર પોતાના આત્મામાં તૃપ્ત રહે. ભીતર હંમેશા સમરસ અને તૃપ્ત રહેવું એ જ એક યોગીનો ''પરમ આનંદ'' છે. કેમ કે આવો યોગી ચારે બાજુ બધું સમભાવથી જુએ છે. તે બહાર જે કંઈ પણ છે, તેને એક આત્માનો જ વિસ્તાર માને છે. અને જ્યારે બધું જ એક આત્માનો જ વિસ્તાર છે તો એમાં ભેદભાવ શું કરવો? એમાં સારું-ખરાબ અને પાપ-પુણ્ય શું શોધવાનું? એમાં પારકું-પોતીકું અને હાર-જીત ક્યાં શોધવી? તેથી, હે અર્જુન, જે કોઈ જ્ઞાની પુરુષ પોતાની ચારે તરફના સંપૂર્ણ વિસ્તારને ''મુજ વાસુદેવરૂપી આત્માને આધીન જુએ છે'' એ હંમેશ માટે મારી સાથે એકરૂપ થઈ જાય છે. તેથી તું પણ સંપૂર્ણ સમભાવમાં સ્થિત થઈ જા. પોતાને, કૌરવોને, જીવવા અને મરવાને, બધાંને 'કૃષ્ણ' જ સમજી લે. પછી તું જીતવા કે હારવાથી મારાથી જુદો નહીં થા. ના જીવંત રહેવાથી જુદો થઈશ, ના મૃત્યુ આવવાથી. કેમ કે પછી તારે માટે હાર-જીત અને જીવન-મૃત્યુ, બધું કૃષ્ણ જ છે. અર્જુન તું તો બુદ્ધિશાળી છે; તો વિચાર કે જેને માટે બહાર બધું જ એક આત્માનો જ વિસ્તાર છે, તેને માટે પછી આ જગતમાં પાપ-પુણ્ય અને હાર-જીત બચ્યા જ ક્યાં? આવો યોગી ભલેને જે કંઈ પણ કેમ ન કરી રહ્યો હોય, તે હંમેશા પરમાત્માથી

પરમાત્મામાં જ રમતો રહે છે. અને આવો ''પરમાત્માથી પરમાત્મામાં રમવાવાળો'' કંઈ પણ કેમ ન કરી રહ્યો હોય, ભલા એને પાપ કઈ રીતે લાગે? તેથી એટલું સમજ કે જ્યાં સુધી તું પોતાને અલગથી મહત્ત્વ આપી રહ્યો છે, ત્યાં સુધી તું બહાર બધાંમાં ભેદભાવ કરી રહ્યો છે. જે દિવસે તું પોતાના સહિત બધાંને એક ઈશ્વરના સંતાન માની લઈશ, ત્યારે હાર-જીત અને જીવવા-મરવાનું તને પ્રભાવિત નહીં કરે. પછી તું ન તો ક્યારેય યુદ્ધ કરવાની ના પાડીશ કે ન યુદ્ધ કરવાની જીદ કરીશ. જે મનુષ્ય પોતાના દુઃખ અને બીજાઓના દુઃખ તેમજ પોતાના સુખ અને બીજાઓના સુખમાં ભેદભાવ નથી કરતો, એ યોગી શ્રેષ્ઠ કહેવાય છે. કેમ કે તે પોતાના સ્વાર્થની ચિંતામાં ક્યારેય કોઈ વસ્તુની ના નથી પાડતો.

અર્જુન:

હે કૃષ્ણ, તમે જે સમભાવમાં સ્થિત થવાની વાત કરી, હું તેને સંપૂર્ણ રીતે સમજી ગયો. પણ આ વાત સાંભળવામાં જેટલી સરળ લાગી રહી છે, તેની ઉપર અમલ કરવો એટલો જ મુશ્કેલ છે. મનની અતિ ચંચળતાના કારણે હું ઈચ્છવા છતાં ખુદને અને બીજાઓને સમભાવથી જોવામાં અક્ષમ છું. હે કૃષ્ણ, આ મન ખૂબ જ ચંચળ અને દ્રઢ છે. તેને વશમાં કરવું એ વાયુને વશમાં કરવા સમાન છે. હું ન ઈચ્છવા છતાં પણ વારંવાર સ્વાર્થમાં ફસાઈ જાઉં છું. ન ઈચ્છવા છતાં પણ વારંવાર મને મારી જ ચિંતા ઘેરી વળે છે. તમે તો હાર અને જીત તથા જીવન અને મૃત્યુમાં સમભાવથી જોવાની વાત કરો છો, હું તો આ યુદ્ધમાં હાજર યોદ્ધાઓને પણ સમભાવથી જોવામાં અસમર્થ છું. મારું મન આ વાત માનવા માટે તૈયાર જ નથી કે મારા મૃત્યુ અને કૌરવોના મૃત્યુમાં કોઈ અંતર નથી. ...મારી હાર અને કૌરવોની હારમાં કોઈ અંતર નથી. ખરેખર વાત સમજ્યા પછી પણ મનની ચંચળતાને કારણે તેના ઉપર અમલ કરવો ખૂબ જ મુશ્કેલ થઈ રહ્યું છે.

કૃષ્ણ:

વાત તો તારી સાચી છે, અર્જુન! આ મન ચોક્કસપણે ખૂબ જ બળવાન છે. તેને વશમાં કરવું એ ખરેખર સહેલું નથી. પણ તેને વૈરાગ્યના સતત અભ્યાસથી વશમાં કરી શકાય છે. અને અહીં સ્પષ્ટ સમજી લે કે વૈરાગ્ય શરીરનું નહીં, મનનું છે. સવાલ હાર-જીતનો હોય કે જીવન-મરણનો, તેને શારીરિક કર્મ-માત્ર સમજીને બહારનું બહાર રહેવા દેવું જોઈએ. મનમાં તો એ બધાં કર્મો પ્રત્યે વૈરાગ્ય જ હોવું જોઈએ. છપ્પનભોગ હોય કે સૂકી રોટલી, બંને શરીરથી ગ્રહણ કરવાનું છે. મનથી બન્નેમાં કોઈ ભેદભાવ ના સમજવો જોઈએ. જે મનથી ''બધી વસ્તુઓ અને કાર્યો પ્રત્યે'' સતત આવું વૈરાગ્ય રાખે છે, એ એક દિવસ

આ મહાન યોગને સહજ જ ઉપલબ્ધ થઈ જાય છે. ...આ ''મહાન યોગની પ્રાપ્તિ માટે'' આ મારો સ્પષ્ટ મત છે. તેથી જે કોઈપણ આ યોગની પ્રાપ્તિ માટે ''મનના વૈરાગ્ય''ને છોડીને બીજી વાતો ઉપર ધ્યાન આપે છે, એ આ ''મહાન યોગ''ને ઉપલબ્ધ થવાથી વંચિત રહી જાય છે.

અર્જુન:

હું તમારી આ વાત પણ સમજી ગયો. તમે બરાબર જ કહો છો. પણ હે કૃષ્ણ, જે પુરુષ મનથી વૈરાગ્યને પ્રાપ્ત થવાની અને સમભાવમાં સ્થિત થવાની કોશિશ કરે છે; પણ મન વશમાં ન હોવાને કારણે છેલ્લે એવું કરી નથી શકતા; તેમનું શું થાય છે? શું એવા શ્રદ્ધાવાન અને પ્રયત્નશીલ પુરુષ પણ નષ્ટ-ભ્રષ્ટ થઈ જાય છે? હું આને મારા જ ઉદાહરણ દ્વારા કહું તો મને તમારો કહેલો એક-એક શબ્દ સમજાઈ ગયો છે. હું સમજી ગયો છું કે જો હું સંપૂર્ણ રીતે સમભાવમાં સ્થિત થઈને યુદ્ધ કરું, તો હું યુદ્ધ કરતાં-કરતાં પણ યોગને ઉપલબ્ધ થઈ જઈશ. પણ હું તમામ કોશિશ છતાં સમભાવમાં સ્થિત નથી થઈ શકતો, અને છતાં પણ યુદ્ધ કરું છું તો મારું શું થશે? ચોક્કસપણે હું યોગમાં તો સ્થિત નહીં જ થઈ શકું, પણ હું ક્યાંક નષ્ટ અને ભ્રષ્ટ તો નહીં થઈ જાઉં? હે કૃષ્ણ, મારી આ ચિંતાનું સંપૂર્ણ સમાધાન તમારાં સિવાય કોઈ નહીં કરી શકે.

કૃષ્ણ:

હે અર્જુન! મને ખુશી છે કે તું મારી વાત તો સમજ્યો. હવે તું બીજું એટલું સમજી લે કે ''પરમાત્માની પ્રાપ્તિ તરફ'' મનુષ્યએ ફક્ત પહેલું ડગલું જ ભરવાનું હોય છે. બાકીની યાત્રા તો સમય સાથે સહજ જ પૂરી થઈ જાય છે. તેથી, સમભાવમાં સ્થિત થવાના પ્રયત્નને તું પરમાત્માની તરફ વધારવામાં આવેલા પહેલાં કદમ તરીકે

> હે **અર્જુન,** તું એવું સમજ કે **''સ્વયંની ચિંતા''** થી **''સર્વની ચિંતા''** સુધી પહોંચવું જ **પરમાત્માને પામવાનો** સૌથી સરળ **માર્ગ** છે

લે. પછી તારો ન તો આ લોકમાં નાશ થશે અને ન પરલોકમાં. પછી તું આજ પછી ક્યારેય દુર્ગતિને પ્રાપ્ત નહીં થાય. સમભાવમાં સ્થિત થવાની કોશિશ કરતાં-કરતાં જો તું યુદ્ધમાં માર્યો પણ ગયો, તો પણ ચિંતા ના કરીશ. કેમ કે પછી તું કોઈ જ્ઞાનીને ત્યાં જન્મ લઈ લઈશ. અને ત્યાંથી પછી બે ગણા ઉત્સાહ સાથે સમભાવ તરફ ડગ ભરીશ. અને આ ક્રમ ત્યાં સુધી ચાલુ રહેશે જ્યાં સુધી તું સંપૂર્ણ રીતે યોગને એટલે કે ''સંપૂર્ણ સમભાવ''ને પ્રાપ્ત નહીં થઈ જાય. અર્જુન, એક વાત સ્પષ્ટ સમજી લે કે સમભાવમાં સ્થિત થવાનો પ્રયત્ન કરવાવાળો પુરુષ તો તપસ્વીઓ, શાસ્ત્ર-જ્ઞાનીઓ અને કર્મકાંડ કરવાવાળાઓથી પણ કેટલાંય ગણો શ્રેષ્ઠ માનવામાં આવે છે. અને તું સમભાવમાં સ્થિત થવા તરફ પહેલું કદમ આગળ વધારી ચૂક્યો છે, તેથી કોઈપણ જાતની શંકા વિના દિલ ખોલીને યુદ્ધ કર. ...હવે તારે બીજી કોઈ ચિંતા કરવાની જરાય જરૂર નથી.

પ્રેક્ટિકલ એપ્લિકેશન - 11

આ છઠ્ઠા અધ્યાયનું છુપાયેલું શિક્ષણ એ છે કે સ્વાર્થ એકમાત્ર પાપ છે. બધાં સ્વાર્થ હટાવી દો, પછી જે કંઈપણ કરો... બધું પરમાત્મા જ કરી રહ્યો હશે. જીવનની બધી હેરાનગતિઓનું મૂળ સ્વાર્થ છે. તમે તમારાં જીવનની એકપણ એવી હેરાનગતિ બતાવી દો, જેના મૂળમાં સ્વાર્થ ન હોય. તેથી સ્વાર્થ હટાવી દો, હેરાનગતિ આપોઆપ અદ્રશ્ય થઈ જશે. હેરાનગતિઓથી છુટકારો પામવાનો બીજો કોઈ ઉપાય નથી. અને એ સત્ય પણ સમજી લો કે એ લોકો જ મહાનતા પ્રાપ્ત કરી શક્યા છે, જેમણે પોતાના અંગત-સ્વાર્થ છોડ્યા છે. ગીતા સફળતા અપાવે છે... અને મહાન બનાવે છે. માટે આગળના પાનામાં આપેલા ચાર્ટના સહારે પોતાના સ્વાર્થ કમજોર બનાવવાનો પ્રયાસ કરો. આપોઆપ જીવનમાંથી કષ્ટ પણ ઓછાં થતાં જશે અને જીવન પણ વ્યવસ્થિત બનતું જશે.

એ વસ્તુઓની સૂચિ જેમની સાથે તમે વ્યવહાર કરી રહ્યાં છો

બધાંની સામે હૃદયપૂર્વક લખો કે ''આજ પછી હું આમાંથી મારો સ્વાર્થ હટાવું છું''

પારિવારિક સંબંધો

....

....

....

મિત્ર

....

....

....

વ્યાવસાયિક સંબંધો

....

....

....

ફળ અને પરિણામ

....

....

....

ધર્મ

....

....

....

વિચાર

....

....

....

ભવિષ્ય

....

....

....

કર્મ

....

....

....

નોટઃ સમજો એટલું કે આખી દુનિયા સ્વાર્થના રસ્તે જીવન બનાવવા નીકળી છે. હરકોઈ એમજ કહે છે કે મારું શું? મને શું ફાયદો? તો પણ જીવન કેમ નથી બની રહ્યું? કેમકે જીવન તમારી બુદ્ધિની સામાન્ય માનસિકતાથી નહીં, પરંતુ પ્રકૃતિના પરમનિયમોથી બનશે. અને કૃષ્ણ જે કંઈપણ કહી રહ્યાં છે એ તેઓ પ્રકૃતિનાં અટલ નિયમોને ધ્યાનમાં રાખીને જ કહી રહ્યાં છે. તેથી બધાં સંબંધો અને બધાં કાર્યોમાંથી સ્વાર્થ હટાવ્યા વિના ન સ્થાયી સફળતા મળવાની છે કે ન તો સ્થાયી શાંતિ.

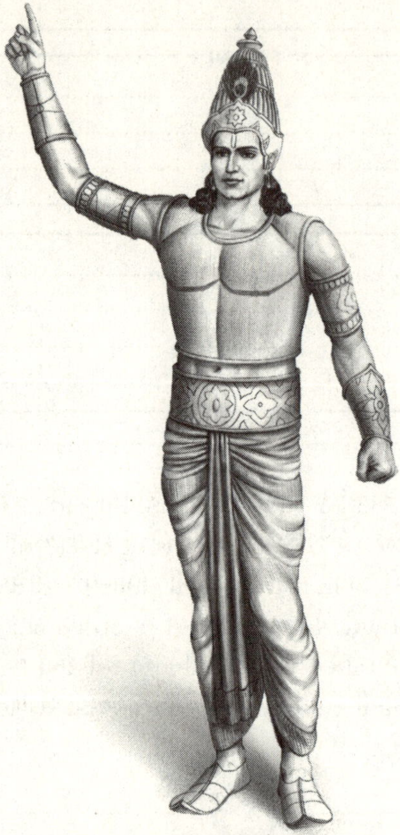

અધ્યાય - ૭

કૃષ્ણ:

મને તો લાગી રહ્યું હતું કે અર્જુન હવે યુદ્ધ કરવા માટે તૈયાર થઈ જશે. પણ એવું ન થયું. તેના હાવભાવ પરથી સ્પષ્ટ હતું કે હજી પણ તેની યુદ્ધ લડવાની કોઈ તૈયારી નથી. ...જો કે હોય પણ કેવી રીતે? ચિંતાનું સ્તર સુધર્યું હતું, ચિંતા દૂર થોડી જ થઈ હતી? પહેલાં તે પાપ-પુણ્યની અને પોતાના જીવવા-મરવાની ચિંતા કરી રહ્યો હતો, હવે તેને પોતાના જન્મો-જન્માંતરોની ગતિની ચિંતા ઘેરી વળી હતી. જો કે આ વિષયમાં મેં તેને સ્પષ્ટ કહી દીધું હતું કે એકવાર મનુષ્ય સમભાવમાં સ્થિત થવાનો પ્રયત્ન શરૂ કરી દે છે, પછી

દર જન્મે તે પરમાત્મા તરફ આગળ ને આગળ વધતો જ જાય છે. પણ હું સમજી રહ્યો છું કે જન્મોની ચિંતા પણ એ કરે... જેને અનેક જન્મોનો વિશ્વાસ હોય. અને એકવાર એ વિશ્વાસ થઈ જાય, તો કોઈ બાબતે વધુ ચિંતા બાકી જ ન રહે... તેથી અર્જુન ભલેને ચિંતા જન્મો-જન્માંતરોની વ્યક્ત કરી રહ્યો હતો, પરંતુ હજી પણ તેની મુખ્ય ચિંતા આ જન્મને લઈને જ હતી. તેથી આટલું તો હું સમજી જ રહ્યો હતો કે અર્જુનની મનોદશામાં સુધારો ચોક્કસ આવ્યો હતો, પરંતુ તેનું ધ્યાન હજી પણ સમજવા કરતાં યુદ્ધની વાત ટાળવામાં જ ઘણું વધારે લાગેલું હતું.

હવે આવામાં મારી પાસે તો ઉપાય જ ક્યાં હતો? મારે તો વાત આગળ વધારવાની જ હતી. તેને સમજાવવાના પ્રયત્ન તો છોડવાના નહોતા. એમ પણ જીવનમાં... હું ક્યારેય હાર્યો નથી. અને અર્જુન સાથે ચાલી રહેલા વર્તમાન સંવાદમાં પણ હારવાનું તો હતું જ નહીં. તેથી બસ હું ફરી એકવાર શરૂ થઈ ગયો. હવે આમ તો તેને અગાઉ જ એટલી રીતે સત્ય સમજાવી ચૂક્યો હતો કે હવે કંઈ નવું જાણવાની તેને જરૂર જ ન હતી. પરંતુ છતાં પણ એ ના સમજે તો શું? ત્યાં સુધી તો મારે કંઈક ને કંઈક નવું કહેતાં જ રહેવાનું છે. બસ મેં ફરી કહેવાનું શરૂ કર્યું કે હે અર્જુન, હવે તું એ રહસ્યપૂર્ણ વાત સાંભળ જેનાથી ''અનન્યભાવથી પોતાના આત્માને પરાયણ થયેલો તું'' મારા ભવ્ય ગુણોથી ભરેલા સંપૂર્ણ અસ્તિત્વને જાણી શકીશ. વિજ્ઞાનથી ઓતપ્રોત આ એક એવું તત્વજ્ઞાન છે કે જેને જાણ્યા પછી વિશ્વમાં બીજું કંઈ પણ જાણવાનું બાકી નથી રહેતું. અર્જુન, આ ખૂબ જ ઉચ્ચ રહસ્ય છે. ટૂંકમાં તું એટલું સમજી લે કે મારા પરમાત્મીય સ્વરૂપને પામવું સહેલું નથી. અહીં તો હજારોમાં કોઈ એક મારા સ્વરૂપને પામવાનો પ્રયત્ન કરે છે, અને એ હજારો પ્રયત્ન કરવાવાળાઓમાં પણ કોઈ એક પોતાના આત્માની સંપૂર્ણ શરણાગતિ સ્વીકારીને મારા સ્વરૂપને પ્રાપ્ત

બહારના ઉતાર ચડાવોથી જેની ભીતર ઉથલ પાથલ નથી મચતી, એ જ સાચો જ્ઞાની છે

કરી શકે છે. ...બાકી રહ્યો સવાલ એ શાસ્ત્રોનો જેની તું આણ આપ્યા કરે છે, એને તો હરકોઈ વાંચે છે. પણ આવાં ઉપરછલ્લાં શાસ્ત્રજ્ઞાનથી ''હું'' પ્રાપ્ત નથી થતો. મને તો પોતાના આત્માની સંપૂર્ણ શરણાગતિ સ્વીકાર્યા વિના પામી જ નથી શકાતો.

ખેર, હવે હું સીધું તને ''મુજ આત્માનું રહસ્યપૂર્ણ સ્વરૂપ'' સમજાવું. મારી કુલ બે પ્રકારની પ્રકૃતિ છે, એક જડ અને એક ચેતન. મારી જડ પ્રકૃતિ કુલ આઠ ભાગોમાં વિભાજીત છે. પૃથ્વી, જળ, અગ્નિ, વાયુ અને આકાશ જ નહીં, મનુષ્યના મન, બુદ્ધિ અને અહંકાર પણ મારી જડ પ્રકૃતિના જ ભાગો છે. અને આશ્ચર્યની વાત એ છે કે તેમ છતાં બધી જ્ઞાનની વાતો પણ મનુષ્ય પોતાના ''મન, બુદ્ધિ અને અહંકાર'' થી કરે છે, અને તેને સમજવાની ચેષ્ટા પણ તે ત્યાંથી જ કરે છે. એ આ સમજતો જ નથી કે આ બધી જડમાંથી નીકળેલી વાતો છે, અને આમાં મારી જડ પ્રકૃતિ સિવાય બીજી કોઈ વસ્તુની ચર્ચા નથી. આ બધી વાતોમાં 'માયા' સિવાય બીજું કંઈ નથી. અર્જુન, આ બધાં પાપ-પુણ્ય, આ બધી હાર-જીત, આ તમામ સફળતાઓ-નિષ્ફળતાઓ જ નહીં, સંસાર અને સંન્યાસની વાતો પણ માયા સિવાય બીજું કંઈ નથી. આ તમામ વાતો અને આ બધું જ્ઞાન મારી જડ પ્રકૃતિનો જ ભાગ છે. એટલે જ તો કહેવા ખાતર સંસારમાં મારી ચર્ચા ખૂબ જ છે, પણ હકીકતમાં અહીં ''મુજ પરમાત્માની ચર્ચા'' ન બરાબર છે. તેથી તું સાંભળી લે અર્જુન, કે હું તો આ તમામ જડોની પેલે પારનો એક ચેતન છું. ...અથવા એમ સમજ કે આ બધી જ જડોની ભીડમાં ''હું એકમાત્ર ચેતન'' છું. બાકી મારું આ નામ, આ શરીર, મારો પરિવાર અને મારી દ્વારકા, બધું જડ છે. તું મને ઓળખવા માંગતો હોય તો ઓળખ, હું આ બધાંની પાર છું. એવી જ રીતે તું પણ અર્જુન કે પાંડવ નથી, ના તો હસ્તિનાપુર તારું છે; તું પણ આ બધાંથી પારનું એક ''ચેતન તત્વ'' જ છે.

એમ સમજ અર્જુન કે સંપૂર્ણ સંસાર આ જડ અને ચેતનના મિલનથી ઉત્પન્ન થાય છે, પણ હકીકતમાં ''હું-ચેતન'' જ આ સંસારની ઉત્પત્તિ અને પ્રલયનું એકમાત્ર કારણ છું. અહીં જે કંઈ પણ છે, બધું એક મારે કારણે છે. એમ સમજ કે આ સંપૂર્ણ જગત, આ બધાં જીવ, આ તમામ મનુષ્ય ...બધું જ માળાના મણકાની માફક મુજ દોરામાં ગૂંથાયેલા છે. તું એમ સમજ અર્જુન કે અદ્રશ્ય હોવા છતાં પણ સંસારની બધી વસ્તુઓમાં સૌથી મહત્ત્વપૂર્ણ હું જ છું. જળમાં રસ હું છું. ચંદ્ર અને સૂર્યમાં પ્રકાશ તું મને જ જાણ. અગ્નિનું તેજ તથા મનુષ્યોનું જીવન પણ હું જ છું. એટલું જ નહીં અર્જુન, પુરુષોનું પુરુષત્વ પણ હું જ છું. તેથી તું યુદ્ધરૂપી પુરુષાર્થથી ભાગવાનું ન વિચાર. મારો વિશ્વાસ કર કે તારા આ પુરુષાર્થમાં ''હું'' હંમેશા તારી સાથે ઊભો રહીશ. એમ સમજ કે તપસ્વી જડ છે, અને તેનું ચેતનરૂપી તપ ''હું'' છું. પુરુષ જડ છે, પણ તેનો પુરુષાર્થ ''હું'' છું. એટલું જ કેમ, શાસ્ત્રને અનુકૂળ એટલે કે આત્મીય સંમતિની સાથે કરવામાં આવતો ''કામ'' પણ ''હું'' જ છું. સાથે જ, વ્યક્તિગત કામનાઓ

વિના પ્રદર્શિત કરવામાં આવતા બળવાનોનું બળ પણ ''હું'' જ છું. તું પણ બળવાન છે, પણ તું કાયમ પોતાના બળનો ઉપયોગ પોતાની કામનાઓની પૂર્તિ માટે અથવા તો પોતાનું સામર્થ્ય દેખાડવા માટે કરતો આવી રહ્યો છે. એટલે તારા આજ સુધીના દેખાડેલા કોઈપણ શૌર્યમાં ''હું'' નહોતો. પણ આજે હું તને કહી રહ્યો છું કે આજનું આ યુદ્ધ તું પોતાની તમામ કામનાઓ હટાવીને કર. આમાં કોઈ બે મત નથી કે આવું કરવાથી તારા બળમાં મારું બળ સામેલ થઈ જશે.

અર્જુન હું તને શું કહું, મનુષ્યના સાત્વિક અને રાજસી ભાવ જ નહીં, તેના તામસી ભાવોને પણ તું મારામાંથી જ ઉત્પન્ન જાણ. હું પહેલાં જ કહી ચૂક્યો છું કે આ સંસારની કોઈપણ ઘટનાનું મારા સિવાય બીજું કોઈ પરમકારણ નથી. તેથી તું આ સ્પષ્ટ સમજી જ લે કે આ યુદ્ધ પણ મારી મરજીથી જ થઈ રહ્યું છે. હા, એ વાત અલગ છે કે આ યુદ્ધના થવામાં કોઈની રાજસી તો કોઈની તામસી પ્રવૃત્તિ જવાબદાર છે. સાથે જ યુદ્ધ કેટલાંયની સાત્વિક પ્રવૃત્તિનું પણ પરિણામ છે. આ જ તારા સમેત બધાંની સમસ્યા છે. અને આ જ કારણે બધાં સંઘર્ષમાં છે. બીજી બાજુ બધું જ હોવા છતાં પણ મુજ પરમાત્માને હકીકતમાં આ યુદ્ધ સાથે કંઈ લેવા-દેવા નથી. તું એમ સમજ કે યુદ્ધમાં હોવા છતાં પણ, હું યુદ્ધમાં નથી. કહેવાનો અર્થ એ કે બહાર યુદ્ધ ચોક્કસ છે, હું ઊભો પણ યુદ્ધના મેદાનમાં છું, પણ આમ છતાં મારી ભીતર કોઈ યુદ્ધ નથી. પણ બીજી બાજુ તું એ હદે યુદ્ધમાં ડૂબેલો છે કે અહીંથી ભાગવા છતાં પણ તારો યુદ્ધમાંથી છુટકારો નથી થવાનો. તેથી તું રાજસી, તામસી અને સાત્વિક, ત્રણેય પ્રવૃત્તિઓને છોડ. પછી એની મેળે જ યુદ્ધના મેદાનમાં હોવા છતાં પણ તું યુદ્ધથી પર થઈ જઈશ. આવું કરવાથી તારું મારી સાથે નિત્ય-મિલન થઈ જશે. કેમ કે હું આ ત્રણેય પ્રવૃત્તિઓની પાર હરહંમેશ હાજર છું. અર્જુન, મનુષ્ય ચાહે કૌરવોની જેમ તામસી ભાવોથી યુદ્ધ કરે કે પાંડવોની જેમ રાજસી કારણોથી યુદ્ધ કરે; એ બંનેમાં પરમાત્મા ઉપસ્થિત નથી. અહીં એ પણ સ્પષ્ટ કરી દઉં અર્જુન, કે જે સાત્વિક કારણો, એટલે કે શાસ્ત્રોમાં વર્ણિત પાપ-પુણ્યોના બહાના બનાવીને તું અહીંથી ભાગવા ઈચ્છે છે, એમાં તો હું બિલકુલ પણ નથી. એ તો હજી વધારે ખતરનાક છે. કેમ કે એવામાં તો તું આ યુદ્ધને સંપૂર્ણ જીવન માટે ભેગું કરીને પોતાની સાથે લઈ જઈશ. તેથી મહેરબાની કરીને આ ત્રણેય ગુણોની પાર ''મુજ અવિનાશી પરમાત્માને'' ઓળખ. જેની જડ પ્રવૃત્તિ યુદ્ધમાં છે અને ચેતન પ્રવૃત્તિ યુદ્ધની પાર છે. અને આ રીતે યુદ્ધ કરવું એ જ વર્તમાન પરિસ્થિતિઓમાં એકમાત્ર વિકલ્પ છે. અર્જુન, જે કોઈપણ આ ''સાત્વિક, રજસ અને તમસરૂપી ત્રિગુણી-માયા''ની પાર થઈ જાય છે, તેનો જીવતે-જીવ પરમાત્મા સાથે નિત્ય સંયોગ થઈ જાય છે.

હે અર્જુન, આ ત્રિગુણી-માયા ખૂબ જ બળવાન છે. સંસારી હોય કે સંન્યાસી, બધાંને તેણે ઘેરી રાખ્યા છે. અહીં કોઈ સંસારને પરમાત્મા માનીને જીવી રહ્યું છે તો કોઈ

સંન્યાસને. પણ કોઈ એ નથી સમજી રહ્યું કે સંસાર અને સંન્યાસ, બંનેમાં હું એકસાથે હાજર છું. બહાર સંસાર અને ભીતર સંન્યાસ જ મારા હોવાની એકમાત્ર રીત છે. પણ આ ત્રિગુણી-માયાના કારણે અહીં બધાંનું જ્ઞાન નષ્ટ થઈ ચૂક્યું છે. તે બહારની જડ અને ભીતરની ચેતન પ્રકૃતિને અલગ-અલગ નથી ઓળખી રહ્યો. એ સંસારમાં રહે કે સંન્યાસમાં, બંને જગ્યાએ ''જડ-ચેતનને એક માનીને'' જીવી રહ્યો છે. બંને એકસાથે 'કૃષ્ણ'ના જ સ્વરૂપ છે, એવું કોઈ નથી સમજી રહ્યું. બધું કૃષ્ણ જ છે, એવું સમજવાવાળા જ્ઞાની અહીં ઓછાં જ ઉપલબ્ધ છે. પણ અર્જુન, તું ભ્રમિત ન થા. કેમ કે જે સાત્વિક કારણોનું બહાનું બતાવીને તું યુદ્ધ ના કરવાનું નક્કી કરીને બેઠો છે, એ બધાં સાત્વિક કારણ પણ આ વિશાળ સત્ય આગળ એક માયા સિવાય બીજું કશું નથી.

અર્જુન એમ સમજ કે જેમનો પણ ભોગોમાં રસ છે, જે કોઈપણ પોતાની ક્ષમતાથી વધારે ચમત્કારી રીતે મેળવવા ઈચ્છે છે, તેઓ જ આ તમામ સાત્વિક નિયમ પેદા કરે છે. અને ભોગોને ચાહવાવાળા જ આ જાત-જાતના સાત્વિક નિયમોનું પાલન કરે છે. આવાં લોકો પોતાની ભીતરના આત્મારૂપી મુજ પરમાત્માને છોડીને અન્ય દેવતાઓની પૂજામાં લાગી જાય છે. શ્રદ્ધાને કારણે કેટલીય વાર તેમને ઈચ્છિત ફળ મળે પણ છે, પરંતુ તેમના એ બધાં ફળ નાશવંત હોય છે. ભલેને એ લોકો જ્ઞાનનો ગમે તેવો દાવો કરે, પણ છેલ્લે તો એ બધાં મંદ-બુદ્ધિ લોકો જ છે. કેમ કે તેઓ એ નથી સમજતા કે પોતાના આત્માને છોડીને બીજા કોઈની... કોઈપણ શરણાગતિ પરમાત્માને સ્વીકાર્ય જ નથી. અને આ જે મારા ભક્તો છે, જેઓ પોતાના આત્માની પૂજામાં લાગેલા છે, તેઓ બહાર ભલેને ગમે તે કરે; તેમનો નાશ ક્યારેય નથી થતો. તેઓ કંઈ પણ કરે, છેલ્લે પરમાત્માને પ્રાપ્ત થઈ જ જાય છે. અર્જુન, શરૂઆતથી મુશ્કેલી એ છે કે અહીં હરકોઈ પરમાત્માને વ્યક્તિમાં શોધે છે. તું પણ અત્યારે 'કૃષ્ણ'માં પરમાત્મા શોધવાની કોશિશ કરી રહ્યો છે. ...આ જ કારણ છે કે તું મારી વાત નથી સમજી શકતો. પરંતુ હું કૃષ્ણની જ નહીં, પણ તારા સહિત બધાં મનુષ્યોની ભીતર છુપાયેલો 'આત્મા' છું. તેથી તું તને કે મને જ નહીં, આ રાજા લોકોમાંથી પણ કોઈને ''જનમવા અને મરવાવાળું શરીર'' ના માનીશ. પોતાના આત્મા ઉપર શ્રદ્ધા રાખ. કેમકે પોતાના આત્મા ઉપર અશ્રદ્ધા રાખવાવાળો કોઈપણ મનુષ્ય મને ક્યારેય નથી ઓળખી શકતો. અહીં એ પણ સ્પષ્ટ સમજી લે અર્જુન, કે તમામ પ્રકારના દ્વંદ્વ અને જાત-જાતની કામનાઓ જ મનુષ્ય માટે પોતાના આત્માને જાણવામાં નડતરરૂપ છે. પણ જે મનુષ્ય દ્વંદ્વ અને કામનાઓમાંથી છૂટી જાય છે, એ બ્રહ્મને, કર્મ અને અધ્યાત્મને, અધિભૂત તથા અધિદૈવને અધિયજ્ઞ સહિત જાણતાં જાણતાં, મને પ્રાપ્ત થઈ જાય છે.

પ્રેક્ટિકલ એપ્લિકેશન - 12

અધ્યાય-૭ માં કૃષ્ણએ એક એવી વાત સમજાવી જેને સમજ્યા પછી જીવનમાં કેવળ મસ્તી જ રહી જાય છે. પ્રાયઃ કહેવામાં આવે છે કે નદી, પહાડ, સોફા, ટેબલ જડ છે. કૃષ્ણ કહે છે કે મન, બુદ્ધિ, ઈન્દ્રિયો, શરીર અને અહંકાર પણ જડ છે. વિજ્ઞાન માટે મન-શરીર ચેતન છે, કેમકે હરી-ફરી રહ્યાં છે અને સમજી-વિચારી રહ્યાં છે. કૃષ્ણ કહી રહ્યાં છે કે સ્પિરિચ્યુઆલિટી માટે તો એક પરમચેતના સિવાયનું બધું જ જડ છે. અને જ્યારે મન, બુદ્ધિ, શરીર જડ છે તો એમની ક્રિયાઓ અને એમનાં અહેસાસ પણ જડ જ થયાં. હવે સોફા તૂટે છે તો આપણે દુઃખી નથી થતાં, પણ દિલ તૂટે છે તો દુનિયા માથે ઉપાડી લઈએ છીએ. યુદ્ધને લઈને અર્જુને પણ અત્યારે દુનિયા માથે ઉઠાવી જ લીધી છે. અને કૃષ્ણ અર્જુનને એજ કહી રહ્યાં છે કે આ યુદ્ધ, એનાં યોદ્ધા તથા એનાં પરિણામો એ બધું જ જડ છે. ચેતન તારો આત્મા છે જે સહુનાં મન, બુદ્ધિ અને અહંકારનો આ ખેલ જોવાની મજા માણી શકે છે. તેથી જડ વસ્તુઓમાં તારે ગંભીર ન થવું જોઈએ. તું તો મારી જેમ યુદ્ધરૂપી આ આખા તમાશાનો નીરખનાર બની જા. અને હું પણ આજે તમને એજ કહી રહ્યો છું કે તમે પણ પોતાના અને બીજાના જડ પ્રવૃત્તિવાળા બુદ્ધિ-અહંકારના ખેલને નીરખનાર બની જાવ. ધ્યાન રાખો કે દુઃખ હિસ્સેદારને થાય છે, જોનારાને નહીં. આનેજ 'દ્રષ્ટા' હોવું પણ કહે છે. અને દ્રષ્ટા થઈ જવું જ મનુષ્યની સહુથી મોટી ઊંચાઈ છે. અને દ્રષ્ટા બનવા માટે જરૂરી છે કે દુઃખની ક્ષણોને જોતા શીખી જાવ. જે દિવસે કષ્ટો વેઠવાવાળાને સ્થાને જોનારા બની જશો, એ દિવસે પૂર્ણ દ્રષ્ટા બની જશો. પછી ફિલ્મો જોવા માટે થિયેટરો પર નિર્ભર નહીં રહો. પછી પોતાના અને બીજાઓના જીવનના તમાશા ચોવીસે કલાક જોવા મળશે. માટે આગળના પાનામાં આપેલ ચાર્ટ ભરીને દ્રષ્ટા બનવા તરફ પહેલું ડગલું ભરો. એમાં દુઃખ દેનારી ઘટનાઓનું વર્ણન છે. તમે તે ઘટનાઓની નીચે પોતાની ભાષામાં લખો કે આજ પછી હું આવી ઘટનાઓનો માત્ર જોનારો બની જઈશ. એમને ક્યારેય વેઠીશ નહીં....

ઘટનારી દુઃખદ ઘટનાઓની સૂચિ

દ્રઢતાપૂર્વક બધાંની નીચે પોતાની ભાષામાં લખો કે
આજ પછી હું આવી ઘટનાઓનો જોનાર બની ગયો

શત્રુનું આગળ વધવું

....

....

....

લોકોનું તમને ખોટા સમજવું

....

....

....

કોઈની તમારાં પ્રત્યે ગેરસમજ હોવી

....

....

....

કાર્યમાં નિષ્ફળતા મળવી

....

....

....

ધંધામાં નુકસાન થવું

....

....

....

પોતાનું સ્વાસ્થ્ય બગડવું

....

....

....

પોતે ભૂલ કરવી

....

....

....

કોઈના દ્વારા દગો દેવામાં આવવો

....

....

....

પરિવારમાં કોઈનું સ્વાસ્થ્ય બગડવું

....

....

....

કોઈ સ્વજનનું મૃત્યુ થવું

....

....

....

નોટઃ જીવન છે તો શરીર, બુદ્ધિ અને અહંકાર ખેલ દેખાડતા જ રહેશે. તો જુઓ એ ખેલોને, વાંધો શો છે?

અધ્યાય – ૮

અર્જુન:

હે કૃષ્ણ! આ બ્રહ્મ શું છે? અધ્યાત્મ શું છે? કર્મ શું છે? અધિભૂત અને અધિદૈવ કોને કહે છે? અહીં અધિયજ્ઞ કોણ છે? અને તે આ શરીરમાં કેવી રીતે છે? અને શ્રેષ્ઠ ચિત્તવાળા પુરુષો દ્વારા અંત સમયમાં "તમે" કઈ રીતે ઓળખાવ છો?

કૃષ્ણ:

હવે આ વખતે તો અર્જુને સવાલ કરવાના જ હતાં. આ બધાં નામ લઈને મેં જ તેને જગ્યા આપી હતી. પણ એક વાત સારી હતી કે હવે તે મને શરીરની પાર જોવાની કોશિશ કરી રહ્યો હતો. એટલે જ તો તેણે પરમાત્માની જગ્યાએ ''તમે''નો ઉપયોગ કર્યો હતો. ...અને આ જ મારા માટે મહત્ત્વપૂર્ણ હતું. કેમ કે તે મને શરીરની પાર જાણે, તો જ સારો સંવાદ સ્થાપિત થઈ શકે એમ હતું.

ખેર, મેં સમજાવવાનું શરૂ કર્યું. મેં કહ્યું કે હે અર્જુન, એક અક્ષર બ્રહ્મ છે. આ આખું જગત અને તમામ જીવો એ એક અક્ષરથી અસ્તિત્વમાં આવ્યા છે. એટલે કહી શકાય કે આ આખું જગત એ ''એક અવાજ''નો વિસ્તાર છે. ચાહે ચંદ્ર-તારા હોય, ચાહે હું અને તું, આપણા બધાંનો આરંભ અહીં એ એક પરમ અક્ષર બ્રહ્મમાંથી જ થયો છે. અને આ અવાજ જ ''ૐ''ની જેમ કણ-કણમાં ચારે બાજુ ગૂંજી રહ્યો છે. આ સિવાય આ જે આપણું વ્યક્તિગત સ્વરૂપ છે, તે ''અધ્યાત્મ'' નામથી કહેવામાં આવ્યું છે. એટલે કે અહીં જેનું જે પણ વ્યક્તિગત સ્વરૂપ છે, તેમાં સ્થિત રહેવું એ જ તેનો ધર્મ છે. ...એટલે કે ચંદ્રનું, ચન્દ્ર બની રહેવું એ જ તેનો ધર્મ છે. એવી જ રીતે તારું અર્જુન બની રહેવું અને મારું કૃષ્ણ બની રહેવું એ જ, આપણો પોત-પોતાનો ધર્મ છે. આ જ કારણ છે કે ''ધર્મ અને અધર્મના નિર્ણયમાં'' દરેક મનુષ્યના અંતરાત્મામાંથી નીકળી રહેલું તેનું પોતાનું શાસ્ત્ર જ એકમાત્ર પ્રમાણ છે. બાહ્ય કોઈપણ શાસ્ત્ર ક્યારે પણ, કોઈપણ મનુષ્યના ધર્મ-અધર્મનો આધાર ન હોઈ શકે. કેમ કે દરેક મનુષ્યના અંતરાત્માનો એ એક અક્ષર બ્રહ્મ સાથે તાલમેલ હોય છે. એટલે જ અહીં દરેકના અંતરાત્માને ''કુદરતની મહાન સંયુંક્તતાનો અહેસાસ'' હોય છે. પણ આમ છતાં હરકોઈ અહીં બુદ્ધિ-અહંકારના બળે ભ્રમવશ પોતાનું એક અલગથી ''હું રૂપી અસ્તિત્વ'' બનાવી લે છે. પછી આખું જીવન એ ''હું''ને સત્ય માનીને તેને બનાવવા અને બચાવવામાં લાગેલો રહે છે. પણ હે અર્જુન; આ ''હું''ને બચાવવા માટે મનુષ્ય જે કંઈ પણ કરે છે, તેને તું કર્મ ન સમજતો. મનુષ્યજીવનમાં આ ''હું નો ત્યાગ'' જ એકમાત્ર કર્મ છે. એટલે કે પોતાનું એક અલગ અસ્તિત્વ હોવા છતાં પોતાને આ મહાન સંયુક્તતાનો ભાગ માનવો અને એ જ સંયુક્તતાના હિત માટે જીવવું એ જ કર્મ કહેવાય છે. પોતાના વ્યક્તિગત હિત માટે કરવામાં આવેલું કોઈપણ કર્મ હરહંમેશ પાપ જ માનવામાં આવ્યું છે. કેમ કે હે અર્જુન, ''હું'' કોઈનો પણ હોય, એ નાશ પામે જ છે. ''હું''નો તો સ્વભાવ જ ઉત્પત્તિ-વિનાશશીલ હોય છે. અને આ ઉત્પત્તિ-વિનાશશીલ ''હું''ને જ 'અધિભૂત' કહેવામાં આવે છે. અને જેમનો 'હું' નષ્ટ થઈ ચૂક્યો છે, જેમને ફક્ત આ મહાન સંયુક્તતાનો ખ્યાલ છે, તેમને જ ''અધિદૈવ'' કહેવામાં આવે છે. અને આવી જ રીતે અર્જુન, તમામ મનુષ્યોમાં તેમના અંતરાત્માના રૂપમાં સ્થિત

> **મનુષ્ય** દરેક નવા જન્મ સાથે **પોતાનું સ્વરૂપ** તો બદલતો રહે છે, પરંતુ એની **'મૂળ પ્રકૃતિ'** તેનો પીછો **જન્મ-જન્માંતર** સુધી કરતી રહે છે

મુજ કૃષ્ણને જ "અધિયજ્ઞ," એટલે કે એકમાત્ર પૂજનીય કહેવામાં આવે છે.

આ આખી વાતને તું વર્તમાન સંદર્ભમાં એ રીતે સમજ કે આ બ્રહ્માંડ હોય કે તું, હું હોઉં કે આ રાજા લોકો; આપણે બધાં "એક અક્ષર બ્રહ્મ"ના જુદા-જુદા સ્વરૂપ છીએ. તેથી આમાં "મારું-તારું" છે જ નહીં. પણ તું કેમ કે પોતાનું એક અલગથી અસ્તિત્વ માની બેઠો છે, એટલે તું પોતાની અને બીજાઓની ચિંતા કરી રહ્યો છે. આ જ આધારે તું યુદ્ધમાંથી ભાગવાના હજાર કારણો આપી રહ્યો છે. પણ હકીકતમાં જ્યારે અહીં બધું જ સંયુક્ત છે, તો પછી હાર-જીત, નફો-નુકસાન કે પાપ-પુણ્યનો સવાલ જ ક્યાં છે? જો બધું જ સંયુક્ત છે તો હાર પણ બ્રહ્મની છે અને જીત પણ બ્રહ્મની જ છે. અને તારા અંતરાત્માને આ વાતનું જ્ઞાન છે. એ જાણે છે કે આપણે 'બ્રહ્મ' નામક આ વિશાળ સમુદ્રની પાણીરૂપી એ બૂંદો છીએ, જેમનું પોતાનું અલગથી કોઈ અસ્તિત્વ નથી. તેથી સમુદ્રની ચિંતા કર, પોતાના અહંકારની નહીં. તું આ 'બુંદ'નું શું થશે તેની ચિંતા છોડ, અને આ વિશાળ સમુદ્રની ચિંતામાં ડૂબ. એમ વિચાર કે જો તું યુદ્ધ નહીં કરે તો આ સમુદ્રનું શું થશે? કેમ કે તેનાથી ફરી એકવાર કૌરવોનું શાસન સ્થાપિત થઈ જશે. અને આવું થવાથી તેઓ સમુદ્રની લાખો બુંદોને ફરી અકારણ પરેશાન કરશે. તેથી, તું યુદ્ધ પોતાને માટે નહીં, એ બુંદો માટે લડ. જ્યાં સુધી તારા બુદ્ધિ-અહંકાર મજબૂત છે, ત્યાં સુધી જ તારા આ બુંદરૂપી "હું"નું અસ્તિત્વ છે. અને ત્યાં સુધી જ તારો અંતરાત્મા ઢંકાયેલો છે. પણ અર્જુન, એ અંતરાત્મા જ એકમાત્ર પૂજનીય છે. એક એ જ છે, જેને આ સંયુક્તતાનો આભાસ છે. તેથી તું ફક્ત એ અંતરાત્માના શરણે જા.

હે અર્જુન, જે કોઈ મનુષ્ય આ સંયુક્તતાના અહેસાસમાં શરીર ત્યજે છે, એ મારા સાક્ષાત સ્વરૂપને પામી લે છે. આ ધ્યાન રાખ કે જે કોઈપણ મનોદશામાં

મનુષ્ય શરીર ત્યજે છે, એ પછી બીજા જન્મમાં એ જ મનોદશાને ઉપલબ્ધ થાય છે. તેથી તું યુદ્ધ કરું કે એનાથી ભાગુંની ચિંતા કરવાની જગ્યાએ પોતાની મનોદશાની ચિંતા કર. તું ચિંતા તારા મજબૂત "હું"ની કર. કેમ કે આ મજબૂત "હું"ની સાથે જો તેં શરીર ત્યજ્યું, તો બીજા જન્મમાં પણ આ "હું" તને હજારો નવી પરેશાનીઓમાં નાખશે. અને એમ પણ ન વિચારતો કે આજે "હું"માં જીવી લો, અંત સમયમાં સંયુક્તતાનો અહેસાસ કરી લઈશું. એવું નથી થવાનું... કેમ કે અંતિમ ભાવ ક્યારેય આસમાનમાંથી નથી ટપકવાનો હોતો. એ પણ એ જ રહે છે, જેમાં મનુષ્ય જીવનભર જીવ્યો હોય છે. તેથી મનુષ્યએ પોતાના જીવનની દરેક ક્ષણ પોતાના "હું"ને કમજોર કરવામાં અને "સંયુક્તતાનો અહેસાસ વધારવામાં" વિતાવવી જોઈએ. તેથી હું તને કહું છું કે તું સતત મારો, એટલે કે આ સંયુક્તતાનો અહેસાસ કર અને યુદ્ધ પણ કર. આ પ્રકારની મનોદશા સાથે યુદ્ધ કરવાથી તું "મુજ પરમાત્મા"ને જ પ્રાપ્ત થઈશ, એમાં કોઈપણ શંકા નથી. પણ "પોતાના હું ની મનોદશા લઈને" તું યુદ્ધથી ભાગીશ તો તું ચોક્કસપણે છિન્ન-ભિન્ન થઈ જઈશ. તેથી, તારે માટે અત્યારે સવાલ યુદ્ધ કરવાનો કે તેનાથી ભાગવાનો છે જ નહીં, સવાલ તારા માટે ફક્ત એટલો છે કે યુદ્ધ "હું"ના રક્ષણ માટે કરવામાં આવે કે "સંયુક્તતાના હિતને ધ્યાનમાં રાખીને" કરવામાં આવે. અને મનુષ્ય માટે સારું એ છે કે તે પોતાનું દરેક કર્મ "સંયુક્તતાના હિત માટે" ન્યોછાવર કરે. કેમ કે સંયુક્તતાનો આ અહેસાસ જ "એક પરમ-અક્ષર ૐ"નો અહેસાસ છે. અને આ અહેસાસ જ મનુષ્યની અંતિમ ઊંચાઈ છે. જે પુરુષ આ ગુંજી રહેલાં ૐ કારનો અવાજ સાંભળતા-સાંભળતા શરીરનો ત્યાગ કરે છે, તે પરમગતિને પ્રાપ્ત થાય છે. અહીં એ પણ સ્પષ્ટ સમજી લો કે બધો ખેલ "હું"ના અસ્તિત્વનો જ છે. આ મજબૂત "હું"ના અસ્તિત્વવાળી વ્યક્તિ રાત-દિવસ "ૐ-ૐ"ની બૂમો પાડતી રહે તો પણ તેનો છુટકારો નથી થવાનો. જ્યારે સંયુંક્તતાનો અહેસાસ થઈ જવાવાળાને આ અવાજ કાઢવો નથી પડતો, આ એક અવાજ ચોવીસે કલાક તેના દરેક કર્મ અને દરેક ભાવમાં ગુંજતો રહે છે. તું પણ સંયુક્તતાના અહેસાસથી યુદ્ધ કર, તને ચારે બાજુ હથિયારોની જગ્યાએ ૐ નો અવાજ સંભળાશે. હે અર્જુન, જેના પ્રાણ આ ૐ નો નાદ સાંભળતા-સાંભળતા જાય છે, એનો પછી ક્યારેય પુનર્જન્મ નથી થતો. પછી એ મારી જેમ "કાલાતીત" બની જાય છે. પછી એ મારી જેમ "હંમેશા છે, હંમેશા હતો અને હંમેશા રહેવાવાળો" બની જાય છે. ત્યાં એવી તો મસ્તી છે કે ત્યાંના સમયની પરિભાષા જ જુદી છે. અહીં કષ્ટોને કારણે મનુષ્યનો એક દિવસ, હજાર દિવસની જેમ વીતે છે. પણ એ મનોદશામાં જીવવાવાળી વ્યક્તિનું આખું જીવન એક પળની જેમ પસાર થઈ જાય છે. તારું જ ઉદાહરણ લે, વર્તમાન પળ તારી ઉપર કેટલી ભારે પસાર થઈ રહી છે. અને સામે મારું જીવન જો, આખે આખું 'એક પળ'ની જેમ વીત્યું છે.

હે અર્જુન, એમ સમજ કે મનુષ્યના બધા જુદા-જુદા ભાવ ફક્ત તેના ''હું''ની અભિવ્યક્તિ-માત્ર છે. એ જ ''હું''ને કારણે તે સુખ, દુઃખ, ચિંતા, હાર, જીત જેવા અનેક ભાવોમાં જીવે છે. અને આ જ તેના તમામ કષ્ટોનું મૂળ કારણ છે. પણ સંયુક્તતાનો અહેસાસ થઈ જાય ત્યારે મનુષ્યના આ બધા ભાવ દૂર થઈ જાય છે. કેમ કે જ્યારે બધું જ ''એક અક્ષર બ્રહ્મ''નો જ વિસ્તાર છે, તો કંઈ પણ ઘટી જવા ઉપર ભાવ શું વ્યક્ત કરવો? આવો મહાપુરુષ તો દરેક સમયે એક ''અવ્યક્ત ભાવ''માં જ જીવે છે. અને આ ''અવ્યક્ત ભાવ''ને પ્રાપ્ત થવાને જ ''પરમગતિ'' કહે છે. એ જ મારું એ પરમ ધામ છે, જેમાં જીવવાવાળો મનુષ્ય ફરી ક્યારેય પાછો નથી ફરતો. તેથી તું ''હું-રૂપી'' બધાં ભાવોને ત્યાગીને એ ''અવ્યક્ત-ભાવ''માં સ્થિત થઈ જા. પછી તારા માટે ''યુદ્ધ કરવા અને ન કરવામાં'' કોઈ તફાવત નહીં રહે. હે અર્જુન, આ જગતમાં મનુષ્ય માટે બે જ માર્ગ છે. એક છે શુક્લ પક્ષના દેવતા, જેના પર ચાલવાવાળી વ્યક્તિ માટે ચોવીસે કલાક દિવસ-જ-દિવસ છે. ...પ્રકાશ જ પ્રકાશ છે. કેમ કે તે સંયુક્તતાનો અહેસાસ કરીને આગળ વધતી જાય છે. અને એ માર્ગ ઉપર ચાલતા-ચાલતા એક દિવસ તે આ બ્રહ્મરૂપી સંયુક્તતાનો પૂર્ણ અહેસાસ કરી લે છે. આ મનુષ્યની મુક્તિનો એ માર્ગ છે કે જેની ઉપર ચાલી નીકળવાવાળા પછી ક્યારેય પાછા નથી આવતા. ...બીજો છે કૃષ્ણપક્ષનો માર્ગ, જે માર્ગમાં ચોવીસે કલાક અંધારું છે. ...કેમકે આ માર્ગમાં ''હું''નો અહેસાસ છે. અને તું પણ જો આ ''હું''ના માર્ગે જ ચાલતો રહીશ તો પછી તું યુદ્ધ કરે કે ના કરે, જીવનમાં અંધારું જ કાયમ રહેશે. અને જો સંયુક્તતાના માર્ગે ચાલીશ તો યુદ્ધ કરતી વખતે પણ અને યુદ્ધ પછી પણ, મન પ્રકાશથી ભરેલું રહેશે. ...કેમ કે આ સંયુક્તતાના માર્ગે ચાલી નીકળેલી વ્યક્તિ પછી ક્યારેય મોહિત નથી થતી. પછી તો વેદોમાં પુણ્ય કમાવવા માટે કહેવામાં આવેલા યજ્ઞ, તપ અને દાન વગેરે સાથે પણ તેનો લગાવ ખતમ થઈ જાય છે. પછી તો તે એ બધાંનું વિશ્વાસપૂર્વક ઉલ્લંઘન કરી જાય છે. કેમ કે ત્યારે તે એ ''સનાતન પરમપદ''ને પ્રાપ્ત કરી લે છે જ્યાંથી તેનું દરેક કર્મ એક ''તપ'' બની જાય છે. તેથી ટૂંકમાં કહેવાનો અર્થ એ કે બધો ખેલ ''હું ની પ્રતીતિ અને સંયુક્તતાની પ્રતીતિ''નો છે. હું-નો અહેસાસ હોવા છતાં તારું યુદ્ધમાંથી ભાગવાનું પણ ખોટું પડશે, અને સંયુક્તતાના અહેસાસ સાથે કરવાથી આ યુદ્ધ પણ એક ''તપ'' બની જશે.

પ્રેક્ટિકલ એપ્લિકેશન - 13

અધ્યાય આઠમાં કૃષ્ણ 'હું' થી 'આપણે' સુધી ઉન્નત થવાનું શીખવી રહ્યા છે. તેઓ બતાવી રહ્યા છે કે અહીં બધાં એક 'બ્રહ્મ'ના જ અંશ છે. અને દરેક અંશે તે 'બ્રહ્મ'ની એટલે કે પોતાના મૂળની ચિંતા કરવી જોઈએ. અર્થાત્ 'હું'ની નહીં, પરંતુ 'આપણે'ની ચિંતા કરો. હવે આમ જોવા જઈએ તો 'હું'ની ચિંતા તો બધાં જ કરી રહ્યા છે, પણ જીવન કોઈનું બની નથી રહ્યું. તેથી તો કૃષ્ણ કહે છે કે જીવન તેનું જ બનશે જે દરેક સમયે 'આપણે'ની ચિંતા કરી રહ્યો હશે. અને આ 'આપણે' ધીરે-ધીરે કરીને વધારવાનું છે. સર્વપ્રથમ તો જેટલાંની સાથે તમે વ્યવહાર કરી રહ્યા હો, એ સહુને 'આપણે' બનાવતા શીખી જાઓ. પછી ત્યાંથી જગતને 'આપણે' બનાવવા સુધી ઉપર ઊઠો. એ ચોક્કસ જાણો કે તમારા 'આપણે'નું વર્તુળ જેટલું વિસ્તરતું જશે, એટલું જ જીવન બનતું જશે. હું-હું કરશો તો કબૂતર બનીને રહી જશો, એ સમજી જ લેજો. તો આજથી જ 'હું' થી 'આપણે' સુધી ઉપર ઊઠવાનું શરૂ કરો. પરિવારની સાથે બેઠા હો તો પોતાના નહીં, પૂરા પરિવારના હિતનું વિચારો. ધંધો કરતા હો તો પાર્ટનરથી લઈને સપ્લાયર તથા બાયર સુધીનાનું હિત વિચારો. ટૂંકમાં તે જ કાર્યોમાં આગળ વધો જેમાં 'હું'નું નહીં, પણ 'આપણે'નું ભલું થઈ રહ્યુ હોય. પછી જુઓ, જીવન કેવું રાતોરાત ઊંચાઈઓને સ્પર્શવા લાગે છે. કારણ કે 'હું' નહીં, 'આપણે' જ પ્રકૃતિનું શિક્ષણ છે. એથી તો 'આપણે' માટે જીવનારાઓને હંમેશા પ્રકૃતિનો પૂરો સાથ મળે છે. હવે આગળના પાના પર આપેલા ચાર્ટને સહારે 'હું'માંથી 'આપણે' ભણી આગળ વધો.

'આપણે' ને ધીરે-ધીરે વધારતા જવા માટે ક્રમવાર સૂચિ

અહીં દ્રઢતાપૂર્વક પોતાની ભાષામાં લખો કે
હું આજ પછી આમાં 'આપણે'ની જ ચિંતા કરીશ.

આવી રહેલી અડચણ વિશે પણ લખો. પોતાની ભાષામાં જેટલું વધારે લખશો, એટલો તાત્કાલિક લાભ થશે. સાથે જ એનાથી 'આપણે' માટેની દ્રઢતા પણ જળવાય રહેશે.

પરિવારની ચિંતાથી હું પોતાના 'આપણે'નો આરંભ કરું છું.

અર્થાત્ આજ પછી પારિવારિક બાબતોમાં હું પોતાને બદલે સંપૂર્ણ પરિવારના હિતનું વિચારીશ

....
....
....
....
....
....
....
....

મિત્રોમાં પણ 'આપણે'ના ભાવથી જીવવાનો પ્રારંભ કરીશ

....
....
....
....
....
....
....
....
....
....

ઑફિસમાં પણ તમામ વ્યવહાર અને નિર્ણય 'આપણે'ના આધારે જ લઈશ

....

હું જ્યાં, જ્યારે ને જેમની સાથે રહીશ,
બધા નિર્ણય 'આપણે' માનીને સહુના હિતનાં જ લઈશ

....

એમ જ ધીરે-ધીરે હું પોતાના 'આપણે' ને શહેર, દેશ, દુનિયા અને બ્રહ્માંડ સુધી વિસ્તારીશ

....
....
....
....
....
....
....
....
....
....
....
....
....

અધ્યાય - ૯

કૃષ્ણ:

હવે આમ તો મેં અર્જુનને સમજાવી જ દીધો હતો કે તું સંયુક્તતાનો અહેસાસ પોતાના મનમાં જાળવી રાખીને આ યુદ્ધ કર, આ રીતે યુદ્ધ કરવાથી તું ''મને પરમાત્મા''ને પ્રાપ્ત થઈ જઈશ. ...પછી તો તેણે યુદ્ધ કરવા માટે ઊભું થઈ જ જવું જોઈતું હતું. પણ એવું થયું નહીં. તેથી મારી પાસે વાત આગળ વધારવા અને તેને નવી રીતે સમજાવવા સિવાય ઉપાય જ શું બચ્યો હતો? તેથી મેં મારી વાત ચાલુ રાખતા કહ્યું કે સાંભળ અર્જુન, હું એ

ગોપનીય જ્ઞાન તને ફરીથી સારી રીતે સમજાવીને કહીશ જેને મેળવીને તું દુઃખરૂપી સંસારમાંથી હંમેશને માટે ઉગરી જઈશ. વિજ્ઞાનથી ભરપૂર આ જ્ઞાન બધી જ વિદ્યાઓનો રાજા છે. આ જ્ઞાનને વિજ્ઞાન કહે છે જ એટલાં માટે કેમ કે તે નિયમબદ્ધ છે. અને એટલે જ તેના પાલન સિવાય મનુષ્ય પાસે બીજો કોઈ વિકલ્પ જ નથી. આ ન માત્ર કરવામાં ખૂબ જ સહેલું છે, પરંતુ સાથોસાથ તે તરત જ ફળ આપનારું પણ છે. આના પર અમલ કરતાં જ મનુષ્યનો દુઃખરૂપી સંસારમાંથી તરત જ ઉદ્ધાર થઈ જાય છે. કેમ કે સત્યમાં એવું નથી કે કર્મ આજે કરો અને ફળ કાલે મળે. કાલના ફળની વાત અધર્મની દુનિયામાં કરવામાં આવે છે. ઠાલાં આશરા–આશ્વાસનોને 'કાલ'ની જરૂર છે, સત્યને નહીં. તેથી તું આ મહાન જ્ઞાનને સમજીને તરત જ તારા બધાં જ વર્તમાન કષ્ટોમાંથી મુક્ત થઈ જા.

હે અર્જુન, એક મુજ નિરાકાર પરમાત્માથી આ સંપૂર્ણ જગત ચારે તરફ "એક સંકલ્પને આધારે" ફેલાયેલું છે. અને મારી એવી તો લીલા છે કે ચારે બાજુ છવાયેલો હોવા છતાં ના તો કંઈ મારામાં સ્થિત છે, અને ના હું કોઈનામાં સ્થિત છું. આ જ કારણ છે કે યુગોથી મનુષ્ય મારા વિશે ભ્રમિત છે. ક્યારેક એ વિચારે છે કે હું ક્યાંક દૂર છું, તો ક્યારેક વિચારે છે કે હું ભીતર છું. પણ એ એમ નથી સમજી શકતો કે હું બધી બાજુ હોવા છતાં પણ ક્યાંય નથી. એટલે મને પામવા કે ગુમાવવાની વાત કરવી જ નિરર્થક છે. કેમકે હું દરેક સમયે ...દરેક જગ્યાએ છું પણ, અને નથી પણ. બસ મારી આ રહસ્યમય લીલાનો અનુભવ કરવો એ જ એકમાત્ર સાચું જ્ઞાન છે. તું એમ સમજ કે એકસાથે બે જગત અસ્તિત્વમાં છે. અને આ બંને જગત સંપૂર્ણ રીતે અલગ છે. એક એ જગત છે જેને વારંવાર હું મારી યોગમાયાથી રચું છું અને પછી વારંવાર એ જગતને હું પોતાનામાં લીન પણ કરી લઉં છું. ત્યાંજ બીજી બાજુ એક મારું જગત છે; જેની ના ઉત્પત્તિ છે અને ના તો જેનો વિનાશ પણ છે. આ જ વાતને મનુષ્યોના સંદર્ભમાં કહું તો એમ સમજ કે મનુષ્યના જીવનમાં બે પ્રકારના વિસ્તાર છે. એક "હું"ના બળે કરવામાં આવેલો વિસ્તાર અને એક પરમાત્માના સંયુક્તતાના ભાવથી કરવામાં આવેલો વિસ્તાર. અને જે મનુષ્યના જીવનમાં જેટલો 'હું, મારા કે મારુંનો વિસ્તાર છે' તેના આ પ્રકારના કોઈપણ વિસ્તારમાં હું, એટલે કે પરમાત્મા નથી. તેણે પોતાનો એ વિસ્તાર "મારો ધર્મ કે મારા ઈશ્વર"ના નામે જ કેમ ન કર્યો હોય, પરંતુ એમાં પણ હું નથી જ. અહીં બીજી એક વાત સમજી લે અર્જુન, કે "મનુષ્યના હું ની આજુબાજુ ફરી રહેલાં આ બધાં કર્મોના આધારે" હું પરમાત્મા, તેમને વારંવાર રચું છું. ત્યાંજ એક બીજા પ્રકારના મનુષ્ય પણ હોય છે જેઓ બધાં જ પ્રકારની આસક્તિથી મુક્ત થઈ ચૂક્યા હોય છે. તેમના આખા જગતનો વિસ્તાર અકારણ હોય છે. તેમના આવાં કોઈપણ વિસ્તારમાં "હું નો ભાવ" નહિવત્ હોય છે. અને આ જ કારણ છે કે તેમના આવાં દરેક વિસ્તારમાં "હું પરમાત્મા" હંમેશા ઉપસ્થિત

રહું છું. તેથી તું એમ સમજ કે બે પ્રકારના મનુષ્ય સંસારમાં છે. એક તેઓ "જેમના કોઈ વિસ્તારમાં હું નથી" અને બીજા તેઓ "જેમના દરેક કર્મ અને દરેક વિસ્તારમાં" હું છું. તેથી સવાલ ફક્ત મારા હોવાં કે ના હોવાનો જ છે. જો હું નથી તો "હું" એ મનુષ્યના ધર્મ, ધ્યાન અને પૂજા-પાઠમાં પણ નથી. અને હું છું તો પછી એ મનુષ્યના છળ-કપટ કરવાથી લઈને યુદ્ધ કરવા સુધીમાં પણ છું. ...એટલે કે મારું હોવું અને ના હોવું, બંને એકસાથે ન થઈ શકે. તેથી, સવાલ તારા યુદ્ધ કરવાનો કે યુદ્ધથી ભાગવાનો નથી, પરંતુ સવાલ તારા કર્મોમાં મારા હોવા કે ન હોવાનો છે. તેથી તું તારા દરેક કર્મમાં મને સામેલ કરી લે તો તારે માટે યુદ્ધમાં પણ ચારે બાજુ પરમાત્મા-જ-પરમાત્મા રહી જશે, અને નહીં તો તું યુદ્ધ કરે કે ભાગે, એમાં મારું ક્યાંય નામોનિશાન નહીં હોય. તું યુદ્ધ કરીશ તો કર્મોથી બંધાઈશ, પરમાત્મા યુદ્ધ કરશે તો કર્મોથી નહીં બંધાય. તેથી એટલું સમજ કે આ બન્ને દુનિયા અલગ જ છે. ...એક અહંકારની અને એક પરમાત્માની. અને અહંકારની દુનિયાથી કહેવામાં આવેલા શાસ્ત્રોમાં પણ પરમાત્માનું નામોનિશાન નથી, જ્યારે મારી દુનિયા દ્વારા કરવામાં આવેલું કોઈપણ કર્મ પરમાત્મા સિવાય બીજું કશું નથી. અહીં બીજું એટલું સમજી લે અર્જુન, કે મનુષ્ય માટે આ બંને તેની મનોદશા છે. મનુષ્યની આ મનોદશામાં પરમાત્મા અને અહંકાર એકસાથે નથી રહી શકતા. તેથી તું પોતાનો "હું રૂપી અહંકાર" પોતાની ભીતરના પરમાત્માને સમર્પિત કરી દે. આનાથી તારા બધાં વર્તમાન ભ્રમ તરત જ દૂર થઈ જશે.

અર્જુન, મનુષ્યની ભીતર સ્થિત મારા આ "પરમાત્મીય પરમભાવ"ને ન જાણવાવાળા મૂર્ખ મનુષ્ય મને શરીર ધારણ કરનારો સાધારણ મનુષ્ય સમજે છે. તેઓ એ સમજતા જ નથી કે આ પરમભાવને પ્રાપ્ત થયેલો હું, ફક્ત સંસારના ઉદ્ધાર માટે મનુષ્ય સ્વરૂપમાં વિચરું છું. મુજ

મનુષ્ય હોય કે પ્રાણી, હરકોઈ અહીં પોતાની પ્રકૃતિને આધીન થઈને કર્મ કરવા માટે બંધાયેલો છે

પરમાત્માને મારા નામ, શરીર કે કર્મો સાથે કંઈ પણ લેવા-દેવા નથી. તેથી, તું મને મારા નામ કે શરીરમાં ન શોધીશ. તું મારા પરમભાવ ઉપર દ્રષ્ટિ ફેરવ. તું પોતાની ભીતર સ્થિત ''પરમાત્મીય પરમભાવ''ને જગાડીને મને ઓળખ. કેમ કે હે અર્જુન, જે આ મહાન ઈશ્વરને શરીરધારી સમજે છે, તેઓ રાક્ષસી અને મોહિની પ્રકૃતિને જ ધારણ કરી રાખે છે. અને આ કારણે તેઓ આ શરીરરૂપી ઈશ્વર પાસેથી હજારો નિરર્થક આશાઓ રાખે છે. અને મોટા ભાગના શાસ્ત્ર આવી જ નિરર્થક આશાઓ જગાડનારા છે. પછી એ ''નિરર્થક જ્ઞાનથી ભરેલા શાસ્ત્રોની મોહજાળથી ઉભરેલી આશાઓની પૂર્તિ માટે'' એ મનુષ્ય હજારો નિરર્થક કર્મ કરે છે. અને આમાં જ તેમનું જીવન પૂરું થઈ જાય છે. પણ કોઈ સાચું જ્ઞાન ન તો ક્યારેય ખોટી આશાઓ જગાડે છે, અને ન તો મનુષ્યોને નિરર્થક કર્મોમાં લગાડે છે. સાચું જ્ઞાન ઠાલાં આશરા-આશ્વાસન નથી આપતું, પરંતુ સીધું ભીતરના ''પરમાત્મીય પરમભાવ''ને જગાડવા માટે કહે છે. અને પોતાના 'પરમભાવ'ને જગાડવામાં લાગેલા દૈવી પ્રકૃતિના લોકો ક્યારેય મુજ મહાન ઈશ્વરને શરીરની સીમાઓમાં કેદ કરીને નથી રાખતા. તેઓ મુજ મહાન પરમાત્માને પોતાની ભીતરના પરમભાવમાં શોધે છે. તેઓ દિવસ-રાત એ પરમભાવની જ ચર્ચા કરે છે. ...તેનું જ કીર્તન કરે છે. અને તેને વારંવાર પ્રણામ કરીને તેની અનન્ય પ્રેમથી ઉપાસના કરે છે. ત્યાંજ દૈવી પ્રકૃતિના બીજા કેટલાંક લોકો મુજ પરમાત્માને વિરાટ સ્વરૂપ માને છે. તેઓ ચારે બાજુ ''હું પરમેશ્વર જ હાજર છું'' એવું માને છે. ...અને આ બંને સાચા છે. કેમ કે જેની ભીતર પરમાત્મા છે, તેના માટે ચારે બાજુ પણ પરમાત્મા જ છે. આ તો જેની ભીતર અહંકાર છે, તેને જ ચારે બાજુ ભેદભાવ દેખાય છે. તેથી તું દૈવી પ્રકૃતિથી મુજ પરમેશ્વરની ઉપાસના કર. ...અથવા તો તું મને પોતાની ભીતરનો 'પરમભાવ' સમજી લે, અથવા પછી તું આ યુદ્ધ સહિત બધાંમાં એ જ હાજર છે, એવું માની લે. પણ પરમાત્માને મારામાં કે બીજાઓના શરીરમાં જોવા કે શોધવાવાળી આસુરી પ્રવૃત્તિને ત્યાગી દે. તેના જ કારણે તું સ્વર્ગ-નરક અને પાપ-પુણ્ય જેવી હજારો નિરર્થક આશાઓ રાખી રહ્યો છે અને પછી તેમની પૂર્તિ માટે ''યુદ્ધમાંથી ભાગવાનાં'' નિરર્થક કર્મ કરવાની જીદ કરી રહ્યો છે. પણ જો બધાંની ભીતરનો પરમભાવ જ પરમાત્મા છે, કે પછી જેના માટે ચારે બાજુ બધું જ પરમાત્મા છે; તેણે કોઈપણ પ્રકારની આશામાં કોઈ કર્મ કરવાની જરૂર જ ક્યાં રહી જાય છે?

અર્જુન, એમ સમજ કે દૈવી પ્રકૃતિમાં પણ બે પ્રકારના મનુષ્ય હોય છે. એક 'અંતર્મુખી' અને બીજા 'બહિર્મુખી.' અંતર્મુખી વ્યક્તિ માટે પરમાત્માને પોતાની ભીતરના 'પરમભાવ'માં શોધવા વધુ યોગ્ય છે. અને બહિર્મુખી વ્યક્તિ માટે ''ચારે બાજુ બધું જ પરમાત્મા છે'' એવો અહેસાસ કરવો સહેલો છે. કેમ કે તું બહિર્મુખી છે, તેથી તારા માટે 'ચારે બાજુ બધું જ પરમાત્મા છે' એમ સમજવું વધુ સહેલું છે. અને જ્યારે બધું જ પરમાત્મા

છે... તો બધું પરમાત્મા છે. પછી એક જગ્યાએ કે એક મૂર્તિમાં છે અને બીજામાં નથી, એવું ન ચાલે. પછી મારા યજ્ઞમાં છે અને તારા યજ્ઞમાં નથી, એવું પણ ન માની શકીએ. પછી એક વસ્તુમાં છે અને એકમાં નથી, એ કહેવું જ ખોટું પડી જાય છે. અને તું અત્યારે એ જ પ્રયત્ન કરી રહ્યો છે. તું માની રહ્યો છે કે સંન્યાસમાં પરમાત્મા છે, અને યુદ્ધમાં નથી. ના અર્જુન, એવું નથી. ''હું પરમાત્મા'' દરેક યજ્ઞની તમામ ક્રિયાઓ અને સામગ્રીમાં હાજર છું. હું તમામ વેદોમાં હાજર છું. આ સંપૂર્ણ જગતનું ધારણ-પોષણ કરવાવાળો પણ હું જ છું, અને તેમના માતા-પિતા અને દાદા પણ હું જ છું. પરંતુ કોઈપણ પ્રકારની કામનાઓ અને તેમની પૂર્તિના પ્રયત્નોમાં હું નથી. જેઓ કામનાથી પ્રેરિત થઈને યજ્ઞ વગેરે કરે છે, પછી ભલેને એ કામના સ્વર્ગની જ કેમ ન હોય, તેઓ મને પ્રાપ્ત ના થઈને આવાગમનને પ્રાપ્ત થાય છે. કેમ કે તેઓ ઈશ્વરને પૂર્ણપણે પામવાને બદલે, તેને કટકે-કટકે ચાહે છે. તું પણ એ જ કરી રહ્યો છે. ચારે બાજુ વ્યાપ્ત પરમાત્માને પામવાની ઈચ્છા કરવાની જગ્યાએ તેને ટુકડા-ટુકડાઓમાં ચાહી રહ્યો છે. તું સ્વર્ગ પણ ઈચ્છે છે અને રાજ્ય પણ. તું જાન-માલની ચિંતા પણ કરી રહ્યો છે અને પુણ્યની પણ. પરંતુ અર્જુન તું એટલું સમજ કે આવું અડધું-પડધું ઇચ્છવાથી તું 'મુજ પરમાત્મા'ને પ્રાપ્ત નહીં થા, પરંતુ આવાગમનને પ્રાપ્ત થઈશ. વારંવાર આ મૃત્યુલોકમાં આવીશ. તેથી બહિર્મુખી વ્યક્તિએ પણ મુજ પરમાત્માને કોઈપણ જાતના ભેદભાવ વિના પૂરેપૂરો પ્રેમ કરવો પડશે. અને જેઓ પૂરો ચાહે છે તેઓ ક્યારેય કોઈ વસ્તુ, વ્યક્તિ કે કર્મનો અસ્વીકાર નથી કરતાં. કેમ કે જ્યારે બધું જ પરમાત્મા છે તો અસ્વીકાર કરે શેનો? તેથી તું પણ યુદ્ધને પરમાત્માની એક લીલા માનીને તેને ગળે લગાવી લે.

અર્જુન, જો કોઈ કારણે તને એવું લાગતું હોય કે તું અંતર્મુખી છે, અને તારા માટે પરમાત્માને ચારે તરફની જગ્યાએ ભીતર શોધવા સહેલા છે, તો એ માર્ગ પણ મારી પાસેથી સાંભળ. અંતર્મુખી લોકો નિરંતર કોઈપણ જાતની કામના વિના પોતાના અંતરાત્માને સમર્પિત હોય છે. તેઓ એમ માનીને જ ચાલે છે કે મારી ભીતર પરમાત્મા છે તો બધાંની ભીતર પણ એ જ છે. તેઓ એમ માનીને જ ચાલે છે કે જેવી રીતે મારી ભીતર 'પરમાત્મીય ભાવ' છે, એવી જ રીતે જગતના કણ-કણમાં પરમાત્મીય ભાવ હાજર છે. તેથી તેઓ પણ કોઈ વાત માટે ક્યારેય ભેદભાવ નથી કરતાં. તેઓ ક્યારેય કામનાઓથી ભરાઈને ટુકડા-ટુકડાઓમાં દેવતાઓનું પૂજન નથી કરતાં. કેમ કે અલગથી કોઈ દેવતાની પૂજા કરવી એ એમ જ દર્શાવે છે કે એક તેને છોડીને બીજાઓમાં પરમાત્મીય ભાવ નથી. તેથી અલગથી કોઈ એવા દેવતાનું પૂજન પણ અવિધિપૂર્વકનું પૂજન છે. આ પણ પરમાત્મામાં ભેદભાવ કરવા બરાબર છે. એટલે આવાં લોકો પણ વારંવાર પુનર્જન્મને પ્રાપ્ત થાય છે. તેથી જો તું ભીતરના ''પરમાત્મીય ભાવ'ને જાણવા ઈચ્છતો હોય, તો પણ તારે તમામ ભેદભાવ તો

છોડવા જ પડશે. ...તમામ કામનાઓમાંથી મુક્તિ તો તારે છતાં પણ મેળવવી જ પડશે. કેમ કે આપણી ભીતર પરમાત્મીય ભાવ છે, તો બધાંની ભીતર પણ પરમાત્મીય ભાવ છે જ. ...એવામાં ભેદભાવ કોની સાથે અને કામના શેની? તેથી તું ચાહે પરમાત્માને પોતાની ભીતર શોધ કે બહાર ચારે બાજુ શોધ, પણ જ્યાં શોધ ત્યાં પૂરેપૂરા શોધ. આ વિશ્વાસ રાખ કે મને પૂરેપૂરો શોધવાવાળાઓનો ક્યારેય પુનર્જન્મ નથી થતો.

અર્જુન, મનુષ્ય જન્મ 'કર્મ'નું નામ છે. અને કર્મ કરીએ એટલે મેળવવાનું અને ગુમાવવાનું તો ચાલુ જ રહે છે. પણ જ્યારે બધું જ પરમાત્મા છે તો આ બધું મેળવવા-ગુમાવવાનું પણ પરમાત્માનું જ થયું. અને જે આવું માનીને જ જીવે છે, એક એ જ મારો સાચો ભક્ત છે. જે પોતાના બધાં કર્મ મુજ એક પરમાત્માને અર્પિત કરી દે છે, એ જ મારો પ્રિય છે. અને આવો પ્રિય મને પ્રેમથી પત્ર, પુષ્પ કે ફળ પણ અર્પિત કરે તો પણ હું તેને ગ્રહણ કરી લઉં છું. તેના તો હું યુદ્ધથી માંડીને છળ-કપટ પણ ગ્રહણ કરી લઉં છું. તેથી તું પણ જે કંઈ કર્મ કરે છે, જે કંઈ પણ ખાય છે, જે કંઈ તપ કે દાન કરે છે, બધું મને અર્પિત કરી દે. પોતાને માટે કંઈ પણ ન કરીશ, બધું જ મારે માટે કર. જે કોઈ પોતાના બધાં જ કર્મ મને અર્પિત કરી દે છે, એ હંમેશ માટે કર્મોના બંધનમાંથી છૂટી જાય છે. પણ હવન હોય કે પૂજા, જે પોતાને માટે કરે છે; એ કર્મોથી બંધાતો જાય છે. તું પોતાને માટે ભાગવા ઈચ્છી રહ્યો છે, અને હું કહી રહ્યો છું કે તું પરમાત્મા માટે યુદ્ધ કર. અર્જુન, હું તો બધાંમાં સમભાવથી વ્યાપ્ત છું. મારું ન કોઈ પ્રિય છે અને ન તો કોઈ અપ્રિય. મને તારાથી લગાવ નથી અને કૌરવો સાથે વેર નથી. સવાલ મારો છે જ નહીં. સવાલ તમારાં લોકોનો છે. જે કોઈ મારે માટે કર્મ કરશે, તેને હું પ્રત્યક્ષ ઉપલબ્ધ થઈ જઈશ. તેથી તારા હિતમાં છે કે તું મારા માટે કર્મ કર. આનાથી હું તને ઉપલબ્ધ થઈ જઈશ. અને એકવાર જેને હું ઉપલબ્ધ થઈ ગયો, એણે પછી બીજી કોઈ ચિંતા કરવાની જરૂર જ નથી.

અર્જુન, તું સમજતો કેમ નથી? તારા રથનો સારથી હોવાથી હું તારી સાથે નહીં થઈ જાઉં. તું તારા તમામ કર્મ મને સમર્પિત કરીશ તો જ હું સાથે થઈશ. પણ દુર્ભાગ્યવશ તું "મારા સાથનું મહત્ત્વ" જ નથી સમજી રહ્યો. તું શું, મોટા-મોટા જ્ઞાની આનું મહત્ત્વ નથી સમજી રહ્યાં. ...નહીંતર અહીં હરકોઈ બધાં કર્મ મને સમર્પિત કરીને ચેનની વાંસળી ન વગાડી રહ્યાં હોત? ...પણ તું એવું કર. તું આ યુદ્ધરૂપી કર્મ મને સમર્પિત કરી દે. હું જ પ્રાપ્ત કરવાયોગ્ય પરમધામ છું. હું જ બધાંનો સ્વામી છું. હું જ ઉત્પત્તિ અને પ્રલયનું પરમ-કારણ છું. સૂર્ય રૂપે તપું પણ હું જ છું અને વર્ષા રૂપે વરસું પણ હું જ છું. અર્જુન, મને કર્મ સમર્પિત કરી દેવાં, એ તો એ જાદૂ છે કે જેનાથી તમામ જૂનાં કર્મ પણ ક્ષણભરમાં ભસ્મ થઈ જાય છે. દુરાચારીમાં દુરાચારી પણ જો એકવાર મને કર્મ સમર્પિત કરી દે છે તો

તે, તે જ ક્ષણે ધર્માત્મા બની જાય છે. એકવાર નિશ્ચયપૂર્વક કર્મ મને સમર્પિત કરી દેવાથી બધાં જૂનાં પાપોમાંથી મનુષ્યનો તરત જ છુટકારો થઈ જાય છે. તેથી મારી વાતો સાંભળીને જો તું એમ વિચારી રહ્યો છે કે હું આટલા સમયથી ફળોની લાલચમાં કર્મ કરે જાઉં છું, આજે કંઈક બદલી પણ દીધું તો ય શું થઈ જશે? ...તો મારો વિશ્વાસ કર કે તેનાથી બધું જ તરત જ બદલાઈ જશે. તું જો અત્યારે આ ''યુદ્ધરૂપી કર્મ'' મને સમર્પિત કરી દઈશ તો તારા બધાં જૂનાં કર્મ ભસ્મ થઈ જશે અને તરત જ તું મને પ્રાપ્ત થઈ જઈશ. તેથી તારે કે કોઈએ પણ કાલે શું કર્યું હતું, એ વિચારવાની જરૂર નથી. રાત ગઈ તો વાત ગઈ. મહત્ત્વ આ પળનું છે, મહત્ત્વ આ પળે કરવામાં આવી રહેલાં કર્મનું છે. એકવાર એ મને સમર્પિત કરી દીધું કે વ્યક્તિ તરત જ ધર્માત્મા બની ગઈ. આ વીતેલાં સમયની અને આવનારાં સમયની વાતો તો સ્વાર્થી અને અજ્ઞાની લોકો કરે છે. નિઃસ્વાર્થ ભાવથી પરમાત્માના ધ્યાનમાં લાગેલા જ્ઞાની લોકો તો આ પળની વાત કરે છે. અને આ પળે તારી સામે ટાળી ના શકાય એવું યુદ્ધ મોઢું ફાડીને ઊભું છે અને એ યુદ્ધને તું પરમાત્મા માટે કરી લે; બસ, તમામ કર્મોમાંથી તું તરત જ મુક્ત થઈ જઈશ. સત્યના રસ્તામાં અને પરમાત્માના માર્ગમાં ક્યારેય મોડું નથી થતું. ...ત્યાં તો જ્યારે જાગો ત્યારે સવાર થઈ જાય છે.

હે અર્જુન, ''કર્મનું પરમાત્માને આ સમર્પણ'' એક જાદૂ છે. આમાં ધર્માત્મા અને પાપી વચ્ચે કોઈ અંતર નથી. આમાં કર્મોનો પણ ભેદભાવ નથી. દાનનું સમર્પણ સ્વીકાર્ય છે અને યુદ્ધનું નહીં, એવું પણ નથી. કર્મોના આ સમર્પણમાં જાતિ કે લિંગનો પણ ભેદ નથી. એવું નથી કે પુરુષના કર્મ સ્વીકાર્ય છે અને સ્ત્રીના નહીં. ધર્માત્માના સ્વીકાર્ય છે અને પાપયોનિ ચાંડાળના નહીં. હું પરમાત્મા તો હંમેશા બધાં માટે સમભાવમાં જ સ્થિત રહું છું. આ બધાં ભ્રમ અજ્ઞાનથી ભરેલા શાસ્ત્ર ફેલાવે છે. તેથી તું એમ ના માનીશ કે તું સંન્યાસ લઈને હવન કરીશ, તો જ તારું એ કર્મ હું સ્વીકારીશ. ના, તું ક્ષત્રિય બનીને મારે માટે યુદ્ધ પણ કરીશ, તો પણ હું તને એટલાં જ પ્રેમથી સ્વીકારીશ. તેથી હે અર્જુન, તું ઈચ્છે તો મુજ પરમાત્માને પોતાના અંતરાત્મામાં શોધ અને ઈચ્છે તો તેને ચારે બાજુ વ્યાપ્ત મારા વિરાટ સ્વરૂપમાં શોધ, પણ શોધ. તું ગમે તે સ્થિતિમાં ...મારામાં મન રાખનારો થા, મારો ભક્ત બન, મારી પૂજા કર, અને મને પ્રણામ કર. મને ભલેને જે પણ રીતે થઈ શકે, પૂરેપૂરો સ્વીકાર કર. આ રીતે સંપૂર્ણ રીતે પોતાના અંતરાત્માને સમર્પિત થઈને તું મારા વિરાટ સ્વરૂપને પ્રાપ્ત થઈ જઈશ. તેથી ઊઠ અને તેના અવાજ ઉપર મારે માટે યુદ્ધ કર.

પ્રેક્ટિકલ એપ્લિકેશન - 14

આ અધ્યાયની મુખ્ય વિશેષતા કૃષ્ણનો, એમનાં શરણમાં આવવા માટેનો પોકાર છે. સવાલ એટલો જ છે કે અર્જુન અત્યારે ભ્રમિત, ચિંતિત અને દુઃખી છે. અને એનાથી પણ મોટો મુદ્દો એ છે કે તમે પણ ભ્રમિત, ચિંતિત અને દુઃખી છો. અને આ જ ખોટું છે. આ જગતમાં બાકી કશું ખોટું છે પણ નહીં. ખોટું એ જ છે કે આપણામાં મીરાંની મસ્તી નથી, કબીરનું ભોળપણ નથી તથા કૃષ્ણની પ્રજ્ઞા નથી. અને એ જ કારણે સહુ દુઃખી છે. અને સહુના કષ્ટ-નિવારણ માટે જ કૃષ્ણ કહી રહ્યા છે કે જ્યાં સુધી કોઈ મારી સંપૂર્ણ 'શરણાગતિ' નહીં સ્વીકારે, ત્યાંસુધી તે કષ્ટમાં રહેશે જ. અને કૃષ્ણ શું છે? તો એ વિશે કૃષ્ણ કહી જ ચૂક્યા જ છે કે 'હું સહુનો આત્મા છું'. અર્થાત્ જેટલા જીવિત છે, એ સહુનું ''સામૂહિક હિત'' કૃષ્ણ છે. અને કૃષ્ણ આ અધ્યાયમાં અર્જુનને સમજાવી રહ્યા છે કે તું 'તારા' માટે કર્મ કરી રહ્યો છે, તેને બદલે 'મારા' માટે કર્મ કર. તમામ સંકટોથી મુક્ત થવાનો આ જ એક ઉપાય છે. બાકી તમામ પાપ-પુણ્ય અને સારું-ખરાબ નકામી વાતો છે. કૃષ્ણ કહી રહ્યા છે કે અર્જુન, જો તું તારે માટે સંન્યાસ લઈશ, તો હું એને નહીં સ્વીકારું. પરંતુ જો તું મારે માટે એટલે કે ''બધાંની રક્ષા માટે'' યુદ્ધ કરીશ તો હું તને તત્ક્ષણ ગળે લગાવીશ. એકંદરે કૃષ્ણ એજ કહી રહ્યા છે કે બધામાં હું છું, એટલા માટે બધાના ભલાનો વિચાર કરવો, એજ મારી પૂજા છે. એનાં સિવાયની તમામ વાતોને તું બકવાસ જાણ. હવે દરેક કર્મમાં જગતનું

ભલું તો થઈ શકતું નથી. તેથી જ્યારે, જે અને જેટલા સામે છે; એમના ભલાનું વિચારવું એ 'શરણાગતિ' છે. પાંચ લોકો હોય તથા ચારનો ફાયદો અને મારું નુકસાન થતું હોય તો એવામાં ચારના ભલાનું વિચારવું એ પરમાત્મા પ્રત્યેની શરણાગતિ છે. અને કૃષ્ણની લીલા જુઓ. અત્યારે એમની સામે અર્જુન અને દુર્યોધન, બંને છે. તથા તેઓ બંનેના ભલાનો વિચાર કરી રહ્યા છે. અર્જુનને એની વર્તમાન ભ્રમિત અવસ્થામાંથી બહાર કાઢવાના હેતુથી ગીતા સંભળાવી રહ્યા છે તથા ત્યાંજ બીજી તરફ દુર્યોધનના જુલમો ઉપર લગામ લગાવવા ઇચ્છી રહ્યા છે. અને એમાં ભલાઈ દુર્યોધનની જ છે, જેથી તે આવા પાપ પ્રવૃત્તિવાળા જીવનથી છુટકારો મેળવે અને નવા જનમમાં નવી શરૂઆત કરે. સર્વહિતના મામલામાં કૃષ્ણ જેટલું પર્ફેક્શન ક્યારેય કોઈનું નથી રહ્યું. અને કૃષ્ણને સંપૂર્ણપણે સમજવા માગતા હો તો મારા દ્વારા લિખિત એમની જીવનકથા 'હું કૃષ્ણ છું' વાંચો. કૃષ્ણ વિશેના તમામ શું, કેમ અને કઈ રીતે - એ બધું સમજમાં આવી જશે. હશે, અત્યારે તો મુખ્ય વાત એ છે કે જે અને જેટલા સામે છે, બધાના ભલાનો વિચાર કરો અને પોતાને દરેક જગાએથી પૂર્ણપણે હટાવી લો. પોતાની જગ્યાએ સહુને સમાવી લો, થઈ ગઈ શરણાગતિ. પછી તમારું જીવવું-મરવું બધું પરમાત્માનું થઈ જશે. તો ચાલો, આગળના પાનામાં આપેલા ચાર્ટને ભરીને શરણાગતિ તરફ પગલાં ભરવાનાં શરૂ કરીએ. ''મને મળ્યું, મારો ફાયદો''ની જગ્યાએ તેને એટલે કે ''પરમાત્માને મળ્યું'' તથા ''પરમાત્માનો ફાયદો'' એમ કહી શકીએ, એવા દસ મોટાં કર્મ કરો. તથા જ્યારે પણ એવાં શ્રેષ્ઠ કર્મ કરો, એમને વિસ્તારથી લખો. કુલ-મળીને દસ કર્મ જ પરમાત્માને માટે કરવાનું કહી રહ્યો છું. માટે આ ચાર્ટ મહિનાભરમાં ભરાઈ જ જવો જોઈએ. કારણ કે, તમારે ધીરે-ધીરે કરીને પોતાના તમામ કર્મો પરમાત્મા માટે કરવાનાં છે.

પરમાત્મા માટે કરવામાં આવેલાં કાર્યોનું વિવરણ

1

2

3

4

5

6

7

8

9

10

....

....

....

....

....

....

....

....

નોટઃ હવે ધ્યાન એ રાખો કે પરમાત્મા માટે દસ મોટાં કામ તમે કેટલા દિવસ કે મહિનાઓમાં કરો છો. પછી એ જુઓ કે પોતાના ફાયદા અને પરમાત્મા માટે કરવામાં આવેલા કર્મો વખતે તમારી ભીતર શું ફરક મહેસૂસ થઈ રહ્યો છે? પછી થોડો સમય રાહ જોયા બાદ એ જુઓ કે તમને વધુ ફાયદો કયા કર્મોથી થઈ રહ્યો છે? તમે ચકિત થઈ જશો! બહાર વધારે ફાયદો અને ભીતર વધુ પ્રસન્નતા, બંને પરમાત્મા માટે કરેલાં કાર્યોમાં મળશે. બસ પછી પરમાત્મા માટે કરાતાં કામોની સંખ્યા વધારતા જાવ અને એક દિવસ બધું જ પરમાત્મા માટે કરવાનો આરંભ કરી દો. મનુષ્યજીવનની અંતિમ ઊંચાઈ પામી લેશો.

અધ્યાય - ૧૦

કૃષ્ણ:

હવે આમ તો મેં મારા તરફથી અર્જુનને બધું સમજાવી જ દીધું હતું. અને એક નહીં અનેક વાર, તથા એ પણ ઘણી રીતે. આટલું સીધું સત્ય અને એ પણ અનેક રીતે, કદાચ પહેલાં ક્યારેય નથી સમજાવવામાં આવ્યું. પણ અર્જુન સમજવા માટે તૈયાર જ ન હતો. જો કે હું તેની વિવશતા પણ સમજી રહ્યો હતો. એ એક નહીં અનેક ચિંતાઓથી અત્યારે ઘેરાયેલો હતો. અને આ મનોદશામાં કોઈને પણ માટે, કોઈપણ વાત સમજવાનું સહેલું નથી

હોતું. ત્યાંજ બીજી બાજુ તેનું ધ્યાન હજી પણ યુદ્ધમાંથી ભાગવામાં જ લાગેલું હતું. હા, એ વાત ચોક્કસ છે કે હવે તેને જ્ઞાનમાં પણ રસ જાગ્યો હતો. પરંતુ અહીં પણ એક ગૂંચવણ હતી. તે આ માને કેવી રીતે કે હું જ્ઞાની છું? હું ઈશ્વર છું? કેમ કે જીવનની એક લાંબી યાત્રા અમે બંન્નેએ સાથે પસાર કરી હતી. આજથી પહેલાં મેં ક્યારેય તેની આગળ મારા ઈશ્વરીય અનુભવને વ્યક્ત નહોતો કર્યો. જ્ઞાનની કોઈ વાત ક્યારેય તેની આગળ કરી નહોતી. વ્યવહાર તેણે હંમેશા શરીરરૂપી સામાન્ય કૃષ્ણ સાથે કર્યો હતો. ઉપરથી તે શાસ્ત્રોથી પણ અતિ પ્રભાવિત હતો. અને એમનામાંથી કેટલાયમાં ઈશ્વરની એવી તર્કહીન કલ્પનાઓ કરેલી છે કે હવે આત્મારૂપી વાસ્તવિક ઈશ્વરને સમજવા તેના માટે સરળ નહોતું રહ્યું. જો કે તેનો મારા પર અને મારા જ્ઞાન ઉપર વિશ્વાસ જાગે, એ માટે હું ઘણી વાતો ખૂબ જ દાવા સાથે કરી ચૂક્યો હતો. હું કહી જ ચૂક્યો હતો કે જગતની ઉત્પત્તિ અને પ્રલય, બંને મારા આધીન છે. હું કહી જ ચૂક્યો હતો કે સૂર્યનું તેજ અને ચન્દ્રની શીતળતા પણ હું જ છું. હવે છતાં પણ તેનો વિશ્વાસ ના જાગે તો શું કરવું? જો કે હું જાણું છું કે કેટલાંય લોકો આ પ્રકારની વાત કરવાથી મને અહંકારી કહેશે. એ નાદાન નહીં સમજે કે અહંકાર અને કૃષ્ણ વચ્ચે કંઈ લેવા-દેવા જ નથી. હું જે કહી રહ્યો છું એ તો મારી ચેતનાની સ્વાભાવિક ઊંચાઈ છે. આ તો કેમ કે તેને શબ્દોમાં પરોવીને અર્જુનને સમજાવવો જરૂરી છે, એટલે આવી વાતો કરૂણાવશ નીકળી રહી છે. અને વળી આ અહંકાર હોય તો હું તો કહું છું કે દરેકે આ અનુભવનો અહંકાર પાળવો જ જોઈએ. મેં ખુદને આ સર્વોચ્ચ ઊંચાઈ ઉપર પહોંચાડ્યો છે, ત્યારે જ તો આવી વાતો કહી શકું છું. છે ઈતિહાસમાં બીજું કોઈ જે આટલા દાવા સાથે આ બધું કહી શક્યું હોય? ...જ્યારે આ અનુભવ કરવો એ દરેકનું કર્તવ્ય છે.

ખેર, વાત અર્જુનની ચાલી રહી હતી, તેથી સારું એ જ છે કે ફરી પાછા તેના પર આવી જઈએ. અને ત્યાં તો દ્વંદ્વ બિલકુલ સ્પષ્ટ છે. હું અર્જુન પાસે યુદ્ધ લડાવવા માટે કટિબદ્ધ છું અને બીજી બાજુ અર્જુન ગમે તે સ્થિતિમાં યુદ્ધથી બચવા ઈચ્છી રહ્યો છે. અને ચોક્કસપણે યુદ્ધના પરિણામોને લઈને થઈ રહેલી ચિંતા આનું એકમાત્ર કારણ છે. તેની એ ચિંતા દૂર કરવા માટે હું તેને જ્ઞાન આપી રહ્યો છું... પણ એ તેના પર અસર નથી કરી રહ્યું. તેનું પણ કારણ સ્પષ્ટ છે કે તે મારા પર સંપૂર્ણ રીતે વિશ્વાસ નથી કરી શકતો. તેથી ટૂંકમાં, અત્યારે મારી પાસે તેનામાં વિશ્વાસ જગાડવા સિવાય કોઈ ઉપાય નથી. અને આ વિશ્વાસ "યુદ્ધના પરિણામોથી લઈને મારા જ્ઞાની હોવા ઉપર સુધી" જગાડવો જરૂરી છે. બસ, મેં મારા તરફથી જ વાતને આગળ વધારતા કહ્યું કે હે અર્જુન, તું ફરીથી મારા પ્રભાવયુક્ત વચનોને સાંભળ. અને કેમકે હું તને ખૂબ જ પ્રેમ કરું છું, એટલે આ વિશ્વાસ પણ કર કે આ બધાં વચન હું તારા હિતની ઈચ્છાથી જ કહી રહ્યો છું. જો તું મને સમજી નથી શકતો તો એમાં તારી ભૂલ નથી.

જુગારવાળી મનોદશાની સૌથી **મોટી ખૂબી** જ એ છે કે એમાં બાજીનો નિર્ણય **મનુષ્ય** ત્રીજી **શક્તિ** એટલે કે **પરમાત્મા** પર છોડે છે

કેમ કે તારી વાત તો જવા દે, લીલાથી મારું પ્રાકટ્ય થવાને તો ના દેવતા લોકો જાણે છે અને ના મહર્ષિજનો પણ. તેથી એ લોકો મારા વિશે શાસ્ત્રોમાં શું કહે છે, તેનાથી ''મુજ ઈશ્વર''ના વાસ્તવિક સ્વરૂપને કંઈ લેવા-દેવા નથી. અર્જુન, હકીકતમાં જે મને અજન્મા એટલે કે જન્મરહિત સમજે છે, એ જ મારા વિશે યથાર્થ જાણે છે. અને માત્ર એ જ્ઞાનવાન પુરુષ જ બધાં પાપોમાંથી મુક્ત થઈ શકે છે. ઈશ્વરને કોઈપણ સ્વરૂપ-વિશેષમાં શોધવા એ અજ્ઞાનતાનું પ્રમાણ છે. તેથી તું ન ફક્ત શાસ્ત્રોમાં વર્ણિત ઈશ્વરની કલ્પનાઓનો ત્યાગ કર, પરંતુ મુજ શરીરરૂપી કૃષ્ણમાં પણ ઈશ્વરને શોધવાનું બંધ કર. હું તો એ છું જેની કોઈ સીમા નથી, અને જેનો કોઈ જન્મ નથી. આ આખું બ્રહ્માંડ એક સંકલ્પના આધાર ઉપર મારામાં સ્થિત છે. આ સંપૂર્ણ સંસાર મારી પ્રજા છે. અને એ તમામ પ્રજામાં જે મારા ''આ મહાન ઈશ્વરીય સ્વરૂપનો'' પોતાની મનોદશામાં અહેસાસ કરે છે, એ જ મારો સાચો ભક્ત છે.

હે અર્જુન, તું એમ સમજ કે બધાંના અંતરાત્મામાં સ્થિત હું કૃષ્ણ જ આ જગતની ઉત્પત્તિનું પરમ કારણ છું. અહીં હરકોઈ બધી ચેષ્ટાઓ પણ એક મારી હાજરીના કારણે જ કરે છે. અને આ જ કારણ છે કે મારા શરીર છોડતા જ મનુષ્યની તમામ ચેષ્ટાઓનો અંત આવી જાય છે. જેઓ પોતાનાંમાં સ્થિત અંતરાત્માના આ મહત્ત્વને જાણે છે અને નિરંતર એમાં જ પોતાના પ્રાણોને અર્પિત કરે છે; તેઓ જલ્દી જ મને ઉપલબ્ધ થઈ જાય છે. જે લોકો પરસ્પર અંતરાત્માના પ્રભાવોની ચર્ચા કરે છે, તેઓ પણ મુજ કૃષ્ણને જલ્દી જ ઉપલબ્ધ થઈ જાય છે. હું આ સમયે તારી સાથે ''મનુષ્યના અંતરાત્માના પ્રભાવો''ની જ ચર્ચા કરી રહ્યો છું. આ મહાન ચર્ચામાં તું શાસ્ત્રોની ઉપરછલ્લી અને કાલ્પનિક વાતો વચ્ચે ન લાવ. હે અર્જુન, જે લોકો નિરંતર પોતાના અંતરાત્મામાં જ સંતુષ્ટ રહે છે, તેમને હું આ મહાન જ્ઞાનનો જલ્દી જ સાક્ષાત્કાર કરાવી દઉં છું. કેમ કે છેલ્લે તો

''હું'' જ બધાંના અંતરાત્મામાં સ્થિત છું. તેથી તું અહીં-તહીંની ચિંતાઓમાં ભટકવાને બદલે પોતાના અંતરાત્મામાં સ્થિત થઈ જા, હું તારામાં જ્ઞાનરૂપી દીપક ચોક્કસ પ્રજ્વલિત કરી દઈશ.

અર્જુન:

તમે ખરેખર પરમ બ્રહ્મ, પરમ ધામ અને પરમ પવિત્ર છો. મહાન જ્ઞાની પણ તમને, આત્મારૂપી પરમાત્માને, ''સનાતન દિવ્ય પુરુષ'' માને છે. તેઓ પણ તમને દેવોના દેવ અને અજન્મા તરીકે સ્વીકારે છે. ઋષિ નારદ અને મહર્ષિ વ્યાસ પણ તમને સર્વવ્યાપી જ માને છે. અને તમે પણ મારા અંતરાત્માની એ જ મહાનતાનું વર્ણન કરી રહ્યાં છો. સાચું કહું કૃષ્ણ તો છેક હવે હું એ સમજી શક્યો છું... જે તમે સમજાવવા ઈચ્છો છો. હું હવે સમજી રહ્યો છું કે શરીર અલગ છે અને આત્મા અલગ છે. હું સમજી રહ્યો છું કે તમે શરીર નહીં, એક શુદ્ધ આત્મા છો. હું એ પણ સમજી રહ્યો છું જે તમે સમજાવવા ઈચ્છી રહ્યાં છો કે હું પણ શરીર નહીં, એક શુદ્ધ આત્મા છું. તમે જે કંઈ પણ કહી રહ્યાં છો, હું તેને સત્ય માનું છું, હે કૃષ્ણ, આ સત્ય જ છે કે આત્માના આ લીલામય સ્વરૂપને ના દેવતા જાણે છે કે ના દાનવ. એ સત્ય પણ સમજાઈ રહ્યું છે કે તમે જ તમને તમારાં થકી ઓળખો છો. તેથી એકમાત્ર તમે જ તમારાં મહિમાને વિસ્તારપૂર્વક કહેવામાં સક્ષમ છો. તેથી તમે જ કહો કે હું કયા પ્રકારનું ચિંતન કરતાં-કરતાં તમને પ્રાપ્ત થઈ શકું છું? તમે કયા-કયા ભાવોમાં ભજવાયોગ્ય છો? તમે પોતાની લીલામય વિભૂતિઓને થોડી વિસ્તારપૂર્વક કહો. હું તમને વધુમાં વધુ સાંભળવા ઈચ્છું છું. શું કરું, તમારાં વિશે ગમે તેટલું સાંભળું, મારું મન જ નથી ભરાતું.

કૃષ્ણ:

હાશ...! ખરેખર પહેલી વાર અર્જુન એ સમજ્યો હતો, જે હું તેને સમજાવવાનો પ્રયત્ન કરી રહ્યો હતો. એવામાં આત્મા વિશે વધુ જાણવા અને સમજવાની જીજ્ઞાસા ઉઠવી સ્વાભાવિક જ હતી. અને મારી પાસે તો આમ પણ તેની દરેક ઈચ્છા પૂરી કરવા અને તેના દરેક સવાલનો જવાબ આપવા સિવાય ઉપાય જ શું હતો? યુદ્ધના મેદાનમાં તો હું તેના રથનો સારથી હતો જ હતો, તેના યુદ્ધના ઈન્કારે મને તેના જીવનનો પણ સારથી બનાવી દીધો હતો. તેથી મેં તેની ઈચ્છાનું સન્માન કરીને કહેવાનું શરૂ કર્યું. મેં કહ્યું કે હે અર્જુન, હવે હું મારી થોડીક મુખ્ય વિભૂતિઓને વિસ્તારપૂર્વક કહીશ, કેમ કે મારા વિસ્તારનો કોઈ અંત નથી. સૌથી પહેલાં તો એ સમજ કે હું બધાં મનુષ્યોના હૃદયમાં સ્થિત બધાંનો આત્મા છું. બધાં મનુષ્યોનું ભૂત, ભવિષ્ય અને વર્તમાન પણ હું જ છું. છતાં પણ તું મને વિષ્ણુનું સ્વરૂપ, એટલે કે બધાંનો વર્તમાન જ સમજ. મનુષ્ય પેદા થઈ ચૂક્યો, એટલે હવે તેનો બ્રહ્મા હું નથી.

મૃત્યુ તેનું કાલે થશે, એટલે હું મહેશ નથી. હું તો અહીં દરેક મનુષ્યનું આજનું જીવન, એટલે કે વિષ્ણુ છું. એવી જ રીતે ઈન્દ્રિયોમાં બુદ્ધિ-અહંકાર નહીં, મનુષ્યોનું 'મન' હું છું. દરેક મનુષ્યનું મન જ તેના આત્માની વધારે નજીક છે. ...કેમ કે તેના બુદ્ધિ-અહંકાર આ જન્મના છે, જ્યારે તેનું મન જન્મ-જન્માંતરોનું છે. એટલું જ નહીં, મનુષ્યોની જીવનશક્તિ, એટલે કે જીવવાની ઈચ્છા પણ હું જ છું. અને પોતાની જીવવાની ઈચ્છા પૂરી કરવા માટે અહીં દરેકે પોતાનું જીવન ફેલાવવું પણ જરૂરી છે. પછી ભલેને તે પ્રસાર એ પદ અને સત્તા મેળવીને કરે અથવા તો આર્થિક રીતે પોતાનો વિકાસ કરીને કરે. પણ આ બધાંમાં ''ધનના સ્વામી કુબેર'' એટલે કે વ્યવસાયી તું મને સમજ. મને જ જો, મેં જીવન ફેલાવવા માટે ક્યારેય પદ મેળવવાની, કોઈનું રાજ્ય છીનવી લેવાની કે પોતાનું રાજ્ય ફેલાવવાની કોશિશ નથી કરી. મેં ગોવાળથી દ્વારકાધીશ સુધીની યાત્રા મારી વ્યાવસાયિક બુદ્ધિના આશરે જ કાપી છે. એટલું જ નહીં, દ્વારકાના વિકાસ માટે મેં ક્યારેય કોઈ બીજા રાજ્યનો હક નથી છીનવ્યો, પરંતુ દ્વારકાનો વ્યવસાય ફેલાવવાનો જ સહારો લીધો.

હે અર્જુન, હું જેટલો બહાર ચારે બાજુ ફેલાયેલો છું, એટલો જ ભીતર મનુષ્યોની મનોદશામાં પણ ઊંડો ઉતરેલો છું. બહાર દ્રશ્યોમાં જે કંઈ પણ શ્રેષ્ઠ છે તેને પણ તું મારું જ સ્વરૂપ જાણ, અને એવી જ રીતે મનુષ્યોના ભાવોની જે ઊંચાઈઓ છે, તેને પણ તું મારી જ અનુભૂતિ સમજ. વસુઓમાં અગ્નિ અને પર્વતોમાં સુમેરુ પર્વત પણ તું મને જ સમજ. એવી જ રીતે મનુષ્યોની મનોદશામાં ''સમુદ્ર-જેવો વ્યવહાર'' તું મને સમજ. એટલે કે જે સ્વચ્છ કે દૂષિત જળવાળી તમામ નદીઓને ભેદભાવ વિના પોતાનાંમાં સમાવી લે, એવું વિશાળ સમુદ્રરૂપી હૃદય તું મને જ સમજ. જે સફળતાઓની લહેરો અને નિષ્ફળતાઓના ઝાપટાઓથી ના છલકાય, એવી 'સમુદ્રરૂપી માનસિક સ્થિરતા' તું મને જ જાણ. એવી જ રીતે મંત્રોમાં જપમંત્ર, એટલે કે કાર્યની સમાપ્તિ સુધી સતત પ્રયત્ન કરવાની પ્રવૃત્તિ પણ હું જ છું. બરાબર એવી જ રીતે મનુષ્યોમાં રાજા, એટલે કે ''એક એવું તૃપ્ત હૃદય જેને બીજું કંઈ નથી જોઈતું'' એ પણ તું મને જ જાણ. કેમ કે જેની ખુશી હજી પણ કંઈક બીજું મેળવવા ઉપર નિર્ભર છે, એ મારી દ્રષ્ટિમાં ભિખારી જ છે. અર્જુન! તું હસ્તિનાપુરની ધરતી મેળવવા માટે અહીં આવ્યો છે, પણ તું સમજી નથી રહ્યો કે રાજા હૃદયનો હોય છે; ધરતીનો નહીં. ખેર, આ સિવાય કોઈપણ પ્રકારની જબરદસ્તી વિના ''પૂર્ણ પરસ્પર ઈચ્છા સાથે'' એટલે કે શાસ્ત્ર સંમત કરાયેલા કામ, જેમાં સંતાનોત્પત્તિને પણ ધ્યાનમાં રાખવામાં આવી હોય; એ 'કામ' પણ તું મને જ જાણ. સાથે જ શાસન કરવાવાળાઓમાં 'યમરાજ,' એટલે કે ભેદભાવ વિના યોગ્ય સમયે ન્યાય કરવાવાળાને તું મારું જ સ્વરૂપ સમજ. તું પણ જાણે છે કે મૃત્યુના દેવતા ના પાપી જુએ છે ના પુણ્યાત્મા, ના વૃદ્ધ જુએ છે ના યુવાન, ના સ્વસ્થ

જુએ છે અને ના બીમાર; એ ભેદભાવ વિના બધાંને નિશ્ચિત સમયે બોલાવી જ લે છે. એવી જ રીતે જેઓ બુદ્ધિ દોડાવે છે અને ગણિત ગણે છે, એવા બુદ્ધિમાનોમાં "સમયનું જ્ઞાન અને ધ્યાન રાખનાર બુદ્ધિશાળી" તું મને જ જાણ. અર્જુન, તું પણ બુદ્ધિશાળી છે, તેથી તારે આ વાત વિશેષરૂપે સમજવાની છે. તારે "યુદ્ધ કરવું કે તેનાથી ભાગવું" એના પર પોતાની બુદ્ધિ નથી લગાવવાની, પણ તારે બુદ્ધિ એ વાત ઉપર લગાડવાની છે કે આ સમય યુદ્ધ કરવાનો છે કે યુદ્ધથી ભાગવાનો. અર્જુન, એક વાત હંમેશા ધ્યાનમાં રાખજે કે "શું કરવું અને શું ના કરવું" એ માટે સમય જ એકમાત્ર નિર્ણાયક-શક્તિ છે. કોઈ શાસ્ત્ર કે ગમે તેવો સ્વાર્થ આ બાબતે નિર્ણય નથી કરી શકતાં. અને સમયનું આ જ્ઞાન અંતરાત્માની નજીક ગયા વિના મનુષ્યને નથી થઈ શકતું. ...બસ, આ જ અંતરાત્માની નજીક જવાનું મહત્ત્વ છે. તેથી તું પણ યુદ્ધ કરવા કે ન કરવાના કારણ શોધવા કે નફા-નુકસાનનું ગણિત ગણવાની જગ્યાએ, સમય ઉપર ધ્યાન આપ. ...જો એ કે સમય શું કહી રહ્યો છે? કેમ કે સમયના નિર્ણયમાં પસંદગી નથી હોતી.

હે અર્જુન, આ સિવાય પણ મનુષ્યોની અનેક મહાન મનોદશાઓ છે, જેમાં હું બિરાજમાન છું. દાખલા તરીકે "ભલું કરવાવાળાઓમાં વાયુ-જેવી મનોદશા તું મને જ સમજ," જે દરેક સમયે અને દરેક જગ્યાએ બધાંને જીવન આપવા માટે ઉપલબ્ધ જ રહે છે. એવી જ રીતે શસ્ત્રધારીઓમાં રામ તું મને જ સમજ, જે શક્તિનો ઉપયોગ ફક્ત સમયની માંગ પ્રમાણે જ કરે છે. જ્ઞાનમાં ફક્ત આત્મજ્ઞાન તું મને સમજ. બાકી બધાં જ જ્ઞાનોને તું અજ્ઞાન જ સમજ. એવી જ રીતે અર્જુન, વાદ-વિવાદમાં પણ હું છું, જો તે નિર્ણય ઉપર પહોંચવા માટે કરવામાં આવી રહ્યો હોય તો. મનમાં શું કરવાનો નિર્ણય નક્કી કર્યા પછી કરવામાં આવતો વાદ-વિવાદ હું ક્યારે પણ નથી. અને આ વાત અર્જુન, તારે વિશેષરૂપે સમજવાની છે, કેમ કે યુદ્ધ ના કરવાના નિર્ણય સાથે જ તું મારી સાથે સંવાદ કરી રહ્યો છે. અને તારો આ જ પૂર્વનિર્ણય તારા માટે વાત સમજવામાં મુશ્કેલી ઉભી કરી રહ્યો છે. ખેર અર્જુન, તું ચિંતા ના કરીશ. ...કેમ કે શંકાઓમાં "દ્વંદ્વ" પણ હું જ છું. દ્વંદ્વ એટલે બેમાંથી એક પસંદ કરવાના વિકલ્પના ભ્રમમાં રહેવું. અને તું અત્યારે દ્વંદ્વમાં જ છે કે યુદ્ધ કરું કે ના કરું? એટલે ફિકર ન કર, જલ્દી જ યુદ્ધ ન કરવું હટી જશે અને તું દ્રઢતાપૂર્વક યુદ્ધ કરવા માટે ઊભો થઈ જઈશ. ...બસ, તું જે યુદ્ધ ન કરવાનો નિર્ણય કરીને વાદ-વિવાદમાં પ્રવૃત્ત છે, તેની જગ્યાએ ખુલ્લાં મનથી વિવાદ કર. ...એવી જ રીતે અર્જુન, હું છળ કરવાવાળાઓમાં જુગાર છું. જુગાર, એટલે બરાબરીની બાજી. આ યુદ્ધ પણ એક છળ જ છે. તેથી બહેતર છે કે તું આને એક જુગારની બાજી સમજીને રમી નાંખ. વધુ વિચારીશ નહીં. છળ, જુગાર, યુદ્ધ વગેરે કરવું તો ન જોઈએ, પણ માથે આવી પડે તો તેનાથી ભાગી પણ ન શકાય.

ત્યારે હાર-જીતની ચિંતા કરવાની જગ્યાએ તેને એક જુગાર સમજીને રમી નાખવું બહેતર છે. જુગારવાળી મનોદશાની સૌથી મોટી ખૂબી જ એ છે કે એમાં બાજીનો નિર્ણય મનુષ્ય ત્રીજી શક્તિ, એટલે કે પરમાત્મા ઉપર છોડે છે. પોતે તેની ના તો ચિંતા કરે છે અને ના તો તેના પર ચિંતન કરે છે. અને તેનું આ 'પરિણામ' ત્રીજી શક્તિ ઉપર છોડવું એ જ તેના દરેક જુગારને તમામ પ્રકારના પાપોમાંથી મુક્ત કરી દે છે. તેથી મારો વિશ્વાસ કર કે તું જુગારની મનોદશામાં યુદ્ધ કરીશ, તો પાપને ઉપલબ્ધ નહીં થા.

હે અર્જુન, શક્તિનો પ્રયોગ કરવાવાળાઓમાં દંડ, એટલે કે સજા આપવાની શક્તિ તું મને જ સમજ. પણ રાજ્ય મેળવવા માટે કે શત્રુતા નિભાવવા માટે દેખાડવામાં આવતી તાકાત હું નથી. તેથી તું રાજ્ય મેળવવાની કામના અને કૌરવો પ્રત્યે વેરભાવ છોડ; પરંતુ તેમને દંડિત કરવાના ઈરાદાથી યુદ્ધ કર. આ પ્રકારની મનોદશામાં યુદ્ધ કરવાથી પણ તને પાપ ક્યારેય નહીં લાગે. અર્જુન, તું ટૂંકમાં એટલું સમજ કે જે કંઈ પણ શ્રેષ્ઠ છે, એ બધાંમાં હું છું. જેમ છંદોમાં ગાયત્રી અને નદીઓમાં ગંગા હું જ છું. આનો અર્થ એ નથી કે ગાયત્રીનો મંત્રજાપ કરો કે ગંગાની પૂજા કરો. મારા શબ્દો ઉપર ધ્યાન આપવું જરૂરી છે. હું કહી રહ્યો છું કે છંદોમાં ગાયત્રી હું છું. એટલે કે છંદોની પસંદગી કરવી જ છે, તો ગાયત્રી હું છું. એવી જ રીતે પરિસ્થિતિવશ નદીઓની પસંદગી કરવી જ પડે તો પછી એમાં ગંગા હું છું. જેમ કે મેં કહ્યું હતું કે છળ કરવાવાળાઓમાં જુગાર હું છું. એ વખતે પણ મેં જુગાર રમવું એ પવિત્ર છે, એમ નહોતું કહ્યું; પરંતુ મેં એમ જ કહ્યું હતું કે પરિસ્થિતિવશ છળ કરવું જ પડે તો પછી કરવામાં આવેલા છળમાં જુગાર હું છું. એવી જ રીતે મેં કહ્યું હતું કે કામ કરવું હોય તો ''સંતાન ઉત્પત્તિનું ઉદ્દેશ્ય'' હું છું. રતીભાર દબાણ વિના બન્નેની ઈચ્છાથી કરવામાં આવેલું કામ હું છું. મેં એમાં પણ એમ નહોતું કહ્યું કે કામ હું છું. અર્જુન, હું પહેલાં જ કહી ચૂક્યો છું કે બધાંમાં હું છું અને બધાં મારામાં છે, પણ ના તો હું કોઈનામાં છું અને ના કોઈ મારામાં છે. કેમ કે હું તો ફક્ત દરેક ક્ષણના સત્યમાં છું. હું તો ફક્ત દરેક ક્ષણે કરવામાં આવતી શ્રેષ્ઠની પસંદગી કરવામાં છું. ...જે રીતે અત્યારે આ યુદ્ધમાં હું છું. કેમ કે આ યુદ્ધ હવે સમયના વહેતા પ્રવાહ દ્વારા નક્કી થઈ ચૂક્યું છે. અને જ્યારે 'સમય' નક્કી કરી ચૂક્યો છે, તો યુદ્ધ તો કરવાનું જ છે. અને જ્યારે યુદ્ધ કરવાનું જ છે તો યુદ્ધ કરવાની શ્રેષ્ઠ મનોદશા, એટલે કે જુગારમાં હું છું. તેથી બસ, જુગારની મનોદશામાં રમી નાંખ આ યુદ્ધ, અને આના પરિણામનો નિર્ણય ત્રીજી શક્તિ ઉપર છોડી દે.

હે અર્જુન, શું અને કેટલું કહું તને? ...કેમ કે મારી વિભૂતિઓનો કોઈ અંત જ નથી. બધાં મનુષ્યોની ઉત્પત્તિનું કારણ પણ હું છું. હે અર્જુન, એવું કોઈ નિર્જિવ કે જીવિત તત્વ જ નથી, જેમાં હું હાજર નથી. આ તો મેં તને મારી વિભૂતિઓ ટૂંકમાં કહી. એમાં તું

એટલું જ સમજ કે બધાં મનુષ્યોમાં, હું તેમના જીવનના રૂપમાં સ્થિત છું. તેથી જીવનને ઐશ્વર્ય, પ્રકાશ અને શક્તિથી ભરવું એ મનુષ્યનું કર્તવ્ય છે. અને આ બધું કરતાં-કરતાં આત્મસાક્ષાત્કાર કરી લેવો એ તેનું અંતિમ લક્ષ્ય છે. બસ, એ જ રીતે આ યુદ્ધ કરવું એ તારું કર્તવ્ય છે. વળી આનાથી પ્રાપ્ત થનારા ઐશ્વર્ય ઉપર તારો અધિકાર પણ છે. પણ એ મળે કે ના મળે, તેનો નિર્ણય પરમાત્માના ન્યાય ઉપર છોડવો જરૂરી છે. તેની ઈચ્છા કરવી કે મળે ત્યારે તેનો અસ્વીકાર કરવો, બંને પરમાત્માના ન્યાય ઉપર અવિશ્વાસ કરવા બરાબર છે. તેથી ટૂંકમાં તું તો એટલું સમજ કે આ સંપૂર્ણ જગતને હું મારી યોગશક્તિના અંશમાત્રથી ધારણ કરીને સ્થિત છું. તેથી અહીંના કણ-કણમાં અને મનુષ્યોના દરેક કર્મમાં હું છું. બસ, મનુષ્યએ તેના ભાગે આવેલાં કર્મોને શ્રેષ્ઠ મનોદશાથી કરતાં રહેવાનું છે. તેને કર્મ કરવા માટે ઉપલબ્ધ પસંદગીઓમાંથી તે શ્રેષ્ઠની પસંદગી કરતો રહે. જાતે ન તો કર્મ શોધવા જાય અને ના કોઈ કર્મથી ભાગે. તારા સંદર્ભમાં કહું તો આ યુદ્ધ તારા કર્મોનું પરિણામ છે. તેથી તું હવે આમાં પસંદગી કરવાનું ન વિચાર. પસંદગી તો થઈ ગઈ, કમ-સે-કમ આજે આ યુદ્ધરૂપી કર્મ પસંદગી કર્યા વિના કરી લે. પછી તેને આદત બનાવી લે. બસ, આ રીતે પસંદગી કર્યા વિના સતત કર્મ કરતાં રહેવાથી એક દિવસ તું "તમામ કર્મોમાંથી મુક્ત" થઈ જઈશ. ...પોતાના મહિમાનું વર્ણન ક્યાં સુધી કરું? તેથી તું તો ફક્ત એટલું સમજ કે બ્રહ્માંડ હોય કે સંસાર, ચારે બાજુ પસંદગી વિના જે કંઈ પણ કર્મ પોતાની મેળે ચાલી રહ્યાં છે; તેમાં હું હંમેશા ઉપસ્થિત રહું છું.

પ્રેક્ટિકલ એપ્લિકેશન - 15

દસમાં અધ્યાયમાં કૃષ્ણ કહી રહ્યાં છે કે જેમાં જે પણ શ્રેષ્ઠ છે, તે હું છું. અને આ જ સત્ય છે કે જેમાં જે કાંઇ પણ શ્રેષ્ઠ છે, તેજ કૃષ્ણ છે અને તેજ પરમાત્મા છે. બીજી તરફ તમને યાદ હશે કે કૃષ્ણ એ પણ કહી ચૂક્યા છે કે બધુંજ 'હું' છું. એટલે કે પૂરી રીતે ખરાબ આ જગતમાં કાંઈપણ નથી. મનુષ્ય ગમે તેવો હોય કે વસ્તુ કોઈપણ હોય, કાંઇકને કાંઇક તો બધામાં શ્રેષ્ઠ હોય જ છે. અને કૃષ્ણ કહી રહ્યાં છે કે ખરાબમાં ખરાબ માણસમાં પણ જે શ્રેષ્ઠ છે, તે હું જ છું. આખી વાતનો સાર ઉદાહરણ આપીને સમજાવું તો હથિયારનો શ્રેષ્ઠ ઉપયોગ છે ''આતંકવાદીઓ અને દુરાચારીઓ''ને મારવા. માટે હથિયારનો આ ઉપયોગ કૃષ્ણ જ છે. એટલે હથિયારોને પૂરી રીતે ખરાબ ન જ કહી શકાય. હવે આમાં તમારા મતલબની સીધી વાત કહું તો તે એ છે કે કોઈપણ મનુષ્ય સંપૂર્ણ ખરાબ ક્યારેય નથી હોતો. દરેકમાં કોઈકને કોઈક શ્રેષ્ઠતા હોય જ છે. તેથી કોઈને પણ ક્યારેય પૂરી રીતે ન નકારો. કોઈને તુચ્છ કે નીચ ન સમજો. તમે તો બસ સહુની ભીતર છૂપાયેલા તેના શ્રેષ્ઠ ગુણને જુઓ. અને દરેક સાથે સંબંધ એની શ્રેષ્ઠતાના રાખો. જે બાબતે જે શ્રેષ્ઠ નથી, એ બાબતે એની સાથે સંબંધ નહીં. કહેવાનું તાત્પર્ય એ કે શોખીન સાથે શોખ પૂરતા, વ્યવસાયી સાથે વ્યવસાયના, બુદ્ધિમાનો સાથે સંવાદના, જ્ઞાનીઓ સાથે ગ્રહણ કરવાના સંબંધ રાખો. શત્રુ સાથે પણ એની શ્રેષ્ઠતા પૂરતો સંબંધ તો જાળવી જ રાખો અને વ્હાલામાં વ્હાલા સાથે પણ સંબંધ એની શ્રેષ્ઠતા પૂરતો સીમિત રાખો. અજ્ઞાની સાથે સંવાદ, બદમાશ સાથે વ્યવસાય, ઉદાસો સાથે પાર્ટી અને ઉપવાસી સાથે ડિનર કરવું જ શા માટે? સંબંધ રાખો સહુની ભીતરની શ્રેષ્ઠતા સાથે, એટલે કે સહુની ભીતરના કૃષ્ણ સાથે. પછી જુઓ, જીવન કેટલું સુંદર બની જાય છે. માટે આગળના પાનામાં હું એક ચાર્ટ આપું છું. એમાં તમે તમારી સાથે હળવા-મળવાવાળા વીસ વ્યક્તિઓનાં નામ લખો અને સાથે એમની શ્રેષ્ઠતા લખો. અને આજ પછી સંબંધોને એ વ્યક્તિની શ્રેષ્ઠતા પૂરતા જ સીમિત કરી લો. શીખવા પણ મળશે, મજા પણ આવશે અને સંતોષ પણ જળવાઈ રહેશે.

તમારી સાથે હળવા-મળવાવાળા વીસ વ્યક્તિઓના નામ તથા એમનાં શ્રેષ્ઠ ગુણ

1

....

....

....

....

2

....

....

....

....

3

....

....

....

....

4

....

....

....

....

5

6

7

8

9

10

11

12

13

14

15

16

17

....
....
....
....

18

....
....
....
....

19

....
....
....
....

20

....
....
....
....

અધ્યાય - ૧૧

અર્જુનઃ

હે કૃષ્ણ! મારા પર કૃપા કરીને તમે જે પરમ ગોપનીય ધર્મજ્ઞાન મને આપ્યું, તેનાથી મારું અજ્ઞાન નષ્ટ થઈ ગયું. મેં તમારી પાસેથી જગતની ઉત્પત્તિ અને તેના પ્રલયના નિયમ વિસ્તારપૂર્વક સાંભળ્યા. મેં તમારો અવિનાશી મહિમા પણ સાંભળ્યો. મેં એ પણ જાણ્યું કે અહીંનો કણ-કણ એક તમારાંથી જ ચલાયમાન છે. તમે જ આ સંપૂર્ણ જગતના એકમાત્ર પરમ-કારણ છો. અને આ બધું જે તમે તમારાં વિશે કહો છો, એ બિલકુલ એવું જ

છે. ...આમાં હવે મને કોઈ શંકા નથી. છતાં પણ તમારાં આ ચારે બાજુ ફેલાયેલા સ્વરૂપને સમજવું મારે માટે સહેલું નથી. તેથી તમે ખોટું ના લગાડો તો હું તમારાં ઐશ્વર્ય, શક્તિ, બળ, વીર્ય અને પ્રકાશથી યુક્ત આ મહાન સ્વરૂપને પ્રત્યક્ષ જોવા ઈચ્છું છું. જો ખરેખર તમારાં દ્વારા એ સ્વરૂપ દેખાડી શકવું શક્ય હોય તો તમે તમારાં આ સ્વરૂપનું મને દર્શન કરાવો.

કૃષ્ણ:

આમ તો અર્જુનની વાત સાચી જ છે. આ સમજી લેવામાત્રથી કે શરીર અલગ છે અને આત્મા અલગ છે, આત્માનો અનુભવ તો થઈ નથી જતો. આ સાંભળી લેવાથી કે આ આખું જગત એક આત્માનો વિસ્તાર છે, તેનો અનુભવ તો નથી થઈ જતો. તેથી વાતને પાક્કી કરવા માટે અર્જુન આત્માના ચારે બાજુ ફેલાયેલા ''ઈશ્વરીય સ્વરૂપ''ને પ્રત્યક્ષ જોવા ઈચ્છે છે. હવે આમ તો આ શક્ય છે જ નહીં. કેમ કે જાતે આત્મસાક્ષાત્કાર કર્યા વિના સર્વવ્યાપી પરમેશ્વરનો અનુભવ કરી જ ના શકાય. સત્તા અને સંપત્તિ તો વહેંચી શકાય છે, પણ અનુભવ થોડો જ વારસામાં આપી શકાય છે? આવું શક્ય હોત તો હું આખા સંસારને કૃષ્ણ બનાવી ચૂક્યો હોત. હવે સવાલ એક જ છે કે શક્ય હોય કે ના હોય, મારી પાસે તો અર્જુનને મારા વિશ્વસ્વરૂપના દર્શન કરાવ્યા સિવાય બીજો ઉપાય જ ક્યાં છે? કેમ કે એ તો એમ પણ યુદ્ધમાંથી ભાગવાની વેતરણમાં બેઠો છે. એવામાં મારો આ ઈન્કાર તેને યુદ્ધમાંથી ભાગવાનું બહાનું આપી દેશે. એ તરત કહેશે કે કેમકે હું તમારાં વિશ્વસ્વરૂપના દર્શન ન કરી શક્યો, તેથી ખુદને તમારાં કહેવા છતાં પણ યુદ્ધ કરવા માટે રાજી નથી કરી શકતો. અને આવું થશે તો કૌરવોની જીતની શક્યતા સુદ્રઢ થઈ જશે. હવે અટળ યુદ્ધમાં એ જોખમ તો લઈ જ ના શકાય. પણ મને કૃષ્ણ એમજ થોડા કહે છે? મારે માટે એવું શું છે જે શક્ય નથી. હું તેને ભલેને વિશ્વસ્વરૂપનો અનુભવ ન કરાવી શકું, પણ તેને સંમોહિત કરીને ભ્રમમાં તો નાંખી જ શકું છું. જીવનભર બધાંને સંમોહિત કરીને જ તો મેં મારું કામ કઢાવ્યું છે. બાળપણથી જ ''વ્યક્તિગતથી લઈને સામૂહિક સંમોહન'' જ તો કરતો આવી રહ્યો છું. તમને તો ખબર જ છે કે બાળપણમાં આખું વૃંદાવન કેટલી હદે મારાથી સંમોહિત હતું. મારા સંમોહનમાં ગોપીઓની હાલત કેવી થઈ હતી, એ કોનાથી છૂપું છે? અને આજે પણ આર્યાવર્તનો એવો કયો ખૂણો છે જ્યાં મારા સંમોહનનો ડંકો નથી વાગી રહ્યો? તેથી અર્જુનને સંપૂર્ણ રીતે સંમોહિત કરીને તેણે વિશ્વરૂપદર્શન કરી લીધાં, એવા ભ્રમમાં નાંખી જ શકાતો હતો. ...બસ, મનુષ્યજાતિના ઈતિહાસનું પહેલું સંપૂર્ણ સંમોહન મેં કરી નાખ્યું. જરા સંમોહનની પ્રક્રિયા સમજજો. મનુષ્ય પાસે બે મુખ્ય શક્તિઓ છે. એક છે તેનું મન, અને બીજાં છે તેના બુદ્ધિ-અહંકાર. સંમોહનનો અર્થ છે, મનુષ્યના બુદ્ધિ-અહંકારને સુપ્ત કરી દેવા. એકવાર

મનુષ્યના બુદ્ધિ-અહંકાર સુપ્ત કરી દીધા તો તે નેચરલ બની જાય છે. તેનાથી બે વસ્તુઓ શક્ય બની જાય છે. પહેલું તો આનાથી તેની ભીતરનું વાસ્તવિક સ્વરૂપ પૂરેપૂરું બહાર આવી જાય છે. કેમ કે મારી-મચડીને બધું સમજવા અને સમજાવવાવાળા 'બુદ્ધિ-અહંકાર' સંમોહિત કરવાથી કાર્ય કરવાનું બંધ કરી દે છે. અને એવામાં તમે ન માત્ર મનુષ્યને જે કંઈ દેખાડવા ઈચ્છો છો એ તેને દેખાડી શકો છો, પરંતુ જે કંઈપણ તેને સમજાવવા ઈચ્છો છો તે સમજાવી પણ શકો છો. કેમ કે આ ક્રિયામાં પણ મુશ્કેલી ઊભી કરવાવાળી બુદ્ધિ સંમોહનના સમયે કાર્ય નથી કરી રહી હોતી. તેથી, ટૂંકમાં કહું તો અર્જુને તો પોતાની તરફથી મને દુવિધામાં નાંખી દીધો હતો, પણ મારી ચતુરાઈએ આને પણ એક અવસરમાં પલટી નાખી. કેમ કે હવે હું તેના ભીતરને પણ પ્રકટ કરાવી દઈશ અને તેને મારા વિશ્વસ્વરૂપનો અહેસાસ પણ કરાવી દઈશ. આનાથી મને બે સીધાં ફાયદા થશે. એક તો તેની છુપાયેલી ઈચ્છાની સાથે-સાથે તેના વર્તમાન ભયના ઊંડાણનો પણ પાકો અંદાજ આવી જશે, અને બીજું એ કે વિશ્વસ્વરૂપ જોતાં જ તે સંપૂર્ણ રીતે મારા વશમાં આવી જશે.

તો, શુભ કાર્યમાં વાર શું કરવી! મેં, તે જ ક્ષણે તેની આંખોમાં ઉત્કટતાપૂર્વક જોઈને તેના બુદ્ધિ-અહંકારને સુપ્ત કરી દીધા. અને તેમના સુપ્ત થતાં જ મેં કહ્યુ કે હવે તું વિવિધ પ્રકારના અને વિવિધ પ્રકારની આકૃતિવાળા મારા અલૌકિક સ્વરૂપને જો. આમાં હવે તું શાસ્ત્રોમાં વર્ણિત આદિત્યો, વસુઓ, રુદ્રો અને અશ્વિનીકુમાર અને તેમના પુત્રોના પહેલાં ન જોયેલા આશ્ચર્યમય રૂપોને જો. હવે કેમ કે આ બધું અર્જુને શાસ્ત્રોમાં વાંચેલું છે, એટલે સમ્મોહિત અવસ્થામાં આ બધું તેને દેખાડવું ઘણું સરળ છે. આ પછી તરત જ મેં કહ્યું કે બીજું પણ મારા વિશ્વસ્વરૂપમાં જે કંઈ પણ તું જોવા ઈચ્છે છે, એ જો. અહીં એ પણ સમજી લેજો કે સંમોહનમાં પણ હું તેને એ જ દેખાડી શકું છું જેની કોઈને કોઈ કલ્પના પહેલાંથી એની ભીતર છે. કોઈ નવી કલ્પના કરાવી શકવી સંમોહનના વશમાં નથી. પણ મેં ચતુરાઈપૂર્વક "આદિત્યોથી લઈને અશ્વિનીકુમાર સુધીની વાત કરીને" તેને પહેલાજ દિશા આપી દીધી. ...પછી કહી દીધું કે જે કંઈ પણ તેં આત્મા-પરમાત્મા વિશે સાંભળ્યું છે, એ બધું જો. હવે સંમોહનમાં એની જ કલ્પના તેના જ મનમાં સાકાર થવાની હતી, મારે તો ફક્ત માર્ગ બતાવવાનો હતો અને જે હું બતાવી ચૂક્યો હતો. બસ, આ પછી તરત મેં કહી દીધું કે આ સિવાય પણ તું જે કંઈ જોવા ઈચ્છે છે, તે જો. મારા આ કહેવાથી હવે તે પોતાના મનમાં છુપાયેલી ઈચ્છાઓને સાકાર થતી જોશે. હવે તે આ સંદર્ભમાં શું-શું જુએ છે, તેનાથી તેનું "વાસ્તવિક ભીતર" પ્રકટ થઈ જશે. ત્યાર પછી તેના બુદ્ધિ-અહંકારને સંપૂર્ણ રીતે સુપ્ત કરવા માટે મેં કહ્યું કે હે અર્જુન! પણ આ બધાંને તું તારા પ્રાકૃતિક નેત્રોથી નહીં જોઈ શકે, એટલે તેમને બંધ કર, હું તને દિવ્ય આંખો આપું છું. બસ, હવે તું સહેલાઈથી મારા

મહાન ઈશ્વરીય-સ્વરૂપને જોઈ શકીશ. આટલું કહીને હું ચુપ થઈ ગયો. હવે મને એ સાંભળવાની જીજ્ઞાસા જાગી હતી કે અર્જુન શું-શું જુએ છે? આ તો ઠીક, ત્યાં અર્જુનની સાથે-સાથે સંજય પણ સંમોહિત થઈ ગયો. થવાનો જ હતો. મારી સંમોહન શક્તિ એમ પણ બેમિસાલ હતી. તેથી અર્જુન જે કંઈ પણ ભીતર જોઈ રહ્યો હતો, એ જ સંજયએ પણ અનુભવવાનું શરૂ કરી દીધું. અને આશ્ચર્યજનકરૂપે બોલવાનું તેણે જ શરૂ કર્યું. અર્જુન તો બધું જોવામાં જ સંપૂર્ણ રીતે ડૂબેલો હતો. એટલે કે મારી ઐતિહાસિક સંમોહન-શક્તિ સંપૂર્ણ રીતે સિદ્ધ થઈ ચુકી હતી.

સંજયઃ

હે મહારાજા ધૃતરાષ્ટ્ર, આટલું કહીને યોગેશ્વર શ્રીકૃષ્ણએ હકીકતમાં અર્જુનને પોતાનું દિવ્યસ્વરૂપ બતાવ્યું. અને એ સાથે જ અનેક મુખ અને નેત્રોથી યુક્ત, અનેક ભૂજાઓવાળા, દિવ્ય શસ્ત્રોને હાથોમાં ઉઠાવેલા, બધી બાજુ મોઢાંવાળા કૃષ્ણના સ્વરૂપને અર્જુને જોયું. હે રાજન, શ્રીકૃષ્ણના આ સ્વરૂપના તેજની તો ચર્ચા જ શું કરું? ...એવું લાગે છે જાણે હજારો સૂર્ય એકસાથે પ્રકાશિત થઈ ગયા હોય. ખરેખર અત્યારે અર્જુને અલગ-અલગ સંપૂર્ણ જગતને શ્રીકૃષ્ણ મહારાજના શરીરમાં એક જગ્યાએ સ્થિત જોયું. આ બધું જોઈને અર્જુન સંપૂર્ણ રીતે સ્તબ્ધ રહી ગયો. અને એ જ મનોદશામાં શ્રીકૃષ્ણ આગળ હાથ જોડીને તેણે બોલવાનું શરૂ કર્યું.

અર્જુનઃ

હે શ્રીકૃષ્ણ! હું અત્યારે ખૂબ જ અચંબામાં છું. હું તમારાં શરીરમાં દેવોને અને ભૂતોને એકસાથે જોઈ રહ્યો છું. મને અત્યારે તમારી ભીતર બ્રહ્મા અને મહાદેવ જ નહીં, તમામ ઋષિ અને સાપ પણ ઉપસ્થિત દેખાઈ રહ્યાં છે. હે

બધું કૃષ્ણ જ છે, એવું સમજનારા જ્ઞાની અહીં ઓછાં જ મળે છે

સંપૂર્ણ વિશ્વના સ્વામી, હું ના તો તમારાં અંતને જોઉં છું, ના મધ્યને અને ના શરૂઆતને પણ. સાચું કહું તો હું તમારાં મુગટ, ગદા અને ચક્રયુક્ત આ અસ્તિત્વને જોઈને ગદ્‌ગદિત થઈ રહ્યો છું. હું માનું છું કે તમે ખરેખર કઠિનતાપૂર્વક જોવાયોગ્ય છો. અને આમાં તો મને હવે કોઈ શંકા જ નથી કે તમે જ પરમઅક્ષર બ્રહ્મ છો. તમે જ આ જગતના માલિક છો. તમે જ અનાદિ ધર્મના રક્ષક છો. અને તમે જ "અવિનાશી સનાતન પુરુષ" છો. હે કેશવ, આ સ્વર્ગ અને પૃથ્વીની વચ્ચેનું સંપૂર્ણ આકાશ એક તમારાંથી જ પ્રકાશિત છે. સાચું કહું તો તમારાં આ અલૌકિક સ્વરૂપને જોઈને ત્રણેય લોક વ્યથાને પ્રાપ્ત થઈ રહ્યાં છે. દેવતા હોય કે મહર્ષિ, બધાં જ ચારે તરફથી તમારી સ્તુતિ કરી રહ્યાં છે. ખરેખર અગિયાર રુદ્ર, બાર આદિત્ય, આઠ વસુ, અશ્વિનીકુમાર, ગંધર્વ, યક્ષ, રાક્ષસ અને પિતૃઓનો સમુદાય સુદ્ધાં આશ્ચર્યચકિત નજરોથી તમને જોઈ રહ્યાં છે. હકીકત તો એ છે કે તમારાં આ અનેક હાથ, જાંઘ અને પગોવાળા અત્યંત વિકરાળ સ્વરૂપને જોઈને મારા સહિત બધા અતિ વ્યાકુળ થઈ રહ્યાં છે. હું તો તમારાં આ સ્વરૂપને જોઈને ધીરજ અને શાંતિ, બંને ગુમાવી રહ્યો છું. હું અત્યારે સંપૂર્ણપણે ભયભીત થઈ ચૂક્યો છું. હું તો દિશાઓ સુદ્ધાંનું જ્ઞાન ગુમાવી ચૂક્યો છું. મારી બુદ્ધિ સંપૂર્ણ રીતે ભ્રષ્ટ થઈ ચુકી છું.

તેથી હે દેવોના દેવ! તમે પ્રસન્ન થાવ. તમે નારાજગી છોડો. હું તો અત્યારે ધૃતરાષ્ટ્રના પુત્રોને તમારાં આ વિકરાળ સ્વરૂપમાં પ્રવેશતાં જોઈ રહ્યો છું. ધૃતરાષ્ટ્રના પુત્રો સિવાય ભીષ્મ, દ્રોણ અને કર્ણ પણ એમાં સામેલ છે. હું તો આપણા અને તેમના પક્ષના કેટલાંય યોદ્ધાઓને પણ તમારાં ભયાનક મુખમાં પ્રવેશતા જોઈ રહ્યો છું. મને તો આ બધાં જ તમારાં વિશાળ દાંત વચ્ચે પિસાતા દેખાઈ રહ્યાં છે. ...જેમ નદીઓ ચારે બાજુથી સમુદ્રમાં પ્રવેશ મેળવવા માટે દોડે છે, એવી જ રીતે આ બધા પણ ચારે બાજુથી તમારાં મુખમાં સમાવા માટે દોડતા ચાલ્યા આવી રહ્યાં છે. હે સંપૂર્ણ લોકોના માલિક, મને કહો કે આ ઉગ્ર સ્વરૂપવાળા તમે કોણ છો? હે દેવોમાં શ્રેષ્ઠ, તમને નમસ્કાર હો. તમે પ્રસન્ન થાવ. હું તમને જાણવા અને સમજવા ઈચ્છું છું. કેમ કે હું તમારી આ સમયની પ્રવૃત્તિને બિલકુલ નથી સમજી શકતો.

કૃષ્ણ:

ચાલો, અર્જુન મારા ઈશ્વરીય સ્વરૂપને જોવા માંગતો હતો, તો એ તેણે જોઈ લીધું. ...એટલે કે મારું સંમોહન સંપૂર્ણ રીતે સફળ રહ્યું. અહીં એ પણ સમજી લેજો કે અર્જુન મને જે ઘણાં મુખોવાળો, ઘણી-બધી ભુજાઓવાળો અને અનેક શસ્ત્રોથી સજ્જ જોઈ રહ્યો છે, તે એ "તેની જ ઈશ્વરીય કલ્પના" જોઈ રહ્યો છે. તેણે શાસ્ત્રોમાં ઈશ્વર વિશે જે કંઈ પણ

વાંચ્યું છે, તે એનો જ વિસ્તાર જોઈ રહ્યો છે. જો કોઈ બીજાની "ઈશ્વરની કંઈક બીજી કલ્પના છે" તો સંમોહિત કરવામાં આવતા તે પોતાની એ કલ્પના અનુસાર જ ઈશ્વરને જોશે. અને જો કોઈની ઈશ્વર વિશે કોઈ કલ્પના જ નથી, તો સંમોહિત કરવા છતાં પણ તે ઈશ્વરીય-સ્વરૂપ નહીં જ જુએ. કહેવાનો અર્થ એ છે કે મનુષ્ય ચોવીસે કલાક પોતાના મનની કલ્પનાનો જ ચારે બાજુ વિસ્તાર જોતો રહે છે. અને આને જ નિદ્રા એટલે કે તેનું અજ્ઞાન કહે છે. અને આવી નિદ્રામાં જીવી રહેલાં મનુષ્યોને જ સંમોહિત કરી શકાય છે. ...કોઈપણ જાગૃત વ્યક્તિને ક્યારેય સંમોહિત નથી કરી શકાતી.

ખેર, અર્જુને મારામાં ઈશ્વર જોઈ લીધા, તેથી હવે મારા પર વિશ્વાસ ન કરવાનું તેની પાસે કોઈ કારણ ના રહ્યું. પણ હકીકત તો એ છે કે આનાથી પણ સમસ્યા સમાપ્ત ના થઈ. અર્જુનના ભયભીત મનએ એક નવી સમસ્યા ઊભી કરી નાંખી. અત્યાર સુધી તો અર્જુન 'યુદ્ધ'થી ગભરાતો હતો, પણ હવે મારા આ 'ઈશ્વરીય સ્વરૂપ''ને જોઈને પણ તે ગભરાવા લાગ્યો. હકીકતમાં ભયભીત મનની આ જ ખૂબી છે. તે નવો ડર પહેલાં પકડે છે અને જૂનો ભય પછી છોડે છે. એટલે કે એકવાર કોઈને ભય પકડી લે તો પછી તેના એ ભયને સંપૂર્ણ રીતે દૂર કરવો ઘણું અઘરું બની જાય છે. કંઈ નહીં તો છેલ્લે એ "ઈશ્વર, જે વિશ્વાસના પ્રતીક હોવાં જોઈએ" તેમનાથી પણ ડરવા લાગે છે. અને આ મોટા ભાગના મનુષ્યોની સમસ્યા છે. એ પોતાના ભયના વિસ્તારમાં ઈશ્વરને પણ લપેટી લે છે.

હશે, હું તો પાછો અર્જુન ઉપર જ આવી જાઉં. અને એ વિશે કહેવું જ પડશે કે મારું તેને સંમોહિત કરવું સંપૂર્ણ રીતે સફળ રહ્યું. એક બાજુ જ્યાં તેણે મારામાં પોતાની કલ્પનાના ઈશ્વર જોઈ લીધાં, ત્યાંજ બીજી બાજુ આ યુદ્ધને લઈને તેના મનમાં દબાયેલી ઈચ્છાને પણ હું પ્રકટ કરાવવામાં સફળ રહ્યો. અર્જુન, જે શરૂઆતમાં શાસ્ત્રોની આણ આપી રહ્યો હતો અને ભ્રાતૃપ્રેમ વ્યક્ત કરી રહ્યો હતો, સંમોહિત કરવાને કારણે તેણે જાતે જ કબૂલી લીધું કે એ બધી વ્યર્થ વાતો હતી. તે હજી પણ કૌરવોના વિનાશની ઈચ્છાથી જ યુદ્ધના મેદાનમાં ઊભો છે. એટલે જ તો મારા આ કહેવા પર કે તું જે જોવા ઈચ્છે છે, તે જો; તેણે મારા વિકરાળ મુખમાં ન કેવળ કૌરવોને સમાતા જોયા, પરંતુ દ્રોણ, ભીષ્મ, કર્ણને પણ જોયા. આનાથી તેણે સાબિત કરી દીધું કે તે દ્રોણ, ભીષ્મ અને કર્ણની ત્રિમૂર્તિથી ડરી ગયો હતો. કેમકે ત્રણેય શ્રેષ્ઠ તીરંદાજ છે. જો એ ત્રણેય મારા મુખમાં સમાઈ જાય છે, તો તેને યુદ્ધથી કોઈ વાંધો નથી. અને તેના મનની આ જ વાત હું પહેલાં શ્લોકથી કહી રહ્યો છું. હું વારંવાર અર્જુનને એ જ તો કહી રહ્યો છું કે તું મને ભ્રમિત કરવાનો પ્રયત્ન ના કરીશ. તારા મનમાં હજી પણ રાજ્ય મેળવવાની ઈચ્છા છુપાયેલી છે. તારું મન હજી પણ કૌરવોનો વિનાશ ઈચ્છે છે. હું તેને આ સ્પષ્ટ કહી જ ચૂક્યો છું કે "પકડી રાખેલી નપુંસકતાના કારણે"

તું યુદ્ધથી ભાગવા ઈચ્છે છે. ...પણ આ ખોટું છે. અને એટલે જ તારી પાસે ''અટળ થઈ ચૂકેલા આ યુદ્ધને કરવા સિવાય'' બીજો કોઈ ઉપાય નથી.

ખેર, હવે તો આ સમસ્યા પણ નહોતી બચી. હવે તો અર્જુનનો ભય અને તેની ઈચ્છા, બંને સંપૂર્ણ રીતે ઉજાગર થઈ ગયા હતાં. હવે તો એ મારા ઈશ્વરીય-સ્વરૂપને પણ જોઈ ચૂક્યો હતો. જો કે આમ છતાં સમસ્યા હજી પણ સમાપ્ત નહોતી થઈ. તે યુદ્ધ કરવા માટે હજી પણ તૈયાર નહોતો લાગતો. કેમ કે મેં કહ્યું એમ હવે તે મારા ઈશ્વરીય-સ્વરૂપને જોઈને ડરી ચૂક્યો હતો. એ વિચારી રહ્યો હતો કે હું એવાં તો કેવાં સ્વરૂપમાં છું કે ચારે બાજુ બધાને મોતને ઘાટ ઉતારી રહ્યો છું? યુદ્ધમાં આવેલા બધા યોદ્ધા મારી દાઢોમાં કેમ પિસાઈ રહ્યાં છે? અને ક્યાંક આ ક્રમમાં હું પણ ના પિસાઈ જાઉં. અને એ જ તો એ નથી ઈચ્છતો. એટલે જ તો યુદ્ધથી ભાગવાની વાત કરી રહ્યો છે. એટલે જ તો જ્યાં કૌરવો સહિત આટલા લોકોને તેણે મારી દાઢોમાં પિસાતા જોયા છે, પણ ખુદને કે પોતાના ભાઈઓ કે પુત્રોને તેણે મારી દાઢમાં સમાતા નથી જોયા. આનાપરથી તેની ઈચ્છા સ્પષ્ટરૂપે ઉજાગર થાય છે કે યુદ્ધમાં ભલેને ગમે તે થઈ જાય, પણ પોતાનું કે પોતાનાંઓનું નુકસાન ન થવું જોઈએ. આનો સીધો અર્થ એ થયો કે વિશ્વસ્વરૂપના દર્શન કરી લેવા છતાં પણ જ્યાં સુધી તેને દુશ્મનોના વિનાશની અને પોતાનાઓની સુરક્ષિત બચવાની ખાત્રી નહીં થઈ જાય ત્યાં સુધી તે યુદ્ધ માટે રાજી નહીં થાય. એટલે જ તો છેલ્લે તે પૂછે છે કે તમે છો કોણ જે આટલા વિકરાળ સ્વરૂપમાં પ્રકટ થયા છો?

કંઈ વાંધો નહીં, અર્જુન મહારાજ! હવે તો બધું સંપૂર્ણ રીતે સ્પષ્ટ છે. તેથી વાતને એ જ પ્રમાણે આગળ વધારતા તેને સ્પષ્ટ કહ્યું કે સાંભળ અર્જુન, હું અત્યારે લોકોનો નાશ કરવા આવેલો મહાકાળ છું. હું યુદ્ધના મેદાનમાં ભેગા થયેલાં બધાંને નષ્ટ કરવા માટે પ્રવૃત્ત થયો છું. તેથી હે અર્જુન, તું એક સીધી વાત સમજ કે ચાહે તું યુદ્ધ કરે કે ન કરે, આ તારા પ્રતિપક્ષીઓની સેનાનો વિનાશ થવાનો જ છે. હવે અર્જુનના વર્તમાન ભયને આનાથી મોટું આશ્વાસન તો હું આપી જ નહોતો શકતો. તેથી વાતને એ જ રીતે આગળ વધારતા મેં કહ્યું કે તેથી અર્જુન, તું ઉઠ અને બેફીકર થઈને યુદ્ધ કર. શત્રુઓને જીત અને યશ મેળવ. ...હસ્તિનાપુરનું રાજ મેળવ. આ બધાં વિપક્ષી યોદ્ધા તો મારા દ્વારા પહેલેથી જ માર્યા ગયા છે. તારે તો બસ હવે એક નિમિત્ત બનીને યુદ્ધ કરવાનું નાટક કરવાનું છે. અને આ નાટકની અવેજીમાં તને યશ અને રાજ્ય, બંને મળી જશે. હવે આમ તો આવું કહીને એક રીતે હું અર્જુનને સારું એવું આશ્વાસન જ આપી રહ્યો છું, જેથી તેનો ભય સંપૂર્ણ રીતે દૂર થઈ જાય. કેમ કે જ્યારે ઈશ્વર પોતે કહી રહ્યાં છે કે એ લોકો મારા દ્વારા પહેલાં જ માર્યા ગયા છે, તો મોકાનો ફાયદો ઉઠાવવામાં શું ખરાબી છે? ...પરંતુ આ વાતનું બીજું એક પાસું પણ છે.

અને તે એ કે આ વાત હું એમજ નથી કહી રહ્યો. હું તો પ્રકૃતિના તમામ રહસ્યોનો જ્ઞાતા છું. તેથી હું ''અહંકાર અને પ્રકૃતિના તાલમેલ''ને પણ જાણું છું. પ્રકૃતિ ફક્ત અહંકારની શત્રુ છે. ચરમસીમાએ પહોંચેલો દરેક અહંકાર પ્રકૃતિ દ્વારા વિનષ્ટ થઈ જ જાય છે. અને કૌરવ અત્યારે પોતાના અહંકારની ચરમ સીમાએ પહોંચી ચૂક્યા છે. જે દિવસે કૌરવોએ મારા દ્વારા આપવામાં આવેલો ''પાંડવોને પાંચ ગામ આપીને સમાધાન કરી લેવાનો પ્રસ્તાવ''ને ઠુકરાવ્યો હતો, એ જ દિવસે તેઓએ પોતાનો અંત નક્કી કરી નાંખ્યો હતો. તેઓ એ જ દિવસે કુદરતના નિશાન ઉપર આવી ગયા હતાં. તેથી આ હકીકત પણ છે કે હવે અર્જુન યુદ્ધ કરે કે ન કરે, કૌરવ કોઈ પણ કીંમતે બચવાના નથી. કેમ કે કુદરત પોતાના ન્યાયના પાલન માટે એક અર્જુન ઉપર જ નિર્ભર નથી. અર્જુન યુદ્ધનો ઈન્કાર કરશે તો કુદરત મહારાજા દ્રુપદના સહારે કૌરવોનો નાશ કરી નાંખશે. એટલે જ તો હું અર્જુનને કહી રહ્યો છું કે તું 'કુદરતનો નિમિત્ત' બની જા. તું યુદ્ધ કુદરત માટે કર, બાકી બધું કુદરત જ તારી પાસે કરાવી લેશે. હું તો બધાંને કહું છું કે 'કુદરતના નિમિત્ત' બનવાનો કોઈ મોકો ક્યારેય ના છોડતા. મનુષ્ય મોટો અને મહાન, સતત કુદરતનો નિમિત્ત બનીને જ બને છે. ખેર, મેં આશ્વાસનની ધાર વધારે મજબૂત કરતાં આગળ અર્જુનને કહ્યું કે હે અર્જુન! ભીષ્મ, કર્ણ અને દ્રોણ જ નહીં, જયદ્રથ સુદ્ધાં મારા દ્વારા પહેલાં જ હણાઈ ચૂક્યા છે. તારે તો હવે આ મરેલાઓને જ મારવાના છે. અને મરેલાઓને મારવામાં ડરનું શું કામ? તેથી તું તમામ ભયોમાંથી મુક્ત થઈ જા. તું મારો વિશ્વાસ કર કે તું યુદ્ધ ચોક્કસ જીતીશ. તેથી, ચિંતામુક્ત થઈને યુદ્ધમાં કૂદી પડ.

સંજયઃ

હે ધૃતરાષ્ટ્ર, જેવી શ્રીકૃષ્ણએ અર્જુનને યુદ્ધ કરવા માટે તૈયાર થઈ જવાની સલાહ આપતા પોતાની વાત સમાપ્ત કરી કે ભયભીત અર્જુન બંને હાથ જોડીને શ્રીકૃષ્ણ આગળ આ પ્રમાણે બોલ્યો...

અર્જુનઃ

હે અંતર્યામી, ચોક્કસપણે ચારે બાજુ તમારાં નામ, ગુણ અને પ્રભાવની ચર્ચા છે. આ આખું જગત તમારું ભજન કરીને પ્રસન્નતા પ્રાપ્ત કરી રહ્યું છે. ભયભીત રાક્ષસ લોકો તમારાંથી બચવા માટે ચારે દિશાઓમાં ભાગી રહ્યા છે. મહાત્મા લોકો બધી બાજુથી તમને નમસ્કાર કરી રહ્યાં છે. એમ પણ એ બધા તમને નમસ્કાર કેમ ન કરે? કેમ કે તમે ન ફક્ત સૌથી મોટા છો, પરંતુ બ્રહ્માના પણ આદિ છો. તમે તો વાયુ, યમરાજ, અગ્નિ, વરુણ, ચંદ્રમા અને પ્રજાના સ્વામી પ્રજાપતિ બ્રહ્માના પણ પિતા છો. તમે એકમાત્ર સનાતન પુરુષ છો.

તમને મારા પણ હજારો વાર નમસ્કાર! તમને નમસ્કાર હો. તમને વારંવાર મારા નમસ્કાર હો. હે પરમશક્તિશાળી, તમને મારા આગળ અને પાછળથી પણ નમસ્કાર હો. તમે અનંત પરાક્રમી છો. તમે આખા સંસારનો અંગીકાર કરેલો છે. ...પણ મુજ નાદાને તમારાં આ પ્રભાવને આજ પહેલા ક્યારેય ના જાણ્યો. મેં તમને હંમેશા મારા સામાન્ય મિત્ર જ સમજ્યા. અને આ જ નાદાનીવશ મેં હસી-મજાકમાં અનેક વાર તમને... હે કૃષ્ણ, હે યાદવ, હે સખે, એમ કહીને બોલાવ્યા. તમારાં જેવા મહાન પરાક્રમીને ઓળખ્યા વિના આ પ્રકારે નામથી બોલાવવા એ મારી ભૂલ હતી. એટલું જ કેમ, અનેક વાર મેં સૂવા અને ખાવાને લઈને તમારી હાંસી પણ ઉડાવી. અનેક વાર મેં બીજા મિત્રો સામે તમારું અપમાન પણ કર્યું. મારી એ તમામ નાદાનીઓની "તમારાં જેવાં અતિ પ્રતિભાશાળી પુરુષ આગળ" હું માફી માંગુ છું.

તમે ખરેખર આ જગતના પિતા છો. તમારાં જેવું પ્રભાવી બીજું કોઈ આ જગતમાં નથી. એવામાં તમારાંથી વધીને તો કોઈના હોવાનો સવાલ જ નથી. હે દેવોના દેવ, હું મારા શરીરને સારી રીતે તમારાં ચરણોમાં અર્પિત કરું છું. હું તમને પ્રણામ કરું છું. અને તમારી સ્તુતિ કરતાં હું તમને પ્રસન્ન થવાનું નિવેદન કરું છું. હે ઈશ્વર! પિતા જેમ પુત્રના, મિત્ર જેમ મિત્રના અને પતિ જેવી રીતે પોતાની પત્નીના ગુના માફ કરે છે; એવી જ રીતે હું પણ તમારી આગળ મારા તમામ અપરાધ ક્ષમા કરાવવા ઈચ્છું છું. તમારાં પહેલા ન વિચારેલા આ આશ્ચર્યજનક ઈશ્વરીય-સ્વરૂપને જોઈને એક બાજુ જ્યાં હું ખુશ થઈ રહ્યો છું, ત્યાંજ બીજી બાજુ ભયભીત પણ થઈ રહ્યો છું. ખુશ એટલાં માટે કેમકે મારા સખા અને સારથી ઈશ્વર છે, અને ભયભીત એટલાં માટે કેમ કે મેં અજાણતામાં અત્યાર સુધી તેમની સાથે કેવું-કેવું વર્તન કર્યું છે. ડરું છું કે ક્યાંક એના બદલામાં મારે તમારી નારાજગીનો સામનો ન કરવો પડે. હું તો તમને એટલું જ નિવેદન કરું છું કે તમે તમારાં સામાન્ય સ્વરૂપમાં પાછા આવી જાવ. તમારાં આ વિશ્વસ્વરૂપને જોઈને મને તો હવે વ્યાકુળતા થવા લાગી છે. હે માલિક, તમે પ્રસન્ન થાવ. તમે આ વિકરાળ સ્વરૂપ ત્યાગીને મારા મિત્ર કૃષ્ણના સ્વરૂપમાં પાછા આવી જાવ. કેમકે તમને ફરી એકવાર પોતાના મિત્રના સ્વરૂપમાં મેળવીને મને આશ્વાસન મળશે. તેનાથી મને વિશ્વાસ થઈ જશે કે પરમાત્મા હોવાની સાથે-સાથે "બધું થઈ જવા છતાં" તમે હજી પણ મારા મિત્ર છો.

કૃષ્ણ:

અર્જુને કમાલ જ કરી નાંખી. તેણે અજાણતામાં મારું તો ઠીક, પણ મારા ઈશ્વરીય-સ્વરૂપનું પણ અપમાન કરી નાંખ્યું. હવે તેણે એક મિત્ર હોવાના નાતે હસી-મજાકમાં મારી સાથે શું વર્તન કર્યું, શું હું તેનું ખોટું લગાડીશ? અને એ પણ એટલી હદે કે તેનાથી નારાજ

થઈ જઈશ? કેવી વાતો કરે છે? આ જ તો તકલીફ છે મનુષ્યની. એ ઈશ્વરની કલ્પના કરશે તો એ પણ પોતાની મનોદશાની અનુસાર જ કરશે. જેમ કૌરવોનું વર્તન ન ભૂલી શકવાના કારણે એ તેમના વિનાશની કામના લઈને અહીં આવી પહોંચ્યો છે, એ જ રીતે એ વિચારી રહ્યો છે કે કૃષ્ણ પણ આ બધું વર્તન ન ભૂલી શક્યા તો? અરે, મિત્ર પરસ્પર હસી-મજાક નહીં કરે તો કોણ કરશે? અને વળી હું તેને કેટલીવાર કહી ચૂક્યો છું કે તારો મિત્ર આ ''કૃષ્ણ અને તેનું શરીર છે,'' હું તો તેની પાર સ્થિત આત્મા છું. તેથી કોણે મારા શરીર સાથે શું વર્તન કર્યું તેની સાથે મારે કંઈ લેવા-દેવા નથી. અને જ્યારે મારા જીવિત શરીર સાથે કરેલાં વર્તનનું કોઈ મહત્ત્વ નથી... તો મારી મૂર્તિઓ સાથે કરેલાં વર્તન સાથે તો મારે દૂર-દૂર સુધી કોઈ સંબંધ નથી.

ખેર, મારે અત્યારે અર્જુન સાથે ચર્ચા તો કરવી નથી. ચર્ચા કરવા માટે જરૂરી સમય પણ મારી પાસે નથી. મારે તો તેના બધાં ભ્રમ અને ભય દૂર કરવા છે, જેથી તે યુદ્ધ કરવા માટે તૈયાર થઈ જાય. અને એ માટે મારે તેનો વિશ્વાસ જ વધારવાનો છે. તેથી મેં સીધું કહ્યું કે હે અર્જુન, મારા આ વિરાટ રૂપનો આજ સુધીમાં તેઓએ જ અનુભવ કર્યો છે... જેમણે આત્મસાક્ષાત્કાર કર્યો છે. આત્મસાક્ષાત્કાર કર્યા વિના મારું આ વિરાટ સ્વરૂપ જોનાર તું પ્રથમ વ્યક્તિ છે. અને આ તને મારી કૃપાથી મળ્યું છે. આનાથી સ્પષ્ટ થઈ જાય છે કે તું મારો કેટલો પ્રિય છે. એવામાં તારે આ વિચાર મનમાં લાવવો જ ન જોઈએ કે હું તારા કોઈ વર્તનથી ક્યારેય નારાજ પણ થઈ શકું છું. હે અર્જુન, અહીં એ પણ સ્પષ્ટ સમજી લેજે કે મારું આ સ્વરૂપ ના વેદોના પઠનથી, ના યજ્ઞોથી, ના દાન અને ના ઉગ્ર તપથી પણ જોઈ શકવું શક્ય છે. આ કમાલ તો મેં તારા પ્રેમમાં કરી છે. એવામાં મારા આ સ્વરૂપને જોઈને તારે નાહક વ્યાકુળ બિલકુલ ના થવું જોઈએ. તને મૂર્ખામીભર્યા વિચાર પણ ના આવવા જોઈએ. તો તું કહે છે તો ચાલ, તું તારા મિત્રને એકવાર ફરી તેના સામાન્ય સ્વરૂપમાં જો. ...આટલું કહેતાં-કહેતાં મેં તેને સંમોહનમાંથી આઝાદ કરી નાંખ્યો.

અર્જુનઃ

હે શ્રીકૃષ્ણ! તમારાં આ અતિ શાંત મનુષ્યરૂપને જોઈને હવે હું ફરીથી સામાન્ય થઈ ગયો છું. તમારું આ મિત્ર-સ્વરૂપ મને ખૂબ જ હિંમત આપી રહ્યું છે.

કૃષ્ણઃ

હે અર્જુન! મારું આ જે વિશ્વસ્વરૂપ તેં જોયું છે, તેના દર્શન અતિ દુર્લભ છે. ત્યાં સુધી કે દેવતા સુદ્ધાં મારા આ દર્શન માટે તરસે છે. તેથી તું વિચાર કે મારી તારા પર કેટલી

કૃપા છે. અરે, તેં જે મારું આ વિશ્વસ્વરૂપ જોયું છે, એ ન વેદોના પઠનથી, ન દાનથી અને ન તો યજ્ઞથી જોઈ શકવું શક્ય છે. આ બધું તો મનુષ્ય જન્મ-જન્માંતર સુધી કરતો રહે, તો પણ કંઈ નથી થતું. પણ પોતાના આત્મા સાથે એકાત્મતા જાળવી રાખવાથી મને જોવો અને જાણવો જ નહીં, પણ મારામાં પ્રવેશ કરી શકવો પણ શક્ય છે. હે અર્જુન, ટૂંકમાં કહું તો મને જાણવો અને પામવો ફક્ત અનન્યભક્તિ દ્વારા જ શક્ય છે. જો કે મને જાણવા અને પામવાનો આનાથી પણ સરળ એક ઉપાય છે. કેમ કે તું મારો અતિ પ્રિય છે, તેથી હું તને એ ઉપાય પણ કહીશ. હકીકતમાં જે પુરુષ ''ફક્ત મારે માટે, એટલે કે સર્વહિતાયને માટે જ, સંપૂર્ણ કર્તવ્ય કર્મોને કરતો જાય છે'' એ પછી કંઈ પણ કેમ ના કરે; અંતે મને જ પ્રાપ્ત થાય છે. અર્જુન જ્યારે બધાંમાં પરમાત્મા છે તો અહીં તારા-મારાના ભેદભાવનો સવાલ જ ક્યાં છે? પછી તો જે કંઈ પણ કરવાનું છે તે પોતાને અને બધાંને માટે કરવાનું છે. એટલે કે જે પુરુષ પોતાના 'સ્વ'નું સારી રીતે રક્ષણ કરે છે, અને પોતાના કર્મોથી ન માત્ર પોતાનો ઉદ્ધાર કરે છે, પરંતુ સર્વના ઉદ્ધાર માટે પણ હંમેશા તત્પર રહે છે; એ પુરુષ મને પ્રાપ્ત જ છે. આવાં મહાપુરુષને ન તો કોઈનાથી કોઈ મોહ હોય છે અને ન તો તેને કોઈની સાથે ''કોઈપણ કારણે કોઈ વેરભાવ'' હોય છે. પણ દુર્ભાગ્યવશ અહીં દરેક મનુષ્ય ''સ્વ અને સર્વ''ની વચ્ચે ઝોલાં ખાઈ રહ્યો છે. અજ્ઞાનતાવશ અહીં દરેકે પોતાની જ એક દુનિયા બનાવી રાખી છે. આ જે તેનો ''મારા, મારું અને પોતાનાનો જે વિસ્તાર છે'' એ જ અહીં દરેકનું અજ્ઞાન છે. તું પણ સ્વ અને સર્વની વચ્ચે જ ઝોલાં ખાઈ રહ્યો છે. તું પણ પોતાની અને પોતાનાઓની ચિંતામાં દુબળો થઈ રહ્યો છે. પણ તું પોતાનાઓનું વિચારવામાંથી ઉપર ઉઠ અને સર્વનું વિચાર. કેમ કે સર્વહિતમાં હંમેશા દરેકનું હિત સમાયેલું જ રહે છે. તેથી તું આ યુદ્ધ મારે માટે એટલે કે સર્વ માટે કર, પાપીઓના વિનાશ માટે કર, તેનાથી તારો ઉદ્ધાર થઈ જશે. મારો વિશ્વાસ કર કે આવું કરવાથી તું મને જ પ્રાપ્ત થઈ જઈશ.

પ્રેક્ટિકલ એપ્લિકેશન - 16

અધ્યાય-૧૧ માં કૃષ્ણએ અર્જુનને સંમોહિત કરીને કહ્યું કે લે તું જે જોવા ઈચ્છે છે, તે જો. અને અર્જુને એ બધું જ જોયું, જે એનાં મનમાં હતું. એકંદરે કહેવાનું તાત્પર્ય એટલું જ કે આ બાહ્ય જગત એક સંમોહન છે. એ પણ મનુષ્યને એવું જ દેખાય છે જેવો એ સ્વયં હોય છે. સંક્ષેપમાં કહું તો આ જગત માત્ર આપણાં મનનો અરીસો છે. એટલે જ એને 'માયા' પણ કહે છે. મીરાને આ જગત મસ્ત દેખાશે, તો કૃષ્ણને આ જગત ખેલ દેખાશે. સવાલ એ કે તમને આ જગત કેવું દેખાઈ રહ્યું છે? અને કેમકે આજે તમારું મન મીરાની જેમ 'મસ્તી'માં સ્થિર નથી, આજે એમાં દુનિયાભરના ઉતાર-ચડાવ છે, એટલે તમને એ હંમેશા પોતાના વર્તમાન મન જેવું દેખાશે. એટલે કે ક્યારેક કાંઈક તો ક્યારેક બીજું કાંઈક. હશે, અત્યારે તો એક કામ કરો, આગળનાં દસ અઠવાડિયા બે વાક્યમાં એ લખો કે સંસારનાં લોકો કેવા છે? ધ્યાન રાખજો કે તમે જગત વિશે લખીને પોતાના મનને ઓળખવાની કોશિશ કરી રહ્યાં છો. અને આ પ્રેક્ટિસ તમે દર ૬ માસમાં એકવાર કરો-જ-કરો. આને ત્યાંસુધી કરો જ્યાં સુધી સંસારનાં બધાં લોકો તથા આ જગત તમને એકરંગી ન દેખાવા લાગે. એકરંગી એટલે જે દિવસે તમને બધાં લોકો ભોળા કે બધાં પ્રેમી, કે પછી બધાં પરમાત્માનાં અંશ વગેરે ન દેખાવા લાગે. જ્યાં સુધી એક દિવસ ભોળા અને એક દિવસ બદમાશ, કોઈ સીધા અને કોઈ ખરાબ... વગેરે નજરે ચડે છે, ત્યાંસુધી એ સમજી જ લો કે હજુ તમારી દ્રષ્ટિ શુદ્ધ નથી થઈ. તમારું મન હજુ પૂરી રીતે નિર્મળ નથી થયું. કેમકે પ્રકૃતિનું સત્ય એ છે કે તમારી સાથે ખરાબમાં ખરાબ કરવાવાળો પણ ઈનોસંટ જ છે. ...બસ, તમારા સંપૂર્ણ ઈનોસંટ બનવાની જ વાર છે! તમારાં મનની એક રંગમાં સ્થિર થવાની વાર છે. અને ગીતા વાંચીને આપણે મનની આ ઊંચાઈ ન મેળવી, તો શું કર્યું? માટે આગળના પાના પર આપેલ ચાર્ટને ધ્યાનથી ભરો.

સંસારનાં લોકો કેવા છે... જે દિલમાં હોય તે સચ્ચાઈથી લખો

1 પહેલું સપ્તાહ

....

....

....

....

2 બીજું સપ્તાહ

....

....

....

....

3 ત્રીજું સપ્તાહ

....

....

....

....

4 ચોથું સપ્તાહ

....

....

....

....

5 પાંચમું સપ્તાહ

....

....

....

....

6 છઠ્ઠું સપ્તાહ

....

....

....

....

7 સાતમું સપ્તાહ

....

....

....

....

8 આઠમું સપ્તાહ

....

....

....

....

9 નવમું સપ્તાહ

....

....

....

....

10 દસમું સપ્તાહ

....

....

....

....

નોટઃ જ્યારે પણ લખો, ઈમાનદારીથી લખો. અને આખાં અઠવાડિયાંમાં લોકો સાથે થયેલા તમારા વ્યવહારોના આધાર પર લખો. બીજી એક વાત... જ્યારે કોઈ તમારું ખરાબ કરે ત્યારે ખાસ કરીને એની ભીતર ઊંડાણમાં ઝાંખો. જુઓ એ કે ખરાબ કરતી વખતે પણ તમને એની ભીતર છુપાયેલો કોઈ ભોળો માણસ નજર આવી રહ્યો છે? એ આવવો જ જોઈએ. કેમકે સહુની ભીતર એક ભોળો, એક પ્રેમી અને એક પરમાત્મા છુપાયેલો જ હોય છે. માટે આ કોશિશ નિરંતર કરતા રહો. જે દિવસે તમારું ખરાબ કરનારા સહુમાં તમને એક 'ભોળો' દેખાવા લાગે, સમજી લેજો કે તે દિવસે તમારું મન 'શાંત' થઈ ગયું. એ દિવસે એક બીજો ચમત્કાર થશે. પછી તમારાં કર્મ પણ નાટકની જેમ થવાના શરૂ થઈ જશે. કેમકે પછી કર્મોથી ભીતરની શાંતિ વિચલિત થતી નહીં હોય. આ એક મોટી ઉપલબ્ધિ છે, તેથી આ વાતની કોશિશ ગંભીરતાથી કરજો. ખજાનો એ હાથ લાગશે, જે જીવવાની મજા લાવી દેશે.

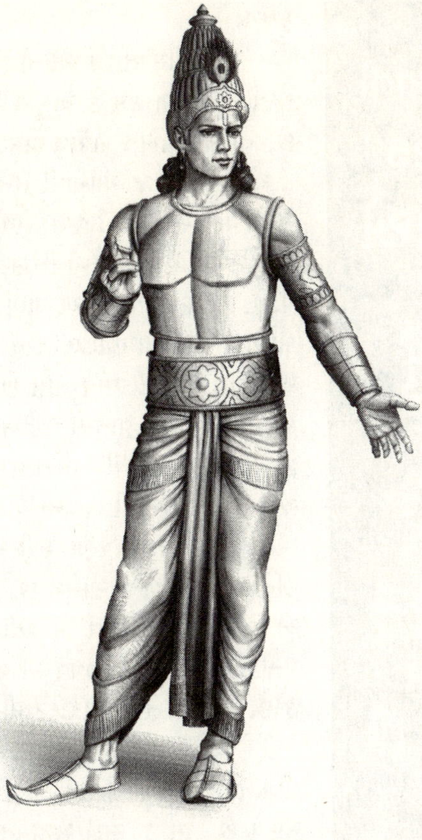

અધ્યાય - ૧૨

અર્જુન:

તમે જે અનન્યભક્તિની વાત કરી, એ હું સમજી ગયો. પણ એ વિશે એક શંકા મારા મનમાં જાગી રહી છે. મને ફક્ત એટલું કહો કે આ અનન્યભક્તિ દ્વારા સગુણરૂપ પરમેશ્વરને પૂજવા જોઈએ કે અવિનાશી અને નિરાકાર બ્રહ્મરૂપી આત્માને? હે કૃષ્ણ! આ બંનેમાંથી કોણ શ્રેષ્ઠ છે?

> ''પરમાત્માની પ્રાપ્તિ તરફ'' મનુષ્યએ માત્ર પહેલું પગલું જ ભરવાનું હોય છે. બાકીની યાત્રા તો સહજપણે જ પૂરી થઈ જાય છે

કૃષ્ણ:

આમ તો હું આનો જવાબ પહેલાં પણ આપી ચૂક્યો છું. પણ કેમ કે અર્જુને સવાલ અલગ રીતે પૂછ્યો છે, તો આ વખતે સવાલ પ્રમાણે જવાબ આપી દઉં છું. ...ચોક્કસપણે જ આનાથી તેના માટે આ આખું વિજ્ઞાન સમજવાનું સહેલું થઈ જશે. તેથી મેં કહ્યું કે હે અર્જુન, આ માટે તારે પહેલાં મનુષ્યની સંરચના સારી રીતે સમજવી પડશે. સાથે જ તારે એ પણ સમજવું પડશે કે ધર્મની કોઈપણ વાત આપણી ભીતરની વાત હોય છે. ધર્મની વાત આપણા જીવનની વાત હોય છે. અને અત્યાર સુધીમાં હું કેટલીય વાર આ વાતનો ઉલ્લેખ કરી ચૂક્યો છું કે આપણે બે તત્વોના મિલનથી અસ્તિત્વમાં છીએ. એક છે આત્મા, જેને તું ''અવિનાશી બ્રહ્મનો અંશ'' સમજ, અને બીજું છે આપણું શરીર. આપણા શરીરમાં મન, બુદ્ધિ, અહંકાર, ઇન્દ્રિયો વગેરે બધાં સામેલ છે. અહીં સમજવા જેવી વાત એ છે કે આત્મા ''સર્વ''નું પ્રતીક છે અને શરીર ''સ્વ''નું પ્રતીક છે. સર્વ માટે જીવવું એ જ મનુષ્યજીવનનું એકમાત્ર ઉદ્દેશ્ય છે. અને તેના આ ઉદ્દેશ્યની પૂર્તિ શરીર જ કરી શકે છે. તેથી હે અર્જુન, સગુણરૂપ પરમેશ્વરને પૂજવાવાળાઓમાં જે પોતાના 'સ્વ'નું સારી રીતે રક્ષણ કરે છે, તે યોગી મને પરમ માન્ય છે. કેમ કે 'સ્વ' સલામત રહેશે... અને ઊંચાઈઓ સ્પર્શશે, તો જ તે 'સર્વ'ના સ્તર સુધી ઉઠીને બ્રહ્મ સાથે એક થઈ શકશે. પણ જેઓ ઇન્દ્રિયોના સમુદાયોથી આઝાદ થઈ જાય છે, જે સુખ હોય કે દુઃખ... હંમેશા એકરસ રહે છે, જે પક્ષપાત વિના બધાંના હિતમાં પ્રયત્નશીલ રહે છે; તેઓ તો સીધાં 'નિરાકાર બ્રહ્મ'ને પૂજવાવાળા હોય છે. હંમેશા સમાન ભાવમાં રહેવાવાળા આવાં મહાન યોગી તો સીધાં મને જ ઉપલબ્ધ થઈ જાય છે. અર્જુન એટલું સમજ કે સમાનભાવમાં રહેનારા યોગીને તો પોતાના 'સ્વ'ની ચિંતા કરવાની પણ જરૂર નથી હોતી. તેઓ તો પોતાના 'સ્વ'ને

પણ 'મહાન સ્વ'નો એક ભાગ માનીને જ જીવી રહ્યાં હોય છે. મારું જ ઉદાહરણ લે, હું અત્યારે યુદ્ધના મેદાનમાં છું, પણ તારી જેમ પોતાની કે પોતાનાંઓની ચિંતા નથી કરી રહ્યો. મને આ યુદ્ધ જીતવાથી ન રાજ્ય મળવાનું છે અને ન તો યશ, છતાં પણ હું યુદ્ધના મેદાનમાં દ્રઢતાપૂર્વક અડગ છું. કેમ કે હું સર્વહિતમાં ''પાપનો અંત કરવાનાં'' એકમાત્ર ઉદ્દેશ્યથી જીવી રહ્યો છું. પણ તું અત્યારે ના સગુણરૂપી અર્જુન એટલે કે સ્વની ચિંતા કરી રહ્યો છે અને ના તો નિર્ગુણરૂપી તારો આત્મા, એટલે કે સર્વની ચિંતા કરી રહ્યો છે. જ્યારે તારા હિતમાં પણ અને સર્વના હિતમાં પણ, તારે માટે તમામ પ્રકારના ''સ્વાર્થ અને પક્ષપાત'' દૂર કરીને યુદ્ધ કરવું જ શ્રેષ્ઠ છે. તેથી તું એમ ન સમજ કે સગુણ કે નિર્ગુણરૂપી પરમાત્માનું પૂજન કોઈ બહાર કે અંદર કરવાની વિધિ છે. આ બંને તો મનુષ્યોની જીવન જીવવાની રીત છે. અને એકનું સરખી રીતે પૂજન કરતાં જ બીજાનું પૂજન આપોઆપ થઈ જાય છે. એમ સમજ કે સ્વના રક્ષણમાં સર્વનું રક્ષણ છુપાયેલું હોય છે, અને સર્વના રક્ષણમાં સ્વનું રક્ષણ છુપાયેલું છે. તેથી તું પોતાના સગુણની ચિંતા કરે કે નિર્ગુણની, બંનેનું પૂજન કરવા તારે માટે કોઈપણ જાતની કામના કે પૂર્વગ્રહ વિના યુદ્ધ કરવું એ જ એકમાત્ર વિકલ્પ છે.

અર્જુન, તું એમ સમજ કે કર્મ કરવું એ જ આપણા સગુણરૂપી શરીરનું એકમાત્ર કર્તવ્ય છે. તેથી, શરીર તો કોઈનું પણ હોય, કર્મ કર્યા વિના પળવાર પણ નથી રહેતું. બીજું કંઈ નહીં તો શ્વાસ લેવા અને છોડવાનું કર્મ તો એ કરતું જ રહે છે. પણ મનુષ્યએ પોતાના બધાં જ કર્મ પોતાના આત્મારૂપી નિર્ગુણ પરમાત્માને અર્પિત કરવા જોઈએ, એટલે કે તેના માટે કરવા જોઈએ. અહીં એ સ્પષ્ટ સમજી લેજો કે નિર્ગુણરૂપી આત્માને કર્મ અર્પિત કરવા, એટલે કે પોતાના બધાં જ કર્મ સર્વના ઉદ્ધાર માટે કરવા. અને ''પોતાના બધાં જ સગુણ કર્મ'' નિરંતર પોતાના ''નિર્ગુણ આત્મા''ને સમર્પિત કરવાવાળા તમામ ભક્તોનો હું મૃત્યુરૂપી સંસાર-સમુદ્રમાંથી ત્વરિત જ ઉદ્ધાર કરી દઉં છું. તેથી તું પણ મારામાં એટલે કે પોતાના આત્મામાં જ પોતાના મન, બુદ્ધિ અને અહંકારને લગાડ, એના માટે જ કર્મ કર, હું ખાત્રી આપું છું કે આ રીતે આ યુદ્ધરૂપી કર્મ કરવાથી તું મને જ પ્રાપ્ત થઈશ. પણ જો તું પોતાના શરીરરૂપી અસ્તિત્વને પોતાના આત્મામાં સ્થાપિત ના કરી શકતો હોય, તો સ્વાર્થ અને પક્ષપાત ત્યાગવાનો સતત પ્રયત્ન કર. જો તું સ્વાર્થ અને પક્ષપાતનો ત્યાગ કરવામાં પણ અસમર્થ છે, તો નક્કી કર કે જ્યારે કર્મ કરવાનું જ છે તો એ સર્વહિત માટે જ કેમ ના કરું? જ્યારે કર્મ કરવાનું જ છે તો ફક્ત પોતાની ચિંતામાં કેમ કરું? પરમાત્માનો નિમિત્ત બનીને દરેક કર્મ ''સર્વના ઉદ્ધારને ધ્યાનમાં રાખીને'' કેમ ના કરું? આ રીતે સતત પરમાત્મા માટે નિમિત્ત કર્મ કરીને પણ તું તરત જ મને પ્રાપ્ત થઈ જશે, એટલે કે પોતાના આત્માને પામી લઈશ. અને જો તને આ બધું પણ મુશ્કેલ લાગતું હોય તો એક અત્યંત સીધો અને

સરળ ઉપાય સાંભળ, તું તમામ કર્મોના ફળનો ત્યાગ કર. આ વાત હું પહેલાં પણ કેટલીય વાર કહી ચૂક્યો છું અને ફરી એકવાર કહી રહ્યો છું કે ફળોનો ત્યાગ પરમાત્મા સાથે એકરૂપ થવાનો સૌથી સરળ ઉપાય છે. કેમ કે કર્મોમાં ફળોના ત્યાગ-માત્રથી મનુષ્ય તરત જ તમામ પાપોમાંથી મુક્ત થઈ જાય છે.

હે અર્જુન, તું દુનિયાભરના શાસ્ત્રો અને તેમાં વર્ણિત હજારો વિધિઓની ચર્ચા કરી રહ્યો છે. પણ મારી એક સીધી વાત ધ્યાનમાં રાખ કે અર્થ સમજ્યા વિના શાસ્ત્રોના કરવામાં આવતા અભ્યાસથી તો ''કોઈ એક વાતનો પાક્કો અનુભવ'' એટલે કે જ્ઞાન શ્રેષ્ઠ છે. આવાં જ્ઞાનથી પણ આત્મારૂપી પરમાત્માનું ધ્યાન એટલે કે ''સર્વના હિતનો ખ્યાલ'' હોવો શ્રેષ્ઠ છે. પણ કર્મોમાં ફળોનો ત્યાગ તો આ બધાંથી શ્રેષ્ઠ છે. તેથી તું શાસ્ત્રોની, જ્ઞાન અને ધ્યાનની બધી વાતો છોડ અને યુદ્ધરૂપી વર્તમાન કર્મ સાથે જોડાયેલી તારી તમામ પ્રકારના ફળની આશાઓ ત્યજી દે. ...આનાથી તું તરત જ ''શાસ્ત્રજ્ઞાનીઓ અને ધ્યાનીઓ''થી પણ શ્રેષ્ઠ ઊંચાઈ ઉપર પહોંચી જઈશ. તેથી એકંદરે કહું તો માણસને ''કર્મોમાંથી ફળોને ત્યાગવાનું'' એક જ્ઞાન આવી જાય તો તેને સંસારના બીજા કોઈ જ્ઞાનની કોઈ જરૂર નથી. કેમ કે મનુષ્યના તમામ પાપોનું મૂળ ફળની આશામાં છુપાયેલું છે. ફળની આશાથી તો ''ભલેને શાસ્ત્રોમાં ઉલ્લેખિત મંત્રોનો પણ ગમે તેટલો જાપ કેમ ન કરવામાં આવે'' છેલ્લે તો તેનાથી પણ પાપ જ ઉત્પન્ન થશે. કેમ કે ફળની આશામાં સ્વાર્થ છુપાયેલો હોય છે અને સ્વાર્થ એકમાત્ર પાપ છે. તેથી તું આ યુદ્ધથી જોડાયેલ પોતાના તમામ પ્રકારના સ્વાર્થોમાંથી મુક્ત થઈ જા. કેમ કે સ્વાર્થ વિના કરેલું દરેક કર્મ ''પરમાત્મીય કર્મ'' બની જાય છે. અને આવું પરમાત્મીય કર્મ કરવાવાળા સીધાં પરમાત્માને પ્રાપ્ત થઈ જાય છે.

હે અર્જુન, ફળોનો ત્યાગ એક એવી જડી-બૂટી છે કે તેનાથી ''મન-બુદ્ધિ-અહંકાર''માં છૂપાયેલા તમામ વિકાર તરત જ દૂર થઈ જાય છે. ફળોનો ત્યાગ કરવાવાળા પુરુષનો ન માત્ર સ્વાર્થથી છુટકારો થઈ જાય છે, પરંતુ તેના તમામ દ્વેષભાવ પણ તરત જ દૂર થઈ જાય છે. મમતા અને અહંકારમાંથી પણ તેનો તરત જ છુટકારો થઈ જાય છે. પછી તેને ક્યારેય સુખ કે દુઃખ વિચલિત નથી કરતાં. કેમ કે જ્યારે ફળની આશા જ નથી, તો સુખ શું અને દુઃખ શું? તે હંમેશા બધાંના હિતની ચિંતા કરવાવાળો હોય છે. આવો મહાન યોગી હરહંમેશ દરેક વાતથી સંતુષ્ટ રહે છે. એમ પણ ફળની આશા સિવાય મનુષ્યના અસંતોષનું બીજું કોઈ કારણ છે પણ નહીં. તેથી ફળની આશાઓ ત્યાગવાવાળો આવો યોગી, ન તો કોઈને પરેશાન કરે છે અને ન પોતે કોઈનાથી પરેશાન થાય છે. હરખ-શોકથી પરે રહીને જીવવાવાળો આવો ભક્ત ''બધાં જ શુભ અને અશુભ'' કર્મોને ત્યજી દે છે. કેમ કે જ્યારે સ્વાર્થ જ ન હોય, જ્યારે સુખ-દુઃખ જ ન હોય, તો પછી એને માટે શુભ શું કે અશુભ

શું? એ તો સર્વના હિત માટે હંમેશા દ્રઢ નિશ્ચયથી કર્મ કરતો રહે છે. અને સાચું કહું તો આ તમામ ગુણોથી ઓતપ્રોત આવાં દ્રઢનિશ્ચયી ભક્ત મને અત્યંત પ્રિય છે. તેથી હું તને ફરી એકવાર કહું છું કે તું આ યુદ્ધરૂપી કર્મમાંથી ફળોનો ત્યાગ કરી દે, પછી તું સંપૂર્ણ રીતે સર્વના હિત માટે કર્મ કરવાનો દ્રઢનિશ્ચયી થઈ જઈશ. એવામાં તું યુદ્ધનો ઈન્કાર નહીં કરે ...પરંતુ પાપીઓના નાશ માટે દિલ ખોલીને યુદ્ધ કરીશ. હે અર્જુન, મારા પર શ્રદ્ધા રાખવાવાળા જે લોકો મારા આ અમૃતરૂપી જ્ઞાનનું સેવન કરીને નિષ્કામભાવથી કર્મ કરવાનું શરૂ કરી દે છે, એ ભક્ત મને વિશેષરૂપે પ્રિય છે. તેથી સવાલ સગુણ કે નિર્ગુણના પૂજનનો નથી, સવાલ તો કર્મોમાંથી ફળોના ત્યાગનો જ છે.

પ્રેક્ટિકલ એપ્લિકેશન - 17

અધ્યાય-૧૨ નો મહત્ત્વપૂર્ણ બોધપાઠ એ છે કે કર્મ કરવાનાં બે જ આધાર હોવા જોઈએ. એક છે, માત્ર 'સ્વયં' માટે અને બીજો છે 'સર્વ' માટે. જ્યારે વાસ્તવિકતા એ છે કે મનુષ્ય પ્રાયઃ વચ્ચે ફસાયેલો રહે છે. એ ન તો કાંઈ માત્ર પોતાનાં માટે કરે છે અને ન તો કાંઈ માત્ર જગત માટે. પણ કર્મ કાં તો 'સ્વયં' માટે કાં પછી 'સર્વ'ને માટે હોવું જોઈએ. અને આ કર્મનો એ કીમિયો છે જે દરેક કર્મમાં કમાલ સર્જે છે. માની લો કે તમારે કોઈ ગીત લખવાનું છે. હવે કાં તો એ ગીત તમારે ફક્ત તમારા આત્મસંતોષ માટે લખવું જોઈએ કાં પછી એ ગીત તમારે જગતને મનોરંજન મળે એટલા માટે લખવું જોઈએ. પણ મોટેભાગે ગીત ...નેમ, ફેમ, પૈસા કે અહંકાર માટે લખવામાં આવે છે. અહીં ગીતનું તાત્પર્ય કરવામાં આવતાં દરેક કર્મ સ્વરૂપે છે. એકંદરે થોડું મારું અને થોડું તારું, આ કર્મ કરવાની સાચી રીત નથી. ગીત તો સારું ત્યારેજ બનશે જ્યારે કાં તો તમે નિતાંત પોતાને માટે અથવા પછી ફક્ત જગત માટે લખી રહ્યા હશો. કૃષ્ણ નૃત્ય, વાંસળી-વાદન, રાસ, પિકનિક, રથ પર ફરવા નીકળવું, સજવું-ધજવું... વગેરે માત્ર પોતાને માટે કરે છે. અને બાકીનાં ભવ્ય કર્મ જગતને માટે કરે છે. અને એ પણ જાણી લો કે પોતાને માટે કરવામાં આવેલા કર્મોથી જગતનું અને જગત માટે કરવામાં આવેલા કર્મોથી પોતાનું ભલું થાય છે, આ પ્રકૃતિનો પરમ-નિયમ છે. મનુષ્ય જો ક્યાંય ફસાયેલો છે તો વચ્ચેનાં કર્મ કરવાને કારણે. માટે તમે ઈચ્છતા હો કે માત્ર તમારું ભલું થતું રહે, ઝંઝટ અને અસફળતાઓ જીવનમાં રહે જ નહીં... તો તમે 'સ્વ-સર્વ' માટે કાર્ય કરવાનું શરૂ કરી દો. આ એક જ્ઞાનની આગળ વિશ્વનાં બાકી બધા જ્ઞાન ઊણાં છે. તેથી શરૂઆતમાં પાંચ કાર્ય સ્વયં માટે અને પાંચ માત્ર જગત માટે કરો. અહીં ધ્યાન રાખજો કે સ્વ અને સર્વની વચ્ચે પરિવાર, સમાજ, ધર્મ કે દેશ નથી જ આવતા. વિજ્ઞાનની કોઈપણ શોધ કે કલાકારની કોઈપણ કળાને પરિવાર, સમાજ, ધર્મ કે દેશની સીમા નથી જ હોતી. એજ રીતે જો સ્વ માટે શણગાર કરી રહ્યાં છો, તો કોઈના વખાણની પરવાહ નથી જ હોતી. જોકે કર્મ કેવળ સ્વ કે સર્વ માટે કરવું એટલું આસાન નથી. કારણ કે બધાં કર્મ વચ્ચે કરવાની ટેવ ઘણી જૂની છે. એટલા માટે જ કહી રહ્યો છું કે પહેલા પાંચ-પાંચ કર્મોથી શરૂઆત કરો, પછી એમને વધારતા જાવ. જીવન એટલી ઝડપથી બદલાઈ જશે કે તમે જોતાં જ રહી જશો.

સ્વ માટે કરવામાં આવેલાં કાર્યનું વિવરણ તંથા એનો અનુભવ પોતાની ભાષામાં લખો

1

2

3

4

5

સર્વ માટે કરવામાં આવેલાં કાર્યનું વિવરણ તથા એનો અનુભવ પોતાની ભાષામાં લખો

1
....
....
....
....

2
....
....
....
....

3
....
....
....
....

4
....
....
....
....

5
....
....
....
....

અધ્યાય - ૧૩

કૃષ્ણઃ

આમ તો મેં અર્જુનને ફરી એકવાર યુદ્ધ કરવા માટે કહી દીધું હતું. સગુણ અને નિર્ગુણ સાથે સંબંધિત પૂરું જ્ઞાન પણ તેને આપી દીધું હતું. એ પણ તેને સમજાવી જ દીધું હતું કે નિર્ગુણરૂપી પરમાત્માનો નિમિત્ત બનીને સગુણરૂપી તારા શરીરથી સર્વના ઉદ્ધાર માટે આ યુદ્ધ કર. આ રીતે ''પાપીઓનો નાશ કરવા માટે ઊભો થયેલો તું'' પરમાત્માને ઉપલબ્ધ થઈ જઈશ. પણ મારું બધું કહેવાનું અને સમજાવવાનું વ્યર્થ ગયું. તેની યુદ્ધ કરવાની હજી

પણ કોઈ તૈયારી નહોતી. ખેર, કંઈ વાંધો નહીં. મેં જ્યાં અધૂરી મૂકી હતી, ત્યાંથી જ વાત આગળ વધારતા કહ્યું કે હે અર્જુન, આ આખું વિશ્વ ''ક્ષેત્ર અને ક્ષેત્રજ્ઞ''થી ઘેરાયેલું છે. આમાં ક્ષેત્ર તો આપણાં શરીરને કહેવાય છે, અને ક્ષેત્રજ્ઞ આ શરીરની ક્રિયાને જાણવાવાળાને કહેવાય છે. અને આ જાણવાવાળાનો અહેસાસ થવો 'જ્ઞાન' છે. પણ આ જ્ઞાનનો એ અર્થ બિલકુલ નથી કે હવે ક્ષેત્રનું કોઈ મહત્ત્વ જ નથી બચ્યું. અનેકોએ આ ભૂલ કરી છે. ક્ષેત્રજ્ઞનું જ્ઞાન થતાં તેમણે ક્ષેત્ર એટલે કે પોતાના શરીર અને તેની ક્રિયાઓને નિરર્થક માની છે. પણ મારા મત પ્રમાણે જ્ઞાનની સર્વોચ્ચતા ''ક્ષેત્ર અને ક્ષેત્રજ્ઞ,'' બંનેના અસ્તિત્વને અને તેમના મહત્ત્વને પૂર્ણતાથી જાણવામાં છે. મારું જ ઉદાહરણ લે... મને ક્ષેત્રજ્ઞનું પૂરું ભાન હોવાં છતાં પણ હું ''ક્ષેત્રરૂપી શરીર''થી કરવાયોગ્ય તમામ કર્મ દિલ લગાવીને કરું છું. કેમ કે ક્ષેત્રજ્ઞ બધું જ જાણતો હોવા છતાં પણ અકર્તા છે. તેથી કર્મ તો ક્ષેત્રજ્ઞના નિમિત્ત બનીને ક્ષેત્રને જ કરવાના હોય છે. આ જ વાતને વર્તમાન યુદ્ધના સંદર્ભમાં કહું તો પાપીઓનો વિનાશ થવો જોઈએ આ જ્ઞાન દરેકના ક્ષેત્રજ્ઞને છે. પણ સવાલ એ છે કે પાપીઓનો આ વિનાશ કરશે કોણ? ...એ તો કોઈને કોઈ યોદ્ધાનું શરીર જ કરશે. અને દરેકના શરીરે આ કરવું જ જોઈએ. દરેકે અહીં 'ક્ષેત્રજ્ઞ'ના અવાજ ઉપર પોતાના 'ક્ષેત્ર'ને કર્મ કરવા માટે ઉપલબ્ધ કરાવવું જ જોઈએ. તેથી તું પણ પોતાના શરીરને ક્ષેત્રજ્ઞના અવાજ ઉપર ઉપલબ્ધ કરાવી દે. ક્ષેત્રજ્ઞ માટે આ યુદ્ધ કર. આ જ તારું કર્તવ્ય છે, અને આ જ એકમાત્ર સાચું જ્ઞાન છે.

ખેર ચાલ, તું નથી સમજી શકતો તો હું તને 'ક્ષેત્ર અને ક્ષેત્રજ્ઞ'નું જ્ઞાન વિસ્તારપૂર્વક આપું છું. આ ક્ષેત્ર જે અને જેવું છે એ તને કહું છું. આ ક્ષેત્રના વિકારોને પણ હું તને ટૂંકમાં જણાવું છું. સાથે જ હું તને ક્ષેત્રજ્ઞના પ્રભાવોથી પણ અવગત કરાવું છું. આ જ્ઞાન અનેક શાસ્ત્રોમાં અનેક રીતે કહેવાયું છે. પણ હું તને આ જ્ઞાન સ્પષ્ટતાપૂર્વક અને પૂર્ણતાથી આપીશ. એ પછી આ મહાન જ્ઞાનને લઈને તારા મનમાં ઉઠી રહેલાં બધાં ભ્રમ દૂર થઈ જશે. તું એમ સમજ કે આ આખું જગત ક્ષેત્ર અને ક્ષેત્રજ્ઞના સંગમને કારણે અસ્તિત્વમાં છે. મનુષ્ય પણ આમાં અપવાદ નથી. તેની ભીતર ક્ષેત્રજ્ઞના રૂપમાં જ્ઞાન છે અને કર્મ કરવા માટે બહાર ક્ષેત્ર રૂપે શરીર છે. પણ મોટા ભાગના મનુષ્યોને પોતાની ભીતરના જ્ઞાનનો કોઈ અનુભવ નથી. એટલે તેઓ બધાં શારીરિક કર્મ અજ્ઞાનતાવશ બહારથી ઓઢેલાં જ્ઞાનના પ્રભાવમાં આવીને કરે છે. મનુષ્યના બુદ્ધિ, અહંકાર જ નહીં, તેની જન્મ-જન્માંતરની મૂળ પ્રકૃતિ પણ તેને આવાં અજ્ઞાનથી ભરેલા કર્મ કરવા માટે ઉશ્કેરે છે. મનુષ્યનું મન અને તેની પાંચેય ઇન્દ્રિયો પણ તેને અજ્ઞાનતા તરફ જ ધકેલે છે. ઇન્દ્રિયોના પાંચેય વિષય એટલે કે શબ્દ, સ્પર્શ, રૂપ, રસ અને ગંધ પણ તેને ''પોતાના જ્ઞાનથી'' દૂર લઈ જાય છે. અને કેમ કે મોટા ભાગના લોકો પોતાના આ શરીર અને તેની આ જમાવટને જ સત્ય માનીને જીવી રહ્યાં હોય છે, એટલે

તેઓ નિરંતર ''ન કરવાયોગ્ય કર્મ'' જ કરતાં રહે છે. પણ આ શરીર અને તેનો પ્રભાવ હંમેશા વિકારોથી ભરેલાં છે. આ જ કારણ છે કે મોટા ભાગના લોકો ઈચ્છા અને દ્વેષના ઝેરથી ઘેરાયેલા પડ્યાં છે. આ જ કારણ છે કે હરકોઈ અહીં સુખ-દુઃખના ઝાટકાઓ સહી રહ્યાં છે.

હે અર્જુન, પણ કેટલાંક લોકો અહીં પોતાના શરીરથી ઉપર ઉઠી જાય છે. તેઓ મન, બુદ્ધિ, અહંકાર અને ઇન્દ્રિયોના પ્રભાવથી મુક્ત થઈને 'જ્ઞાન' મેળવી લે છે. આવાં જ્ઞાનીઓને પછી સુખ-દુઃખ વિચલિત નથી કરતાં. તેમની ઈચ્છા અને તેમના દ્વેષ સંપૂર્ણ રીતે નષ્ટ થઈ જાય છે. પછી એમનાથી જે થવા જોઈએ એ બધાં કર્મ આપોઆપ થવા લાગે છે. અને જે ના થવા જોઈએ એનો ખ્યાલ સુદ્ધાં એમને નથી આવતો. પછી આવાં જ્ઞાની શું કરી રહ્યાં છે અને શું નથી કરી રહ્યાં, તેનું કોઈ મહત્ત્વ નથી રહેતું. કેમ કે પછી તેઓ બધું જ ''એક પરમાત્મા''ની મરજીથી કરી રહ્યાં હોય છે. પણ એનાથી વિરુદ્ધ તું હજી પણ પોતાના શરીરના પ્રભાવમાં છે. આ જ કારણ છે કે તારી ભીતર હજી પણ રાજ્ય મેળવવાની ઈચ્છા પણ છુપાયેલી છે અને તારા મનમાં હજી પણ કૌરવો સાથેનો દ્વેષ પણ સલામત જ છે. પણ તારા હિતમાં એજ છે કે તું આ તુચ્છ ભાવોને છોડીને ક્ષેત્રજ્ઞના મહાન ગુણોને અપનાવ. હું તને જ્ઞાનને પ્રાપ્ત થયેલાં આવાં જ્ઞાનીઓના લક્ષણ વિસ્તારથી જણાવું છું જેનાથી તું આ જ્ઞાન તરફ ઉન્મુખ થઈ શકે. સૌથી પહેલાં તો આ જાણી લે અર્જુન કે આવાં જ્ઞાનીઓમાં શ્રેષ્ઠતાના અભિમાનનો અભાવ હોય છે. તેઓ પોતાને બીજાઓથી વિશેષ કે મહત્ત્વપૂર્ણ નથી માનતા કે જે રીતે તું અત્યારે ખુદને માની રહ્યો છે. ...એટલે જ તો તું વિચારી રહ્યો છે કે 'તને કે તારા પોતાનાઓને' કંઈ ન થવું જોઈએ. અરે, થઈ જવા દે જે થવું હોય એ, તું કંઈ અલગથી થોડો જ આવ્યો છે? જ્ઞાનીઓનું મન તો ગમે તે સ્થિતિમાં, હંમેશા શાંત રહે

જે **હંમેશ** માટે **કર્મોમાંથી ફળોનો ત્યાગ** કરી દે છે, એમને પોતાના **કર્મોના ફળ** કોઈપણ કાળમાં ક્યારેય નથી **ભોગવવા** પડતા

છે. બાહ્ય પરિસ્થિતિઓના ઉતાર-ચઢાવથી તેમની ભીતર એવી ઉથલ-પાથલ નથી મચતી, જેવી કે તારી ભીતર કૌરવોની વિશાળ સેના જોઈને મચેલી છે. હે અર્જુન, આવાં જ્ઞાનીઓમાં આ લોક કે પરલોકને લઈને કોઈ ઈચ્છા પણ નથી હોતી. પણ તું આ લોકમાં રાજ્ય અને એ લોકમાં સ્વર્ગની કામના કરી રહ્યો છે. એવી જ રીતે જ્ઞાની લોકો ''જન્મ-મૃત્યુરૂપી નાટક''થી ક્યારેય પ્રભાવિત નથી થતાં. જ્યારે અત્યારે તારી તમામ ચિંતાઓના મૂળમાં મૃત્યુનો ભય છે. હે અર્જુન, હકીકત તો એ છે કે સાચો જ્ઞાની આખું જગત પોતાનું માનીને જીવે છે, એટલે પુત્ર, સ્ત્રી, ધન કે ઘર વગેરેમાં તેનો અલગથી કોઈ લગાવ નથી હોતો. પણ તું તો રાજ્ય, ધન અને સત્તાની સાથે-સાથે સંબંધીઓના દુઃખમાં પણ દુબળો થઈ રહ્યો છે. તેથી જ્યાં સુધી તું ક્ષેત્રથી ક્ષેત્રજ્ઞ સુધી, એટલે કે શરીરથી જ્ઞાન સુધી નથી ઊઠી જતો, ત્યાં સુધી તું આ તમામ પ્રકારના વિકારોથી ઘેરાયેલો જ રહીશ. અને ત્યાં સુધી તું શાસ્ત્રોની આણ આપીને પાપ-પુણ્ય અને સારા-ખરાબની ચર્ચા કરતો જ રહીશ. પણ તું સ્પષ્ટ સાંભળી લે કે ''બધું જ પરમાત્મા છે'' આ જ એકમાત્ર જ્ઞાન છે, અને જે કંઈ પણ આનાથી વિપરીત છે તે અજ્ઞાન છે. તેથી તું આ સારી રીતે સમજી લે કે પાપ-પુણ્ય જ નહીં, તારા-મારાથી લઈને સ્વર્ગ-નરક સુધીના ભેદભાવ શીખવતું તમામ શિક્ષણ અજ્ઞાન સિવાય બીજું કશું નથી. દ્વંદ્વ અને ભેદભાવ કોઈપણ હોય તથા કોઈપણ પ્રકારના હોય, એ અજ્ઞાન જ છે.

તેથી અર્જુન, તું આ સમજી જ લે કે ''બધું જ પરમાત્મા છે'' આ જ એકમાત્ર સાચું જ્ઞાન છે. અને આ જ્ઞાનને પ્રાપ્ત વ્યક્તિ જ 'પરમાનંદ'ને પ્રાપ્ત થઈ શકે છે. અને આવાં ''પરમાનંદને પ્રાપ્ત વ્યક્તિ''ની મસ્તી અને શાંતિનો અંદાજ જ ના લગાવી શકાય. થોડું વિચાર અર્જુન, કે જેને કંઈ મેળવવું નથી અને જેનું કંઈ ખોવાવાનું નથી, તેની મસ્તી શું હશે? જેને માટે મેળવેલું પણ પરમાત્મા હોય અને ગુમાવેલું પણ પરમાત્મા હોય, તેના આનંદની ધારા કોણ રોકી શકે છે? અર્જુન, હું તને આ મહાન જ્ઞાન વિસ્તારથી કહું છું, જેને ગ્રહણ કરીને તું એ 'પરમાનંદ'માં સ્થિત થઈ જઈશ. તું એમ સમજ કે મનુષ્યના આનંદની વહેતી ધારામાં દ્વંદ્વ અને ભેદભાવ ઊભા કરવાની આદત જ એકમાત્ર નડતર છે. તેથી આ ''મહાન જ્ઞાન'' કોઈપણ પ્રકારના ભેદભાવને નકારવાવાળું છે. એટલે આ જ્ઞાનને સત્ય પણ ના કહી શકાય અને અસત્ય પણ ના કહી શકાય. કેમ કે સત્યમાં પણ એ જ છે અને અસત્યમાં પણ એ જ છે. આ મહાન જ્ઞાને તો ચારે બાજુ બધાંને પોતાનાંમાં સામેલ કરેલાં છે. એટલે જ જે આને બધી બાજુ હાથ-પગવાળું, બધી બાજુ આંખ, કાન અને માથાવાળું કહેવાય છે. અને આ જ કારણ છે કે શરીરરૂપી આવાં જ સ્વરૂપની 'પરમાત્મા'ના રૂપમાં કલ્પના કરેલી છે. આ જ્ઞાન જ કંઇક એવું છે કે આને ન જાણી શકાય છે, અને ન તો સમજી શકાય છે. કેમ કે આ છે પણ અને નથી પણ. હકીકતમાં તમામ વિરોધાભાસોની મધ્યમાં આ સ્થિત છે. એટલે

આ જ્ઞાનનો મનુષ્ય ફક્ત અનુભવ કરી શકે છે. આ ઇન્દ્રિયોના વિષયોને તો જાણવાવાળું છે, છતાં પણ એ ઇન્દ્રિયોથી રહિત છે. આ સંપૂર્ણ રીતે મોહરહિત છે, છતાં પણ બધાંનું ધારણ-પોષણ કરવાવાળું છે. આ નિર્ગુણ હોવાં છતાં પણ તમામ ગુણોને ભોગવવાવાળું છે. બધાની બહાર પણ એ જ છે અને બધાની અંદર પણ એ જ છે. બધાની નજીક પણ એ જ છે અને બધાથી દૂર પણ એ જ છે. તું એમ સમજ કે આ વિભાગરહિત હોવાં છતાં પણ અનેક રૂપોમાં વિભક્ત છે. તું એમ સમજ કે પેદા કરવાવાળું પણ એ જ છે, પાળવાવાળું પણ એ જ છે અને મારવાવાળું પણ એ જ છે. પછી તું એમ ના કહી શકે કે મારવાવાળો અને પેદા કરવાવાળો એક કેવી રીતે હોઈ શકે? એવી જ રીતે તું એ પણ ન પૂછી શકે કે પાપ અને પુણ્ય, બંનેમાં પરમાત્મા કેવી રીતે હોઈ શકે છે? તો, સંક્ષેપમાં તું એમ સમજ અર્જુન, કે દરેક બે વિરોધાભાસોની વચ્ચે તે સ્થિત છે. તેથી એના વિશે "છે કે નથી," બંને વાતો કહેવાનું ખોટું પડે છે. તેથી તું જ નહીં, હરકોઈ પોતાની ભીતર શોધે અને વિરોધાભાસોની વચ્ચે સ્થિત થવાની કળા શીખે. કોઈપણ વસ્તુ, વ્યક્તિ કે વિષયના પક્ષ કે વિપક્ષમાં ઊભા રહેવાને બદલે, તેની મધ્યમાં સ્થિત થઈ જાઓ. તેથી તું પણ આ યુદ્ધરૂપી કર્મમાં મરવા-મારવા કે હિંસા-અહિંસારૂપી ભેદભાવોથી ભરેલી અજ્ઞાનતાની વાતોનો શિકાર ન થઈશ. તું તો પાપ-પુણ્ય, હાર-જીત, જીવવા-મરવા, બધાંની મધ્યમાં સ્થિત થઈ જા, અને પછી ક્ષેત્રજ્ઞ અત્યારે તને જે કરવા માટે કહે છે; એ તરફ ઝૂકી જા. અને કર્મ ખતમ થતાં જ પછી ફરીથી મધ્યમાં પાછો આવી જા. આ જ આ માયાવી સંસારમાં પરમાત્મા બનીને જીવવાની કળા છે. આને માયાવી જગત કહે જ એટલાં માટે છે કેમ કે અહીં બધું માયા પણ છે અને બધું જ પરમાત્મા પણ છે. સવાલ ફક્ત મનુષ્યની દ્રષ્ટિનો છે. જેની દ્રષ્ટિ માયાવી છે તેને માટે અહીં બધું પાપ છે, અને જેની દ્રષ્ટિ પરમાત્મીય છે તેને માટે બધું અહીં પરમાત્મા છે. આ જ કારણ છે કે મને આ યુદ્ધમાં પણ ચારે બાજુ પરમાત્મા-જ-પરમાત્મા દેખાઈ રહ્યાં છે, અને તને આ યુદ્ધમાં પાપ અને હિંસા દેખાઈ રહી છે. તેથી તું યુદ્ધમાંથી ભાગવાનું વિચારવાને બદલે પોતાની દ્રષ્ટિ પરમાત્મીય બનાવ. એકવાર દ્રષ્ટિ પરમાત્મીય બની ગઈ, તો પછી તને યુદ્ધમાંથી ભાગવાનો વિચાર નહીં આવે. કેમ કે પછી તારે માટે ચારે બાજુ બધું પરમાત્મા બની જશે. એટલે જ તો કહે છે કે પરમાત્મા છે પણ, અને નથી પણ. ...જે દ્રષ્ટિ મારી છે, ત્યાં બધું જ પરમાત્મા છે. ત્યાંજ જે દ્રષ્ટિ તારી છે, ત્યાં ક્યાંય કંઈ પરમાત્મા નથી.

હે અર્જુન, તું એમ સમજ કે પુરુષ હોય કે પ્રકૃતિ, બંને અનાદિ છે. અને આ જે 'ત્રિગુણી-માયા'થી ઘેરાયેલો સંસાર છે, તેને તું મનુષ્યની પ્રકૃતિમાંથી જ ઉત્પન્ન જાણ. ટૂંકમાં કહું તો એમ સમજ કે મનુષ્ય દરેક નવાં જન્મ સાથે પોતાનું સ્વરૂપ તો બદલતો રહે છે, પણ તેની 'મૂળ પ્રકૃતિ' તેનો પીછો જન્મ-જન્માંતર સુધી કરતી રહે છે. પોતાની આ

> અહીં
> હરકોઈ
> પરમાત્માએ
> મોકલેલો
> એક
> નિમિત્ત
> માત્ર જ
> છે

પ્રકૃતિને આધીન થઈને જ મનુષ્ય દુનિયાભરના 'કારણ' પેદા કરે છે અને પછી એ કારણોના પ્રભાવમાં આવીને કર્મ કરતો રહે છે. આ કારણે તેની મૂળ પ્રકૃતિ વિકૃત થઈ જાય છે. અને પછી વિકૃત થયેલી આ મૂળ પ્રકૃતિ દ્વારા કરવામાં આવેલા કર્મોના આધારે તે જન્મ-જન્માંતર સુધી સુખ-દુઃખ ભોગવતો રહે છે. કેમ કે પોતાના કરેલાં કર્મો પ્રમાણે જ મનુષ્ય ''સારી-ખરાબ યોનિઓમાં'' જન્મ લેતો રહે છે. આ એક એવી માયાજાળ છે જેને તોડીને નીકળવામાં જ મનુષ્યની ભલાઈ છે. દરેક મનુષ્ય અહીં ''પોતાની પ્રકૃતિ પ્રમાણે'' આ માયાજાળમાં ગૂંચવાયેલો છે. અને તેનાથી જ પ્રભાવિત થઈને તે સફળતા-નિષ્ફળતા, હાર-જીત, પોતાનું-પારકું, હિંસા-અહિંસા અને સંન્યાસ-સંસારના ભેદભાવ ઉત્પન્ન કરીને દોડતો રહે છે. પણ લાખો જન્મોની દોડ પછી પણ તેના હાથમાં કંઈ નથી આવતું. તું પણ અત્યારે પોતાની આ જ વિકૃત પ્રકૃતિનો શિકાર છે. તારી વિકૃત પ્રકૃતિ અત્યારે તને ''યુદ્ધરૂપી કર્મથી'' ભાગવા માટે ઉશ્કેરી રહી છે. પણ મારી વાત યાદ રાખજે કે આનાથી તને કંઈ નથી મળવાનું. તારે પોતાની આ 'વિકૃત પ્રકૃતિ'થી ઉપર ઉઠીને પોતાની 'મૂળ પ્રકૃતિ'માં ફરીથી સ્થિત થવું પડશે. અને તારી મૂળ પ્રકૃતિમાં હજી પણ યુદ્ધ જ છુપાયેલું છે. તેથી તારી મૂળ પ્રકૃતિને 'કર્તા' બનીને કરવા દે આ યુદ્ધ. તું એની ચિંતા ના કરીશ. તું તારું ધ્યાન તારા આત્મામાં લગાડ. તારી મૂળ પ્રકૃતિથી જુદો આ આત્મા જ પરમાત્મા છે. આ કર્તા નથી, સાક્ષી છે. અને બધાંનો સાક્ષી હોવાના કારણે તેને કોઈ ભ્રમ નથી. આ હંમેશા યથાર્થ સન્મતિ આપવાવાળો છે. તું આ આત્માના ''સચ્ચિદાનંદ સ્વરૂપ''ને ઓળખ. આ સચ્ચિદાનંદ શબ્દ ત્રણ શબ્દોના જોડાણથી બન્યો છે, અને એ છે સત્, ચિત્ અને આનંદ. સત્ એટલે કે જે આંખની સામે છે તે અને જે ટાળી નથી શકાતું એ, જેમ કે આ યુદ્ધ. તેથી એમાં જ ચિત્ત લગાવીને યુદ્ધ કર,

અને યુદ્ધ કરવામાં આનંદનો અનુભવ કર. હકીકત તો એ છે કે અત્યારે તારે કે મારે, બંનેમાંથી કોઈને આનાથી ઉપરના બીજા કોઈ જ્ઞાનની જરૂર જ નથી. તેનાથી ઉપરનું જે કંઈ પણ જ્ઞાન તું પ્રદર્શિત કરી રહ્યો છે એ તારી વિકૃત પ્રકૃતિને દર્શાવે છે, પરમાત્માને નહીં. તારા બધાં પાપ-પુણ્ય અને તારી બધી હાર-જીતની ઈચ્છાઓ, આ બધાંને તું પોતાની વિકૃત પ્રકૃતિ જ સમજ. અને જે મનુષ્ય 'પુરુષ' એટલે કે પોતાના આત્માને અને 'પ્રકૃતિ' એટલે કે પોતાની મનોદશાને, બંનેને જુદા-જુદા ઓળખે છે; એ બધાં જ કર્તવ્ય-કર્મોને કરીને પણ હંમેશ માટે મુક્ત થઈ જાય છે. પણ આનાથી વિપરીત જે બાહ્ય ઉશ્કેરણીમાં આવીને પોતાની વિકૃત-પ્રકૃતિનો શિકાર થાય છે, એ પોતાને હજારો બંધનોમાં બાંધતો જાય છે.

હે અર્જુન, પોતાના આ આત્મારૂપી પરમાત્માને ઘણાં લોકો બુદ્ધિને ક્ષીણ કરીને ધ્યાનપૂર્વક પોતાના હૃદયમાં જુએ છે. બીજા કેટલાંય લોકો મનને સમભાવમાં સ્થિત કરીને આનો અનુભવ કરે છે. બીજા કેટલાય કર્મયોગી ફળોનો ત્યાગ કરીને આનો અનુભવ કરે છે. કેટલાય લોકો જ્ઞાનીઓ પાસેથી આ આત્મારૂપી પરમાત્માની ચર્ચા સાંભળીને પોતાના આત્માની તરફ કૂચ કરે છે. અર્જુન, માર્ગ કોઈપણ અપનાવો, પણ પ્રકૃતિથી ઉપર ઉઠીને આ આત્મામાં દ્રઢતાપૂર્વક સ્થિત થયા વિના મનુષ્યનો ઉદ્ધાર નથી. તેથી તું પોતાની ઊર્જા યુદ્ધ કરું કે ના કરુંમાં ન લગાવીશ, એની જગ્યાએ પોતાની ઊર્જાને તું "પ્રકૃતિથી પરમાત્મા સુધી ઊઠવા"માં લગાડ. તેનાથી તું નિઃસંદેહ આ મૃત્યુરૂપી સંસારમાંથી તરી જઈશ. તને બીજી એક વાત કહી દઉં અર્જુન, કે આ બધાં માર્ગોમાં "સમભાવમાં સ્થિત થવું" એ મનુષ્ય માટે સૌથી સરળ છે. તેથી તું પણ સમભાવમાં સ્થિત થવાનો પ્રયત્ન કર. ના તો યુદ્ધ કરવા કે ના કરવામાં પસંદગી કર અને ના તો તારા અને કૌરવોમાં કોઈ અંતર કર. કેમ કે હવે તારા કરવા કે ન કરવા ઉપર આ યુદ્ધ નિર્ભર નથી. તું ચાહે યુદ્ધ કરે કે ન કરે, આ યુદ્ધ તો હવે થવાનું જ છે. એવામાં આને સમભાવથી સ્વીકારી લે અને રમી નાખ. એ પછી જીવવા-મરવા કે જીતવા-હારવામાં પણ તારી અને કૌરવોની વચ્ચે ભેદભાવ ન કરીશ. ...બસ આ રીતે યુદ્ધ કરવાથી તું પરમગતિને પ્રાપ્ત થઈ જઈશ.

અર્જુન એક વાત સમજ કે તું અલગ છે અને તારો આત્મા અલગ છે. તારા બધાં કર્મ તારી પ્રકૃતિને આધીન છે. પોતાની આ જ પ્રકૃતિને આધીન થઈને તેં તીર ચલાવવાનું શીખ્યું છે અને પોતાની આ જ પ્રકૃતિને આધીન થઈને તારામાં રાજ્ય મેળવવાની ઈચ્છા જન્મી છે. તારા આ બધાં કર્મોમાં તારો આત્મા તો અકર્તા જ રહ્યો છે. એ તો કાયમ તારા તમામ કર્મોનો માત્ર દર્શક જ રહ્યો છે. તો આજે નવું શું થઈ ગયું? આજે પણ તું પોતાની પ્રકૃતિ પ્રમાણે યુદ્ધ કર અને તારા આત્માને તને યુદ્ધ કરતો જોવા દે. બસ મારા કહેવાથી આજે તું નવું એ કર કે પોતાનું ધ્યાન પોતાની "કર્તારૂપી પ્રકૃતિ"થી હટાવીને પોતાના

"દ્રષ્ટારૂપી આત્મા" ઉપર લગાવ. અને જે આ રીતે પોતાની પ્રકૃતિને કર્તા અને પોતાના આત્માને અકર્તા તરીકે જુએ છે, એ જ સત્ય જુએ છે. હકીકત તો એ છે અર્જુન, કે મનુષ્યના જુદા-જુદા ભાવોને પણ તું પ્રકૃતિમાંથી જ ઉત્પન્ન જાણ, અને મનુષ્યની આ પ્રકૃતિને તું પરમાત્મામાંથી ઉત્પન્ન જાણ. તેથી એવામાં અહીં હરકોઈ માટે પોતાની પ્રકૃતિને બદલવાનો પ્રયત્ન કરવાને બદલે પોતાની પ્રકૃતિના દ્રષ્ટા બની જવું એ જ શ્રેષ્ઠ છે. તેથી તું પણ યુદ્ધથી ભાગીને પોતાની પ્રકૃતિને બદલવાનો પ્રયત્ન કરવાની જગ્યાએ યુદ્ધ કરવાની તારી પ્રકૃતિનો દ્રષ્ટા બની જા. આનાથી તું આ જ ક્ષણે "સચ્ચિદાનંદઘન બ્રહ્મ"ને પ્રાપ્ત થઈ જઈશ. અર્જુન, મનુષ્યના બધાં ગુણ તેની પ્રકૃતિના છે અને તેની આ પ્રકૃતિ અનાદિ છે. તેથી એને બદલવું અશક્ય છે. શક્ય એને માટે એ જ છે કે તે ભીતરના નિર્ગુણ પરમાત્માના શરણે ચાલ્યો જાય, જે શરીરમાં હોવાં છતાં ના તો કોઈ કર્મ કરે છે અને ના તો કોઈ કર્મમાં લિપ્ત થાય છે. એ તો બસ મનુષ્યની પ્રકૃતિમાંથી નીકળી રહેલાં કર્મોને ફક્ત જોયા કરે છે. એટલે જ મનુષ્યનો આ આત્મા સર્વવ્યાપી છે. અને એટલે જ કહે છે કે એ તેના દરેક કર્મમાં સામેલ છે.

અર્જુન, તું આ વાતને એ રીતે સમજ કે મનુષ્ય હોય કે જાનવર, પદાર્થ હોય કે બ્રહ્માંડના ગ્રહ-ઉપગ્રહ; હરકોઈ અહીં પોતાની પ્રકૃતિને આધીન થઈને કર્મ કરવા માટે બાધ્ય છે. અહીં સૂર્ય પ્રકાશ આપવા માટે અને ચંદ્ર ઠંડક પહોંચાડવા માટે બાધ્ય છે. કેમ કે આ જ તેમની પોત-પોતાની પ્રકૃતિ છે. બરાબર એવી જ રીતે તું પણ પોતાની પ્રકૃતિ પ્રમાણે કર્મ કરવા માટે બાધ્ય છે. તેથી બહેતર છે કે તું દિલ ખોલીને પોતાની પ્રકૃતિ પ્રમાણે કર્મ કર અને પોતે પોતાના એ તમામ કર્મોનો દ્રષ્ટા બની જા. પોતાના કર્મોનો દ્રષ્ટા બનતાં જ તું બધાંના કર્મોનો દ્રષ્ટા બની જઈશ. એટલું જ નહીં, પછી તો તું બ્રહ્માંડમાં ચાલી રહેલી તમામ લીલાઓનો પણ દ્રષ્ટા બની જઈશ. એટલે કે એક પોતાના કર્મોનો દ્રષ્ટા બનતાં જ તું સર્વવ્યાપી "સચ્ચિદાનંદઘન પરમાત્મા" બની જઈશ. તારા બધાં ભેદભાવ અને ભ્રમ દૂર થઈ જશે. તારા બધાં પાપ-પુણ્ય અને હાર-જીતની ઈચ્છાઓ દૂર થઈ જશે. કેમ કે એવામાં તો તું જગતમાં ચાલી રહેલાં તમામ પાપ-પુણ્યોનો પણ માત્ર દ્રષ્ટા જ રહી જઈશ. તેથી તું પ્રકૃતિથી પરમાત્મા સુધી ઉઠીને તારા આ યુદ્ધરૂપી કર્મનો દ્રષ્ટા બની જા. ...એક આ જ તારા હિતમાં છે. અને જો તું પોતાની 'મૂળ પ્રકૃતિ'ની વિરુદ્ધ જઈને 'વિકૃત પ્રકૃતિ' ઓઢીશ, તો પોતાના તમામ હિતોથી હાથ ધોઈ બેસીશ.

પ્રેક્ટિકલ એપ્લિકેશન - 18

અધ્યાય-૧૩ ની વિશેષતા છે કૃષ્ણ દ્વારા આપવામાં આવેલી 'સચ્ચિદાનંદ'ની પરિભાષા. હવે જીવન છે તો ચડતી-પડતી છે. બધું જ હંમેશા મનમરજી મુજબ તો બની નથી શકતું. હવે કૃષ્ણ પણ સ્વભાવે કલાકાર હતાં. વાંસળી, નૃત્ય, રાસ, શૃંગાર વગેરેનો એમને શોખ હતો. પણ જીવન એવું હતું જેમાં રહી-રહીને શત્રુ આવતા રહેતા હતાં. સંઘર્ષ વાતે-વાતે ટકોરા મારતા રહેતા હતાં. તો શું, જીવનને ભાંડવું? સંઘર્ષોથી ભાગવું? ના, આ કૃષ્ણનું શિક્ષણ નથી. કૃષ્ણ સમજાવી રહ્યાં છે કે સંઘર્ષોને પણ રાસ માનીને એમનો મુકાબલો કરી જ શકાય છે. અને કૃષ્ણએ આ જ જીવનભર કર્યું. અને અત્યારે તેઓ અર્જુનને પણ આ જ કરવા કહી રહ્યાં છે. અને અત્યારે આ જ હું તમને લોકોને કહી રહ્યો છું. ખરાબ સમય, સંકટ, નિષ્ફળતા વગેરે મનુષ્યજીવનનો ભાગ છે. અને સચ્ચિદાનંદવાળી મનોદશાનો અર્થ એટલો જ છે કે જે કષ્ટ અટલ બની જાય એટલે કે જેને ટાળી જ ન શકાતાં હોય, એ બધાં સંકટ 'સત્ય' બની ગયાં. કેમકે સત્ય શું છે? જે સામે છે તે. માટે જે અટલ બની ગયું, કૃષ્ણ કહે છે કે એમાં ચિત્ત પરોવો. એનાથી ભાગો નહીં. એનાથી પલાયન ન કરો... પરંતુ પોતાનું પૂરું મન એ સંકટ સાથે રમવામાં લગાવો. અને રમવાનો આનંદ લેતા-લેતા એ સંકટ ઉપર વિજય પ્રાપ્ત કરો. બસ, એને જ સત્-ચિત્-આનંદ એટલે કે સચ્ચિદાનંદ કહે છે. સચ્ચિદાનંદનો અર્થ એટલો જ છે કે દરેક સત્યમાં ચિત્ત પરોવીને એનો આનંદ માણો. કૃષ્ણ હંમેશા વિજયી રહ્યાં એનું, અને તેઓ દરેક સ્થિતિમાં સદૈવ પ્રસન્ન રહ્યાં એનું રહસ્ય પણ એમનો આ 'સચ્ચિદાનંદ' સ્વભાવ જ છે. અને તમે પણ લગાતાર ખુશ રહેવા ઇચ્છતા હો અને સાથોસાથ નિરંતર જીતવા ઇચ્છતા હો, તો તમારે પણ આજથી 'સચ્ચિદાનંદ' બની જ જવું પડશે. અને એ માટે આગળના પાનામાં આપેલ ચાર્ટને ભરો. એમાં તમારાં ૧૦ વર્તમાન મુખ્ય કષ્ટો અને સંઘર્ષો વિશે વિસ્તારથી લખો. ન એ સંકટોથી ભાગો, ન તો એ સંકટોનો શોક મનાવો. નક્કી એ કરો કે 'સત્-ચિત્-આનંદ' એટલે સચ્ચિદાનંદ બનીને મસ્તીથી રમતા-રમતા એક પછી એક બધાં સંકટો ઉપર વિજય મેળવતા જવું છે. અને જે-જે સંકટ પર વિજય મેળવતા જાવ એની નીચે બીજા કોલમમાં ગર્વથી ''જીતી લીધું'' લખી લો. દ્રઢતાપૂર્વક નક્કી એ કરો કે બધાં અટલ સંકટો ઉપર વિજય મેળવવો અને મેળવવો જ છે. બાકી તો જે ટાળી શકાતાં હોય, એવાં સંઘર્ષોમાં ઉતરવાની આવશ્યકતા જ નથી. બસ સાથે એટલી બીજી સમજ પણ જાગૃત કરી લો.

નોટઃ જ્યાં સુધી અંતિમ સંઘર્ષ પર વિજય ચિન્હ ન લાગી જાય, છોડતા નહીં.

1 વિસ્તારથી સંકટ અને સંઘર્ષ વિશે લખો

....

....

....

....

....

વિજયી થયા પછી ગર્વ અને ખુશી જાહેર કરો,
સાથે જ વાતને થોડી વિસ્તારથી લખો.

....

....

....

....

....

2 વિસ્તારથી સંકટ અને સંઘર્ષ વિશે લખો

....

....

....

....

....

વિજયી થયા પછી ગર્વ અને ખુશી જાહેર કરો,
સાથે જ વાતને થોડી વિસ્તારથી લખો.

....

....

....

....

....

3 વિસ્તારથી સંકટ અને સંઘર્ષ વિશે લખો

....

....

....

....

....

વિજયી થયા પછી ગર્વ અને ખુશી જાહેર કરો,
સાથે જ વાતને થોડી વિસ્તારથી લખો.

....

....

....

....

....

4 વિસ્તારથી સંકટ અને સંઘર્ષ વિશે લખો

....

....

....

....

....

વિજયી થયા પછી ગર્વ અને ખુશી જાહેર કરો,
સાથે જ વાતને થોડી વિસ્તારથી લખો.

....

....

....

....

....

5 વિસ્તારથી સંકટ અને સંઘર્ષ વિશે લખો

....

....

....

....

....

વિજયી થયા પછી ગર્વ અને ખુશી જાહેર કરો,
સાથે જ વાતને થોડી વિસ્તારથી લખો.

....

....

....

....

....

6 વિસ્તારથી સંકટ અને સંઘર્ષ વિશે લખો

....

....

....

....

....

વિજયી થયા પછી ગર્વ અને ખુશી જાહેર કરો,
સાથે જ વાતને થોડી વિસ્તારથી લખો.

....

....

....

....

....

7 વિસ્તારથી સંકટ અને સંઘર્ષ વિશે લખો

....

....

....

....

....

વિજયી થયા પછી ગર્વ અને ખુશી જાહેર કરો, સાથે જ વાતને થોડી વિસ્તારથી લખો.

....

....

....

....

....

8 વિસ્તારથી સંકટ અને સંઘર્ષ વિશે લખો

....

....

....

....

....

વિજયી થયા પછી ગર્વ અને ખુશી જાહેર કરો, સાથે જ વાતને થોડી વિસ્તારથી લખો.

....

....

....

....

....

9 વિસ્તારથી સંકટ અને સંઘર્ષ વિશે લખો

....

....

....

....

....

**વિજયી થયા પછી ગર્વ અને ખુશી જાહેર કરો,
સાથે જ વાતને થોડી વિસ્તારથી લખો.**

....

....

....

....

....

10 વિસ્તારથી સંકટ અને સંઘર્ષ વિશે લખો

....

....

....

....

....

**વિજયી થયા પછી ગર્વ અને ખુશી જાહેર કરો,
સાથે જ વાતને થોડી વિસ્તારથી લખો.**

....

....

....

....

....

અધ્યાય - ૧૪

કૃષ્ણઃ

હવે આમ તો આ વખતે મેં અર્જુનને ખૂબ જ સરસ રીતે સમજાવી દીધો હતો કે ભાઈ, તારે માટે દિલ ખોલીને યુદ્ધ કરવું એ જ એકમાત્ર 'પરમાત્મીય કર્મ' છે. મેં તેને સમજાવી જ દીધો હતો કે પરમાત્મા કોઈ ભૌગોલિક અવસ્થા નથી, પરંતુ એક માનસિક સ્થિતિ છે. અને 'સત્-ચિત્-આનંદ' તેનું સ્વરૂપ છે. એટલે કે સત્ય જે સામે છે, તેમાં ચિત્ત લગાવીને આનંદ લેતાં રહેવું એ જ 'પરમાત્મીય અવસ્થા' છે. પણ અર્જુન આ વાતને

ક્યાં સમજવાનો હતો? અર્જુનનું છોડો, અહીં કોઈપણ સમજવા માટે તૈયાર જ ક્યાં છે? પરમાત્માની એવી તો તર્કહીન કલ્પનાઓ કરવામાં આવી છે કે આખો મનુષ્ય-સમુદાય ભ્રમિત થયેલો પડ્યો છે. એ આ સમજી જ નથી રહ્યો કે 'સત્ય' કોઈ શોધવા જવાની વસ્તુ નથી, પણ જે સામે છે... એ જ સત્ય છે. પણ મનુષ્યને શાસ્ત્રોનો એવો તો ભંડાર પકડાવી દેવામાં આવ્યો છે કે તે સામે પડેલું 'સત્ય' છોડીને દુનિયાભરના અસત્યોમાં 'સત્ય' શોધતો રહે છે. અર્જુન પણ આ સમયે એ જ કરી રહ્યો છે. યુદ્ધરૂપી સત્યને ઠોકર મારીને "શાસ્ત્રોથી લઈને યુદ્ધના સંભવિત પરિણામો સુદ્ધાંમાં" સત્ય શોધવાનો પ્રયત્ન કરી રહ્યો છે.

ખેર, વર્તમાન સત્ય તો એ છે કે તે યુદ્ધ લડવા માટે હજી પણ તૈયાર નથી. એવામાં મારી પાસે વાતને આગળ વધારવા સિવાય બીજો ઉપાય જ ક્યાં છે? આ જ તો હું બધાંને સમજાવવા ઈચ્છી રહ્યો છું. વર્તમાનમાં જે કંઈ પણ છે, એ પરમાત્મા છે. તેનો હસતાં-હસતાં સામનો કરવા સિવાય મનુષ્ય પાસે ઉપાય જ નથી. ...જેવી રીતે અત્યારે મારી પાસે "અર્જુનનું યુદ્ધ લડવા માટે રાજી ન થવાને" હસતાં-હસતાં સ્વીકારવા સિવાય ઉપાય નથી. એટલે જ તો હું કાયમ જે સામે આવે છે, તેને હસતાં-હસતાં પૂરી મસ્તીથી સ્વીકારી લઉં છું. મૃત્યુના પડછાયાને તો કોણ જાણે કેટલી વાર હસતાં-હસતાં ગળે લગાડી ચૂક્યો છું. મેં તો છળ-કપટને પણ એ જ પ્રેમથી ગળે લગાડ્યું છે, જે પ્રેમથી મેં રાસ અને છપ્પનભોગને ગળે લગાડ્યા છે.

હશે, મારી વાત પછી. પહેલાં તો સામે જે વર્તમાન કર્મ મોઢું ફાડીને ઊભું છે, એના પર પાછો આવી જાઉં. તો, અર્જુનના રાજી ના થવા પર મેં મારા તરફથી જ વાતને આગળ વધારતા કહ્યું કે હે અર્જુન, જ્ઞાનોમાં પણ જે અતિ ઉત્તમ પરમજ્ઞાન છે એ હું તને પછી કહીશ, કેમ કે આને સાંભળીને મોટા-મોટા મુનિજન પરમસિદ્ધિને પ્રાપ્ત થઈ ગયા છે. આ એ જ્ઞાન છે જેને સાંભળીને વ્યક્તિ હંમેશને માટે મુક્ત થઈ જાય છે. પછી એ કોઈ કાળ, કોઈ સમસ્યાથી ક્યારેય વિચલિત નથી થતો. સાચું કહું તો અર્જુનના યુદ્ધ કરવાની ના પાડવાને પણ હું એક નિમિત્ત તરીકે જ લઈ રહ્યો છું. સારું છે, આ બહાને સીધું અને સાચું જ્ઞાન મનુષ્યને ઉપલબ્ધ તો થઈ રહ્યું છે. તેથી હંમેશા ખુશ રહેવાવાળો હું અત્યારે એ જ વાતથી ખુશ હતો કે આ જ બહાને મારા મુખેથી સાચું જ્ઞાન તો વહી રહ્યું છે. એટલે જ તો કહે છે કે ખુશ રહેવાવાળાઓને ખુશીનું બહાનું શોધવા માટે ક્યાંય જવાનું નથી હોતું. એ તો જે કંઈ પણ સામે હોય છે એમાં જ પરમખુશીને ઉપલબ્ધ થઈ જાય છે.

ખેર, મારી ખુશીની વાત છોડીને ફરી પાછો અર્જુનના દુઃખ ઉપર આવી જાઉં. તો મેં સતત યુદ્ધ કરવાની ના પાડી રહેલા અર્જુનને "જગતના રહસ્યને" એક અલગ રીતે સમજાવતા કહ્યું કે સાંભળ અર્જુન, મારી બે પ્રકારની પ્રકૃતિ છે. ...એક જડ અને બીજી

ચેતન. મનુષ્યના શારીરિક અસ્તિત્વ ધારણ કરવાને તું મારી જડ પ્રકૃતિ સમજ અને તેમાં પ્રાણ ફૂંકવાને તું મારી ચેતન પ્રકૃતિ સમજ. આ દ્રષ્ટિએ મનુષ્યના શરીરને તું જડ અને પ્રાણોને તું ચેતન સમજ. અને આ બંનેના સંગમથી જ અહીં દરેક મનુષ્યની ઉત્પત્તિ થાય છે. આને તું એમ પણ કહી શકે કે હું બધાં જીવોના શારીરિક અસ્તિત્વને ઉત્પન્ન કરવાવાળી માતા છું અને હું જ તેમનામાં પ્રાણોના બીજની સ્થાપના કરવાવાળો પિતા છું. એટલે જ હું વારંવાર કહું છું અર્જુન, કે મારાથી જુદું આ જગતમાં બીજું કોઈ કારણ નથી. અહીં બધાંએ સમજવાનું એ છે કે જડ... 'જડ' છે, અને ચેતન... 'ચેતન' છે. આ બન્ને જગત અલગ જ છે. બંનેમાંથી કોઈનો કોઈના પર... કોઈ પ્રભાવ નથી. જડ રૂપાંતરિત છે અને ચેતન સ્થિર છે. છતાં પણ જડનાં દરેક રૂપાંતરથી મનુષ્યની ભીતરી મનોદશા પ્રભાવિત થતી રહે છે. અને આ જ અજ્ઞાન છે. આ જ તેની ''નિદ્રાની અવસ્થા'' છે. જેવી રીતે બહારના યુદ્ધરૂપી જડથી અત્યારે તારી ભીતરી મનોદશા પ્રભાવિત થઈ રહી છે. ...અને આ જ તારું અજ્ઞાન છે. કેમ કે તું એ નથી સમજી રહ્યો કે આ બંને વાતો અલગ જ છે. જડનાં રૂપાંતરને તું ઈચ્છવા છતાં પણ રોકી નથી શકતો અને ચેતનને તું ઈચ્છવા છતાં રૂપાંતરિત નથી કરી શકતો. પણ આવું કરવાનો ભ્રમ તું રાખી શકે છે, અને તું અત્યારે એ જ ભ્રમનો શિકાર બની ગયો છે. તારી શું વાત કરું, મોટા-મોટા જ્ઞાની પણ આ જ ભ્રમ રાખીને જીવી રહ્યાં હોય છે.

ખેર, છોડ આ વાતોને. હવે તું સીધું મારી પાસેથી આ 'ભ્રમ'નું મૂળ કારણ સાંભળ. હકીકતમાં આને માટે જગતની એ ત્રિગુણી-માયા જવાબદાર છે જે પોતાના પ્રભાવમાં બધાંને લપેટી રહી છે. ''સત્વગુણ, રજોગુણ અને તમોગુણ,'' આ ત્રણ ગુણોથી બનેલી આ ત્રિગુણી-માયા ચારે બાજુ ફેલાયેલી છે. આ ત્રિગુણી-માયા જ મનુષ્યના

જે **ભીતર-બહાર** બની રહેલી **તમામ ઘટનાઓમાં** એક પરમાત્માને જ **કર્તા** સ્વરૂપે જુએ છે, એ જ **સત્ય** જુએ છે

ચેતનને શરીરરૂપી જડમાં બાંધે છે. તેનાથી જ તેનું ચેતન, જડનાં દરેક પરિવર્તનથી વારંવાર પ્રભાવિત થાય છે. આમાં જે સત્વગુણ છે એ મનુષ્યને સુખ અને જ્ઞાનના અભિમાનથી બાંધે છે. આ ગુણથી પ્રભાવિત મનુષ્ય અકારણ ખુદને બીજાઓ કરતાં શ્રેષ્ઠ સમજે છે. અને આગળ જતાં શ્રેષ્ઠતાના ભાવનું આ જે અભિમાન છે, એ જ તેના બધાં દુઃખોનું મૂળ બની જાય છે. પછી જ્યારે પણ તેના માન, સત્તા, ધન કે જ્ઞાન ઉપર હુમલો થાય છે, ત્યારે એ તેનાથી વિચલિત થતો રહે છે. એવી જ રીતે મનુષ્યમાં છુપાયેલી કામના અને મોહથી 'રજોગુણ' ઉત્પન્ન થાય છે. આ રજોગુણ મનુષ્યને કર્મ કરવા અને કર્મોના ફળની લાલચ કરવા માટે ઉશ્કેરે છે. અને એ જ કારણે રજોગુણવાળી વ્યક્તિ પણ સંસારમાં 'સુખ-દુઃખ' ભોગવતી રહે છે. ત્યાંજ સત્યને ન જોઈ શકવાના અજ્ઞાનને કારણે 'તમોગુણ' ઉત્પન્ન થાય છે. આ તમોગુણ કર્મો પ્રત્યે અશ્રદ્ધા ઉત્પન્ન કરે છે. અજ્ઞાનના કારણે એ દરેક કર્મમાં સારું-ખરાબ અને પાપ-પુણ્ય શોધવામાં લાગી જાય છે. આની સીધી અસર તેની કર્મઠતા ઉપર પડે છે. ધીમે-ધીમે આવી વ્યક્તિ આળસ, પ્રમાદ અને નિદ્રાની શિકાર બની જાય છે. આ કારણે પ્રાયઃ તેનાથી કરવાયોગ્ય કર્મ પણ નથી થતાં. પ્રાયઃ મનુષ્ય ઓછી કે વધુ માત્રામાં ત્રણેય ગુણોનો શિકાર હોય જ છે. ક્યારેક એક તો ક્યારેક બીજો તેના પર હાવી થતો જ રહે છે. અને આ કારણે તેનું આખું જીવન એમના ધક્કા સહન કરતાં-કરતાં વીતી જાય છે. હવે આમ તો આ ત્રણેય ગુણ મનુષ્યના ચેતનને બાંધવાવાળા હોય છે, છતાં પણ મનુષ્યએ 'તમોગુણ' થી 'રજોગુણ' સુધી અને 'રજોગુણ' થી 'સત્વગુણ' સુધી ખુદને વારંવાર ઉન્નત કરતાં રહેવું જોઈએ.

હે અર્જુન, જ્યારે પણ ભીતર વિવેકશક્તિ જાગે ત્યારે સમજવું જોઈએ કે સત્વગુણમાં વધારો થયો છે. જ્યારે પણ લોભ, સ્વાર્થ અને કામનાઓ જાગે તો મનુષ્યએ સમજી લેવું જોઈએ કે તેના રજોગુણમાં વૃદ્ધિ થઈ છે. અને જ્યારે મનુષ્યનું મન જીવન-જરૂરિયાતના કાર્યમાં પણ લાગવાનું બંધ થઈ જાય... ત્યારે તેણે સમજી લેવું જોઈએ કે તેના તમોગુણમાં વૃદ્ધિ થઈ રહી છે. પછી તે જીવનને આત્મ-નિર્ભર બનાવવા માટે કરવામાં આવતા કર્મો ન કરીને "બીજી નિરર્થક ચેષ્ટાઓમાં" પ્રવૃત્ત રહે છે. તેથી જે કોઈનું પણ જીવન કોઈપણ સારા કે ખરાબ કારણોથી બીજાઓ ઉપર આશ્રિત છે, તેમણે સમજી લેવું જોઈએ કે તેમના પર 'તામસી-પ્રવૃત્તિ' હાવી છે. ...પછી એ આશ્રય વ્યક્તિ કર્મકાંડમાં જ કેમ ન શોધી રહી હોય, તેનાથી કોઈ ફરક નથી પડતો.

હે અર્જુન, આ ત્રણેય ગુણ ન કેવળ મનુષ્યના આ જન્મને પ્રભાવિત કરે છે, પરંતુ એ તેના જન્મ-જન્માંતરોને પણ પ્રભાવિત કરતાં રહે છે. સત્વગુણ વધારે હોય એવો મનુષ્ય ઉત્તમ માનસિકતાવાળા પરિવારમાં જન્મ લે છે. ત્યાં તેનું લાલન-પાલન કંઈક એવી રીતે થાય

છે કે તેને ત્રિગુણી-માયાથી છૂટવામાં મદદ મળે છે. અર્જુન એમ સમજ કે આ આખો ખેલ માનસિક છે. ભૌતિક જગત આનો આધાર બિલકુલ નથી. તેથી એવું ક્યારેય ન સમજતો કે સારી માનસિકતા સાથે મૃત્યુને પ્રાપ્ત થયેલાં મનુષ્ય ધનપતિઓ કે રાજાઓને ત્યાં જન્મે છે. ના, તેઓ સારી માનસિકતાવાળી વ્યક્તિઓને ત્યાં જન્મે છે. આ જ કારણ છે કે મોટા ભાગના જ્ઞાની સામાન્ય પરિવારમાં જન્મ્યા છે. મારું જ ઉદાહરણ લે, જો મને નંદ-યશોદાની છત્રછાયામાં મોટાં થવાનો મોકો મળ્યો, તો આ મારી સારી માનસિકતાનું ફળ હતું. અને જો, આ કારણે આ ગોવાળ આજે શું નો શું બની ગયો? ખેર, આ જ રીતે અર્જુન, રજોગુણના વધુ પ્રમાણ સાથે મૃત્યુને પ્રાપ્ત થયેલો મનુષ્ય ''ફળોમાં મોહ રાખવાવાળી વ્યક્તિઓને'' ત્યાં જન્મે છે. બીજી બાજુ જે વ્યક્તિ તમોગુણના વધુ પ્રમાણ સાથે મૃત્યુને પ્રાપ્ત થાય છે... તે પશુઓની યોનિમાં જન્મ લે છે.

હે અર્જુન, એમ સમજ કે અહીં કોઈ શરીર કે જીવન આ ત્રણ ગુણોથી મુક્ત નથી. પણ જે મનુષ્ય પોતાના બધાં જ કર્મોને આ ત્રણ ગુણો દ્વારા થતાં જુએ છે, અને પોતે તેના આ આખા ખેલનો દર્શક બની જાય છે; તે એ જ ક્ષણે આ ત્રિગુણી-માયાનું ઉલ્લંઘન કરી જાય છે. અને આનાથી તે તરત જ મારા સ્વરૂપને પ્રાપ્ત થઈ જાય છે. પછી એને માટે સ્વયં સહિત બધાં જ મનુષ્યોના બધાં કર્મ, સિવાય ''મજબૂરીમાં કરવામાં આવતાં એક નાટક''થી વધુ કંઈ નથી હોતાં. આવી વ્યક્તિ જન્મ, મૃત્યુ અને વૃદ્ધાવસ્થા જેવા તમામ દર્દોમાંથી તરત જ છૂટી જાય છે. તેથી તું પણ તારા અને બીજાઓના કર્મોને પ્રકૃતિની ત્રિગુણી-માયામાંથી ઉત્પન્ન થયેલા જાણ અને જે થતું હોય એ થવા દે. તું આ આખા ખેલનો દર્શક બની જા; બસ આનાથી આજે, અત્યારે અને અહીં જ તારો છુટકારો થઈ જશે.

અર્જુનઃ

સારું કૃષ્ણ, એ કહો કે આ ત્રણેયથી અલગ થયેલા મનુષ્યના શું-શું લક્ષણ હોય છે? એ કયા પ્રકારના આચરણવાળો હોય છે? અને આ ત્રણેય ગુણોથી પર થવાનો ઉપાય શું છે?

કૃષ્ણઃ

હવે આમ તો હું તેને કહી જ ચૂક્યો છું કે મનુષ્ય પોતાનામાં વ્યાપ્ત આ ત્રણેય ગુણોનો દ્રષ્ટા બનીને આનાથી પર થઈ શકે છે. પણ અર્જુનની વાત સાચી છે. આ વાત સાંભળવામાં જેટલી સરળ છે, એટલી કદાચ સમજવામાં નથી. સાચું કહું તો જ્યારથી અમારા બંને વચ્ચે આ વાતચીત ચાલી રહી છે, ત્યારથી આ પહેલો સવાલ છે જે અર્જુને

બિલકુલ સચોટ પૂછ્યો છે. એટલે મેં બસ એને સમજાવતા કહ્યું કે સાંભળ અર્જુન, અહીં કોઈ એવો મનુષ્ય નથી જે આ ત્રણે ગુણોથી પ્રભાવિત ન થઈ રહ્યો હોય. કેમ કે જ્યાં સુધી જીવન છે, મનુષ્યએ બહાર વ્યવહાર કરવાનો જ છે. અને મનુષ્ય દ્વારા બહાર કરવામાં આવતો કોઈપણ વ્યવહાર આ ત્રણેમાંથી એક કે બીજા ગુણથી પ્રભાવિત રહે જ છે. ત્યાંજ એ પણ સમજી લે કે મનુષ્યના આ ત્રણે ગુણોની ''તેની પોતાની જન્મ-જન્માંતરોની એક શૃંખલા'' પણ છે. આ કારણે આ એટલી ઊંડી છે કે આ બાબતે કોઈએ અહીં વિચાર કરવાની કોઈ જરૂર નથી. કેમ કે આ પોતાની મેળે ચાલવાવાળી એક એવી શૃંખલા છે જેના પર કોઈનો કોઈ વશ નથી. તેથી મનુષ્યએ આના પર ધ્યાન આપવાને બદલે, ધ્યાન પોતાના ચૈતન્ય ઉપર લગાવવું જોઈએ. તેણે પોતાની આ ત્રિગુણી-માયાને સંપૂર્ણ રીતે ખુલ્લી છોડી દેવી જોઈએ. તેણે આ સમજી લેવું જોઈએ કે આ ત્રિગુણી-માયાનું કોઈ સ્વરૂપ સ્થાયી નથી. આ પળે એક ગુણ હાવી છે તો બીજી પળે બીજો ગુણ હાવી થઈ જાય છે. તેથી ખરી રીતે તો તેણે પોતાને એ ગુણોના વહેણ સાથે વહેવા દેવો જોઈએ. ભલેને સત્વગુણ આવી અને જઈ રહ્યો હોય કે તમસ, તેણે તેમની સાથે ન દ્વેષ કરવો જોઈએ, ન મોહ. ન તો તેણે ઉઠી રહેલાં આ ગુણોને બદલવાનો પ્રયત્ન કરવો જોઈએ. તેણે તો બસ ગુણોના ચાલી રહેલાં આ ખેલના દર્શક બની જવું જોઈએ. હે અર્જુન, જે આ ગુણોને આવતાં અને જતાં એમ માનીને જોતો રહે છે કે આમાં મારું કંઈ નથી, આ તો ગુણ-જ-ગુણ સાથે રમી રહ્યાં છેઃ તે હંમેશને માટે સચ્ચિદાનંદઘન પરમાત્મામાં સ્થિત થઈ જાય છે. પછી એ દ્રષ્ટા ભલેને સત્વગુણનો બની રહ્યો હોય, ચાહે રજોગુણનો કે તમોગુણનો; કંઈ ફરક નથી પડતો. પણ આ ત્રિગુણી-માયા વિશે મનુષ્ય એ હદે અંધકારમાં છે કે તેને હવે 'દ્રષ્ટા' અને 'કર્તા' વચ્ચેનું અંતર જ સમજાવાનું

પ્રકૃતિનો એ નિયમ છે કે તે અયોગ્ય વ્યક્તિને ક્યારેય કંઈ આપતી નથી

બંધ થઈ ગયું છે. તે એમ સમજે છે કે સત્વગુણવાળો મનુષ્ય સારો અને તમોગુણથી ગ્રસ્ત મનુષ્ય ખરાબ. પણ સત્ય તો એ છે કે સત્વગુણના પણ ''કર્તા મનુષ્યને'' અજ્ઞાની જ માનવો જોઈએ. એવી જ રીતે પછી મનુષ્ય દ્રષ્ટા ભલેને પોતાના તમોગુણનો જ કેમ ન હોય, તેને જ્ઞાની જ માનવો જોઈએ. અહીં દરેકે એ સમજી લેવું જોઈએ કે સવાલ સત્વગુણ કે તમોગુણનો નથી, સવાલ હંમેશા 'કર્તા' અને 'દ્રષ્ટા'નો જ છે. અને આ વાત અર્જુન, તારે વિશેષરૂપે સમજવાની છે. તારી પ્રકૃતિથી તને રાજ્ય મેળવવાનો મોહ અને કૌરવો સાથે બદલો લેવાની ઈચ્છા આવી રહી છે. હું કહી રહ્યો છું કે તું પોતાની આ પ્રકૃતિનો દ્રષ્ટા બની જા. આનાથી તું તરત જ આ ત્રિગુણી-માયાના પ્રભાવનું ઉલ્લંઘન કરી નાખીશ. પણ ''બહારના વ્યર્થ જ્ઞાનો અને પોતાના વિચિત્ર વિચારોના ચક્કરમાં આવીને'' તું એમ વિચારી રહ્યો છે કે તારી ભીતર ઉઠી રહેલો ગુણોનો આ ધક્કો ખોટો છે. એટલે જ તું આને તામસી માનીને નકારવા માંગે છે અને બહારથી સત્વગુણ ઓઢવાનો પ્રયત્ન કરી રહ્યો છે. પણ હું કહી રહ્યો છું કે આ ખોટું છે, કેમ કે આનાથી તું સત્વગુણ અપનાવવાનો કર્તા બની જઈશ. સીધી વાત એ છે કે જે કોઈ મનુષ્ય જે કોઈ કર્મ બહારથી ઓઢવાનો પ્રયત્ન કરે છે, તેનો એ હંમેશા કર્તા બની રહે છે. આ જ કારણે તેને પોતાના કરેલાં દરેક કર્મનું અભિમાન થાય છે. તું પણ સંન્યાસ લેવા અને યુદ્ધથી ભાગવાના કર્મનો કર્તા જ તો બનીશ. અને હું એમ કહી રહ્યો છું કે ''કર્મના કર્તા હોવું'' એ જ અહીં એકમાત્ર પાપ છે. તેથી સંન્યાસ આવવાનો હશે તો એક દિવસ પોતાના સમયે તેનો પણ ધક્કો આવશે. ...ત્યારે લઈ લેજે સંન્યાસ. કેમ કે ત્યારે એવા સંન્યાસનો તું દ્રષ્ટા હોઈશ, કર્તા નહીં. તેથી સવાલ યુદ્ધ કે સંન્યાસનો નથી, મુખ્ય સવાલ મનુષ્યની પ્રકૃતિથી આવી રહેલાં ધક્કાઓનો છે. કેમ કે એ જ તેનું આ પળનું સત્ય છે. અને સતત દ્રષ્ટા બનીને ''પોતાના સત્યનો સાથ આપવાવાળા'' મનુષ્યનો જલ્દી જ ઉદ્ધાર થઈ જાય છે. તેના મનના તમામ વિકાર જલ્દી જ ભસ્મ થઈ જાય છે. શુદ્ધ ભાવોનો તેની ભીતર નિરંતર વિકાસ થવાનું શરૂ થઈ જાય છે. એમ સમજ કે ''વાલ્મીકિની જેમ ડાકુમાંથી ઋષિ બનવામાં'' તેને સમય નથી લાગતો. પણ જે હઠપૂર્વક સત્વગુણનો કર્તા બનવાનો પ્રયત્ન કરે છે, તેનો જન્મ-જન્માંતર સુધી ભટકતા રહેવા છતાં પણ ઉદ્ધાર નથી થતો. પછી એ જૂઠા ધાર્મિક અને સામાજિક હોવાનું અભિમાન રાખીને ભટકતો રહી જાય છે.

હે અર્જુન, સતત ત્રણે ગુણોમાં સમભાવ જાળવી રાખવાવાળા ત્વરિત જ આ ત્રણે ગુણોની પાર થઈ જાય છે. તેથી તું સમભાવમાં સ્થિત થવાનો પ્રયત્ન કર. સુખ અને દુઃખને સમાન સમજ. માટી, પથ્થર અને સોનામાં કોઈ ભેદભાવ ન કર. પ્રિય અને અપ્રિયમાં પણ સમભાવવાળો થઈ જા. નિંદા અને સ્તુતિમાં પણ સમભાવ રાખ. સ્વર્ગ અને નરકમાં ભેદભાવ ન કર. કેમ કે આ બધાં ભેદભાવ જ મનુષ્યને ''એક ગુણને સારો અને બીજાને ખરાબ''

માનવા માટે પ્રેરિત કરે છે. અને એની જ વેતરણમાં તે વારંવાર અનેક કર્મોનો કર્તા બનતો રહે છે. તેથી તું સ્પષ્ટ સમજી લે અર્જુન, કે સવાલ શ્રેષ્ઠ કે તુચ્છ કર્મની પસંદગી કરવાનો છે જ નહીં... કેમ કે આવી દરેક પસંદગી મનુષ્યને કર્મોનો કર્તા બનાવે છે. અને કર્તા બનવાને કારણે જ તે આ સંસારમાં દુનિયાભરના ઝાટકા સહન કરતો રહે છે. કેમ કે આ જગતનો એ નિયમ છે કે જે કરે છે, એ જ ભરે છે. પણ જે આ ત્રણે ગુણો પ્રત્યે સમભાવ રાખે છે, તે પ્રકૃતિને આ ત્રણે ગુણોનો કર્તા માને છે. આ કારણે તે એમની વચ્ચે નથી આવતો. અને જ્યારે તે વચ્ચે આવવાનું કર્મ જ નથી કરતો, તો તેણે અહીં કંઈ ભોગવવું પણ નથી પડતું. એ તો પ્રકૃતિના ચાલી રહેલાં આ ખેલનો દ્રષ્ટા બનીને આનંદ લેતાં-લેતાં આ જગતમાંથી હંમેશને માટે મુક્ત થઈ જાય છે. તેથી તું પણ ''આ યુદ્ધનો દ્રષ્ટા બનીને'' હંમેશને માટે મુક્ત બની જા. અહીં એ પણ સમજી લે અર્જુન, કે યુદ્ધમાંથી મળનારા સુખ-દુઃખ અને યુદ્ધમાં થનારી હાર-જીત પ્રત્યે સમભાવ રાખ્યા વિના તું આ યુદ્ધનો દ્રષ્ટા ક્યારેય નહીં થઈ શકે. બરાબર એવી જ રીતે તું પાપ-પુણ્ય કે સ્વર્ગ-નરકનો વિચાર કરીશ, તો પણ તું આ યુદ્ધનો દ્રષ્ટા નહીં થઈ શકે. સો વાતોની એક વાત એ જ છે કે સમભાવમાં સંપૂર્ણતાથી સ્થિત થયા વિના મનુષ્ય ક્યારેય... કોઈપણ કર્મનો 'દ્રષ્ટા' નથી બની શકતો. અને દ્રષ્ટા બન્યા વિના તેને મુક્તિ નથી મળતી. તેથી હવે કોઈપણ પ્રકારના સંકોચ વિના તું સમભાવથી યુદ્ધ લડવા માટે ઊભો થઈ જા.

પ્રેક્ટિકલ એપ્લિકેશન - 19

આ અધ્યાયમાં કૃષ્ણનો આપેલો સહુથી મોટો બોધપાઠ એ છે કે તામસ ગુણ કરતા રાજસ ગુણ બહેતર છે, રાજસથી સત્વગુણ બહેતર છે, પરંતુ જ્ઞાની આ ત્રણેથી ઉપર હોય છે. હવે સત્વગુણ એટલે શું? સંક્ષેપમાં કહું તો જ્ઞાનનું અભિમાન. રાજસગુણ એટલે શું? ધનનું અભિમાન. અને તમસગુણ એટલે શું? દુર્ગુણો અને અજ્ઞાનનું અભિમાન. અને દરેક પ્રકારનું અભિમાન ખોટું જ છે. કૃષ્ણના શુદ્ધ જ્ઞાનમાં તો યુધિષ્ઠિરને સત્ય બોલવાનું અથવા ભીષ્મ મહારાજને દ્રઢ પ્રતિજ્ઞા લેવાનું અભિમાન હોય, તો બંને ખોટું જ છે. તેથી કૃષ્ણ દ્વારા કહેવામાં આવેલા આ સત્યને પોતાનો અહંકાર નિર્બળ કરવાની રીતે લો. અને કંઈ નહીં તો કમસેકમ ત્રણ સાત્વિક અહંકાર, ત્રણ રાજસ અહંકાર અને ત્રણ તામસ અહંકાર ત્યાગો. અને પછી ધીમે-ધીમે કરીને બધા અહંકાર ત્યાગતા જ ચાલ્યા જાવ. કેમકે અહંકારથી મોટો મનુષ્યનો કોઈ બીજો દુશ્મન નથી. ભરોસો રાખો કે અહંકાર ત્યાગતા જ તમે એટલા સારા અને સાચા બની જશો કે પોતાના જ પ્રેમમાં પડી જશો. મહાન લોકોના પ્રેમમાં તમે કેમ પડો છો? કેમકે એમણે આ ત્રણે પ્રકારના અહંકારોને ત્યાગ્યા હોય છે. માટે આગળના પાનામાં આપેલ ચાર્ટ ભરીને હવે મહાનતા તરફ તમે પોતાના ડગ ભરો.

1 **પોતાના સાત્વિક અહંકાર વિશે વિસ્તારથી લખો**

આ અહંકારને ત્યાગવાની યાત્રા પર નીકળી પડો અને જ્યારે ત્યાગી દો ત્યારે અહીં ''ત્યાગી દીધો'' લખી નાખો.

2 **પોતાના સાત્વિક અહંકાર વિશે વિસ્તારથી લખો**

આ અહંકારને ત્યાગવાની યાત્રા પર નીકળી પડો અને જ્યારે ત્યાગી દો ત્યારે અહીં ''ત્યાગી દીધો'' લખી નાખો.

3 **પોતાના સાત્વિક અહંકાર વિશે વિસ્તારથી લખો**

આ અહંકારને ત્યાગવાની યાત્રા પર નીકળી પડો અને જ્યારે ત્યાગી દો ત્યારે અહીં ''ત્યાગી દીધો'' લખી નાખો.

1 **પોતાના રાજસી અહંકાર વિશે વિસ્તારથી લખો**

....

....

....

આ અહંકારને ત્યાગવાની યાત્રા પર નીકળી પડો અને જ્યારે ત્યાગી દો ત્યારે અહીં ''ત્યાગી દીધો'' લખી નાખો.

....

....

2 **પોતાના રાજસી અહંકાર વિશે વિસ્તારથી લખો**

....

....

....

આ અહંકારને ત્યાગવાની યાત્રા પર નીકળી પડો અને જ્યારે ત્યાગી દો ત્યારે અહીં ''ત્યાગી દીધો'' લખી નાખો.

....

....

3 **પોતાના રાજસી અહંકાર વિશે વિસ્તારથી લખો**

....

....

....

આ અહંકારને ત્યાગવાની યાત્રા પર નીકળી પડો અને જ્યારે ત્યાગી દો ત્યારે અહીં ''ત્યાગી દીધો'' લખી નાખો.

....

....

1 પોતાના તામસી અહંકાર વિશે વિસ્તારથી લખો

....

....

....

આ અહંકારને ત્યાગવાની યાત્રા પર નીકળી પડો અને
જ્યારે ત્યાગી દો ત્યારે અહીં ''ત્યાગી દીધો'' લખી નાખો.

....

....

2 પોતાના તામસી અહંકાર વિશે વિસ્તારથી લખો

....

....

....

આ અહંકારને ત્યાગવાની યાત્રા પર નીકળી પડો અને
જ્યારે ત્યાગી દો ત્યારે અહીં ''ત્યાગી દીધો'' લખી નાખો.

....

....

3 પોતાના તામસી અહંકાર વિશે વિસ્તારથી લખો

....

....

....

આ અહંકારને ત્યાગવાની યાત્રા પર નીકળી પડો અને
જ્યારે ત્યાગી દો ત્યારે અહીં ''ત્યાગી દીધો'' લખી નાખો.

....

....

અધ્યાય - ૧૫

કૃષ્ણ:

હવે આમ તો મેં તેને ફરી એક નવી રીતે સમજાવીને યુદ્ધ કરવા માટે ઊભા થવાનું કહી જ દીધું હતું. અર્જુન સવાલ કરે એનાથી મને કંઈ વાંધો નહોતો. પણ સમસ્યા એ હતી કે અત્યારે વાતચીતને લાંબી ખેંચવા માટે સમય ન હતો. યુદ્ધનું રણશિંગુ વાગી જાય તો બધું એમને એમ રહી જાય એવું હતું. જો ત્યાં સુધી અર્જુન યુદ્ધ કરવા માટે તૈયાર ના થઈ જાય તો એ નક્કી હતું કે યુદ્ધની શરૂઆતની ક્ષણોમાં જ તે કૌરવોના બાણોનો શિકાર થઈ જશે. હવે હું

ઈશ્વરને માનવાનો અર્થ એ જાણવું છે કે આ **જગતના કણે-કણનું** પરમાત્માએ **નિર્માણ** કરેલું છે

તો મારા તરફથી તેને અનેક રીતે સમજાવી જ ચૂક્યો હતો. પણ એ હતો કે ના તો વાત સમજી રહ્યો હતો અને ના તો પરિસ્થિતિની ગંભીરતા પણ સમજી રહ્યો હતો. ખેર, મારે તો હથિયાર નાખી નહોતાં દેવાનાં. મારે તો અંતિમ ક્ષણ સુધી તેને વિનાશથી બચાવવાની કોશિશ કરવાની જ હતી. તેથી તેના યુદ્ધ કરવા માટે રાજી ન થવાને કારણે મેં ફરી એકવાર મારા તરફથી કહેવાનું શરૂ કરી દીધું. હા, હું કહેવામાં એક ફરક ચોક્કસ લાવ્યો. આ વખતે તેને સમજાવવા માટે મેં શાસ્ત્રોમાં પ્રચલિત વાતોનો આશરો લીધો. કેમ કે એ સ્પષ્ટ થઈ ચૂક્યું હતું કે મારા દ્વારા નવી રીતે કહેવામાં આવેલા સીધાં સત્યોને તે પચાવી નહોતો શકતો.

ખેર, મેં કહ્યું કે હે અર્જુન, તું તો જાણે છે કે શાસ્ત્રોમાં આ સંસારને પીપળાના વૃક્ષ જેવું કહેવામાં આવ્યું છે. આ વૃક્ષ ત્રણ મુખ્ય તત્વોથી બનેલું છે. પહેલું છે, વૃક્ષનું મૂળ. આ મૂળથી જ વૃક્ષનો વિકાસ થાય છે. આ કારણે મૂળને વૃક્ષનું પરમેશ્વરરુપ કહેવામાં આવે છે. બીજી હોય છે વૃક્ષની ડાળીઓ, જેના પર પાંદડાના રૂપમાં વૃક્ષનો ત્રીજો ભાગ ટકેલો રહે છે. આ રીતે ત્રણ ભાગો, એટલે કે ત્રણ લોકોમાં વિભાજીત આ સંસારરૂપી વૃક્ષ છે. અને આમાં સમજવાયોગ્ય મહત્ત્વપૂર્ણ વાત એ છે અર્જુન, કે અહંકાર, મમતા અને વાસનાથી આ ત્રણે લોકોમાંથી કોઈ આઝાદ નથી. આ બધાંમાં વ્યાપ્ત છે. આ હું તને એટલાં માટે સમજાવી રહ્યો છું કેમકે આ વિશે મનુષ્ય યુગોથી ભ્રમિત છે. એ વિચારે છે કે મૂળ સુધી એટલે કે પરમાત્મા સુધી પહોંચવા માટે અહંકાર, માયા અને વાસનાઓ ત્યાગવી પડે છે. મોટા-મોટા જ્ઞાની પણ ''સંસારની સંરચના''ને ન સમજવાને કારણે આવી વાતો કહે છે. અને જે નિયમ પ્રમાણે શક્ય નથી. આ જ કારણ છે કે લાખોમાં એક પરમાત્માના સ્તર સુધી ઉઠી શકે છે. કેમ કે અહીં હરકોઈ પરમાત્મા સુધી પહોંચવા માટે અહંકાર, મમતા અને વાસનાને શત્રુ માની રહ્યાં છે. અહીં

કોઈ આ સમજી જ નથી રહ્યું કે આ ત્રણે જગતના મૂળમાં છે. અહીં 'મૂળ, ડાળી અને પાંદડાઓ'ના રૂપમાં બધાંના પોતાના અહંકાર છે અને બધાંની પોતાની વાસનાઓ છે. ફરક માત્ર તેમના મતલબનો છે. મૂળ જ્યાં આખા વૃક્ષના ફળવા-ફૂલવાની કામનામાં કર્મ કરી રહ્યું હોય છે, ત્યાંજ ડાળીઓને પોતાના જ વિકાસની ચિંતા રહ્યાં કરે છે. અને પાંદડાઓની તો વાત જ શું કરવી? તેમની તો પોતાના સિવાય કોઈની પર નજર જ નથી જતી.

એકંદરે એમ સમજ અર્જુન, કે હું તને ઈચ્છા કે મમતા ત્યાગવાનું નથી કહી રહ્યો. હું એમ કહી રહ્યો છું કે ઈચ્છા અને મમતાનો અર્થ બદલી નાખ. જ્યાં તું પાંદડાઓની જેમ ફક્ત પોતાની ચિંતામાં લાગેલો છે, ત્યાં તું મૂળની જેમ બધાંની ચિંતા કરવાનું વિચાર. બધાંની ફિકર 'ઈચ્છા'નું પરમાત્મીય સ્તર છે, અને પોતાની ફિકર અહંકારની દ્યોતક છે. તેથી, આ કહેવું અને વિચારવું જ ખોટું છે કે પરમાત્મીય મનોદશાની વ્યક્તિને ફિકર નથી થતી. મારું જ ઉદાહરણ લે, મારું યુદ્ધના મેદાનમાં હાજર રહેવું કે તારી સાથે વાતચીત કરવી, બન્નેમાં સર્વની ચિંતા છુપાયેલી જ છે. જ્યારે તારું અહીં આવવાનું પણ તારી વ્યક્તિગત કામનાઓને કારણે છે અને તું વાત પણ પોતાને બચાવવા માટે કરી રહ્યો છે. તેથી તું આ સમજ કે જ્યારે હું કામનાઓને ત્યાગવાની વાત કરું છું, તો તારે આ સમજવું જોઈએ કે હું સ્વાર્થજન્ય કામનાઓને ત્યાગવાની વાત કરી રહ્યો છું. કામનાઓનો સંપૂર્ણ ત્યાગ તો અહીં શક્ય જ નથી. કેમ કે 'કામના' જ જગતની ઉત્પત્તિનું પરમ કારણ છે. અરે, પરમાત્માએ પણ જગતને વિકસિત જોવાની કામના કરી જ છે. અને એનાથી જ તો આ સંસાર અસ્તિત્વમાં આવ્યો છે. અને એવામાં બધાંની ખુશાલીની કામનાથી જીવવું એ જ એકમાત્ર સાચી પરમાત્મીય કામના છે. તેથી તું પણ પરમાત્મીય કામનાથી આ યુદ્ધ લડ.

હે અર્જુન, તું એમ સમજ કે ખુદની ચિંતાથી સર્વની ચિંતા સુધી ઉઠવું એ જ પરમાત્માને પામવાનો સૌથી સરળ માર્ગ છે. કેમ કે સર્વની ચિંતા જ પરમાત્માની એકમાત્ર પૂજા છે. અને મનુષ્યનો ''વ્યક્તિગત સ્વાર્થ'' જ આમાં એકમાત્ર નડતર છે. એટલે મનુષ્યએ પોતાના તમામ વ્યક્તિગત સ્વાર્થોને વૈરાગ્યની તલવારથી કાપી નાંખવા જોઈએ. વૈરાગ્ય મનુષ્યએ સંસારમાંથી નહીં, ખુદના સ્વાર્થમાંથી લેવાનો છે. પરમાત્મા દ્વારા રચિત આ સંસારને તો કરૂણા સાથે પૂરેપૂરો અપનાવવાનો છે. ...અને આવી વ્યક્તિ જ સાચી વૈરાગી છે. હે અર્જુન, આવાં વૈરાગીના માન અને મોહ સંપૂર્ણ રીતે નષ્ટ થઈ ચૂક્યા હોય છે. પોતાની તમામ વ્યક્તિગત કામનાઓમાંથી તે છુટકારો મેળવી ચૂક્યો હોય છે. સુખ-દુઃખ પછી એને ક્યારેય વિચલિત નથી કરતાં. કેમ કે સુખ-દુઃખનો અહેસાસ મનુષ્યને ત્યાં સુધી જ થાય છે જ્યાં સુધી તે સ્વાર્થપ્રવૃત્તિથી ગ્રસ્ત હોય છે. સ્વાર્થથી છૂટતા જ મનુષ્ય તરત જ તમામ પ્રકારના દ્વંદ્વોમાંથી છૂટી જાય છે. અને દ્વંદ્વોમાંથી મુક્ત થયેલો જ્ઞાની પરમાત્માને મેળવી લે

છે. હે અર્જુન, એ પરમપદને પ્રાપ્ત થયેલો મનુષ્ય ફરી પાછો સંસારમાં નથી આવતો. કેમ કે જ્યાં સુધી સ્વાર્થ છે, ત્યાં સુધી જ આવાગમન છે.

અર્જુન, જ્યારે આટલી વાત નીકળી છે તો મારી પાસેથી તું ''મનુષ્યના આવાગમનનો સિદ્ધાંત'' પણ સમજી લે. મનુષ્યની ભીતર સ્થિત આત્મારૂપી જીવાત્મા મારો અંશ છે. અને એનાથી જ મનુષ્યની પોતાની પ્રકૃતિ નિર્મિત થાય છે. એ જ આત્મા મનુષ્યના મન અને પાંચેય ઈન્દ્રિયોમાં પ્રાણ નાખીને તેમને આકર્ષિત કરે છે. અને આનાથી જ મનુષ્યમાં સ્વાર્થનો ભાવ ઉત્પન્ન થાય છે. મનુષ્યએ પોતાની અંદર ઉત્પન્ન થયેલાં આ સ્વાર્થના ભાવને ત્યાગીને ફરીથી મારામાં, એટલે કે પરમાત્મામાં સ્થિત થવાનું રહે છે. ...આ જ મનુષ્યજીવનનો ખેલ છે. હવે તું મારી પાસેથી જન્મ અને પુનર્જન્મનો સિદ્ધાંત પણ સમજી લે. જ્યારે પણ મનુષ્ય શરીરનો ત્યાગ કરે છે તો તેનો આત્મા તેના ''મન-સહિત ઈન્દ્રિયોના સમૂહને'' પોતાની સાથે લઈ જાય છે. ...અને પછી એ આત્મા મન અને ઈન્દ્રિયો સહિત બીજું શરીર ધારણ કરે છે. આત્મા સાથે મન અને ઈન્દ્રિયોનું આવવા જવાનું અને નવું શરીર ધારણ કરતાં રહેવાનો આ ખેલ ત્યાં સુધી ચાલતો રહે છે જ્યાં સુધી મનુષ્ય 'સ્વાર્થ'માંથી છુટકારો ન મેળવી લે. સ્વાર્થમાંથી છુટકારો મેળવતા જ મનુષ્યનું મન અને ઈન્દ્રિયો, બન્ને અદ્રશ્ય થઈ જાય છે. એવામાં આત્મા સાથે કંઈ નથી જતું, અને જ્યારે આત્મા સાથે કંઈ નથી જતું, તો એ આત્મા પછી હંમેશને માટે પરમાત્મામાં લીન થઈ જાય છે. તેથી અર્જુન તું પણ 'સ્વાર્થ'થી ઉપર ઉઠીને 'પરમાર્થ' માટે યુદ્ધ કર. આવું કરવાથી તારા મન અને ઈન્દ્રિયો દૂર થઈ જશે. અને આવું થવાથી આ દુઃખરૂપી સંસારમાં વારંવાર આવવામાંથી તને મુક્તિ મળી જશે. અર્જુન, તું સ્વાર્થવશ હાર-જીતની અને પોતાના જીવવા-મરવાની ચિંતા કરી રહ્યો છે. અને હું તને 'પરમપદ પરમાત્મા'ને પામવાના માર્ગ ઉપર લગાડી રહ્યો છું. તેથી તું અડગ રહીને પરમાર્થ, એટલે કે પાપીઓનો વિનાશ કરવા યુદ્ધ કરવા માટે ઊભો થઈ જા.

હકીકતમાં આ વિષયમાં બધો ભ્રમ એટલે છે કેમકે અજ્ઞાનીજન આ પરમપદને મૃત્યુ પછીની અવસ્થા માને છે. ...પણ વિવેકશીલ જ્ઞાની એવું નથી માનતા. તેઓ તો મારા ત્રણેય સ્વરૂપોને; એટલે કે શરીરમાં આવતાં, શરીર છોડીને જતાં અને શરીરમાં સ્થિત થઈને જીવી રહેલાઓને પણ ઓળખે છે. હવે શરીરમાં તો હું આવી જ ચૂક્યો છું, તેથી મને જાણવાની એ તક તો જતી રહી. વળી શરીર છોડીને જઈશ ત્યારે જઈશ, તેથી એની ચર્ચા પણ અત્યારે કરવાનો કોઈ અર્થ નથી. પણ શરીરમાં સ્થિત મારા સ્વરૂપને તું વર્તમાનમાં જાણી શકે છે. અને તારા માટે જ નહીં, અહીં બધાં માટે પરમાત્માને જાણવાનો અવસર વર્તમાનમાં જ ઉપલબ્ધ હોય છે. તને પણ યુદ્ધરૂપી વર્તમાન કર્મમાં આ મોકો ઉપલબ્ધ છે. બસ તું આને સર્વના ઉદ્ધાર માટે ભોગવ. આ ભોગવવાથી તારા હૃદયમાં સ્થિત મુજ પરમાત્માને તું તત્વથી

જાણી લઈશ. પણ સ્વાર્થનો રતીભાર અહેસાસ રહેશે તો તું પરમાત્માને જાણવાના મહાન અવસરથી વંચિત રહી જઈશ.

હે અર્જુન, હું જ્યાં એક બાજુ મનુષ્યોના હૃદયમાં સ્થિત છું... ત્યાંજ બીજી બાજુ હું ચારે બાજુ ફેલાયેલો પણ છું. સૂર્ય, ચંદ્ર અને અગ્નિનું જે કંઈ પણ તેજ છે, તેને તું મારું જ સ્વરૂપ જાણ. હું જ પૃથ્વીમાં પ્રવેશ કરીને જીવનને ધારણ કરું છું. જીવનનો વિકાસ પણ હું જ કરું છું અને એ વિકાસ માટે તેમના અન્નને પણ હું જ પચાવું છું. અર્જુન, એવું તો મારું સ્વરૂપ છે કે શાસ્ત્રોમાં જેને જાણવાયોગ્ય કહેવામાં આવ્યા છે, એ પરમાત્મા પણ હું જ છું, અને એ શાસ્ત્રોને જાણવાવાળો પણ હું જ છું. તું એમ સમજ કે મનુષ્ય હોય કે શાસ્ત્ર, બધાંની ભીતર-બહાર હું જ છું. આ સંસારમાં બે પ્રકારના મારા સ્વરૂપ છે. એક નાશવાન અને બીજું અવિનાશી. મનુષ્યોના સંદર્ભમાં કહું તો તેમના નાશવાન શરીર પણ હું જ છું અને તેમનો અવિનાશી આત્મા પણ હું જ છું. એટલે અહીં શરીરનો ત્યાગ કરીને આત્માને પામવાની વાત કરવાવાળા હંમેશા ખોટાં છે. કેમ કે અંતે તો બંને મારા જ સ્વરૂપ છે. તેથી મારા મત પ્રમાણે ફક્ત શરીરની ચિંતા કરવાવાળો તો ખોટો છે જ, પણ ફક્ત આત્માનું ચિંતન કરવાવાળો પણ સંપૂર્ણ રીતે સાચો નથી. ઉત્તમ પુરુષ તો એ છે જે બંનેનો યોગ્ય તાલમેલ બેસાડીને જગતના ઉદ્ધારમાં લાગેલો રહે છે. કેમ કે જ્યાં સુધી જીવન છે ત્યાં સુધી આત્મા અને શરીર, બંને એકબીજા વિના અધૂરા છે. જ્યાં આત્મા વિના મનુષ્ય ક્યારેય સ્વાર્થથી ઉપર નથી ઉઠી શકતો, ત્યાંજ શરીર વિના આત્મા પોતાના એકલાના બળે જગત-ઉદ્ધારનું કોઈ કાર્ય નથી કરી શકતો. તેથી તું પણ "આત્માના પરમાર્થનો ભાવ" અને "શરીરના કર્મ કરવાની ક્ષમતા"નું મિલન કરી લે. અને આ મિલનથી "સર્વના હિતમાં પાપીઓનો વિનાશ કરવા માટે" ઊભો થઈ જા. આ પ્રકારની મનોદશામાં યુદ્ધ કરવાથી તારી ભીતર પણ પરમાત્મા હશે અને બહાર ચારે બાજુ યુદ્ધના મેદાનમાં પણ તારે માટે પરમાત્મા સિવાય બીજું કંઈ નહીં હોય. શરીર અને આત્માના મિલનથી સતત કર્મ કરવાવાળો આવો મનુષ્ય જ મારું 'પુરુષોત્તમ સ્વરૂપ' છે. હે અર્જુન, મેં પોતાના આ અતિ ગોપનીય સ્વરૂપ વિશે તને કહ્યું. આને સમજીને સામાન્યમાં સામાન્ય મનુષ્ય પણ જ્ઞાનવાન બની શકે છે. ...જ્યારે તું તો ખૂબ જ સમજદાર છે. તેથી શરીર અને આત્માનું પૂર્ણ મિલન કરીને યુદ્ધ માટે ઊભો થઈ જા. ...આનાથી તું તરત જ મારા "પુરુષોત્તમ સ્વરૂપ"ને પ્રાપ્ત થઈ જઈશ.

પ્રેક્ટિકલ એપ્લિકેશન - 20

કૃષ્ણ જે પણ રીતે સમજાવી શકતાં હતાં, એ તમામ રીતોથી તેઓ અર્જુનને સમજાવી ચૂક્યા હતાં કે એને માટે 'યુદ્ધ કરવું' જ શ્રેષ્ઠ વિકલ્પ છે. પરંતુ અર્જુન યુદ્ધ કરવા માટે હજુ પણ રાજી નહોતો થઈ રહ્યો. કારણ શું છે? એનું એકમાત્ર કારણ છે, અહંકાર. અહંકાર એ બલા છે જે ફટાફટ વળગી તો જાય છે, પણ એનાથી કાંઇ છૂટતું નથી. નવું પકડવું અને પકડ્યા પછી ન બદલવું, આ અહંકારની એક મુખ્ય પ્રવૃત્તિ છે. અને આ અહંકાર જ મનુષ્યની દુર્ગતિનું મુખ્ય કારણ છે. પોતાની માન્યતા, પોતાની માનસિકતા, પોતાની જીદ ગમે તેટલું કષ્ટ કેમ ન આપી રહી હોય, પણ અહંકાર એને છોડી નથી શકતો. કોઈ સારી અને સાચી વાત કેમ ન કહેવામાં આવે, છતાંપણ પોતાની જૂની વાત પર વળગી રહેવું એ અહંકારનું એક સ્વરૂપ છે. અને આ જ પ્રવૃત્તિ મનુષ્યની બરબાદીનું મુખ્ય કારણ છે. તેથી, નવી સારી વાત જાણ્યા, સાંભળ્યા કે સમજ્યા પછી પણ જો તમે તમારી જૂની વાતો અને ટેવોને વળગી રહો છો, તો તમે સાવધાન થઈ જાવ. કેમકે દરેક સારી નવી વાત શીખવા અને તદ્નુસાર બદલનારાનું જ જીવન બની શકે છે. તેથી નવી અને સારી વાતોને ઝડપથી અપનાવતા શીખી જાવ. અને એ માટે આગળના પાનામાં આપવામાં આવેલા ચાર્ટને સાવધાનીપૂર્વક ભરો. જે તમે વર્ષોથી માનતા અને કરતાં આવી રહ્યાં છો, એવી પાંચ વાતોને પહેલી કોલમમાં લખો. પછી નીચે એ બાબતે જાણેલી નવી વાતોને લખો. પછી બંને વાતો ઉપર સારી રીતે મનન કરીને જુઓ કે કઈ વાત ખરેખર શ્રેષ્ઠ છે? અને જો નવી વાત શ્રેષ્ઠ લાગે, તો એનું અનુસરણ કરવાનું જલ્દીથી શરૂ કરી દો. દરેક નવો બોધપાઠ એક ગીતા જ છે. અને જો દરેક ગીતાને આજ રીતે અઢાર અધ્યાય સુધી ખેંચશો તો થઈ રહ્યું. આજના ગતિમાન યુગમાં નિષ્ફળતા સિવાય કાંઈપણ હાથ નહીં લાગે. સમય ઓછો છે અને શીખવાનું ઘણું છે. આવામાં ઝડપથી બદલાવું જરૂરી છે, કેમકે જેવા છો, એમનેએમ તો જીવન નથી જ બની રહ્યું. તેથી આજથી જ પોતાને ઝડપથી સુધારવાની કોશિશમાં લાગી જાવ...

1 વર્ષોથી માનતા આવી રહ્યાં છો તે વાતો અને આદતોને લખો

....

....

....

....

....

....

તે બાબત નવી સાંભળેલી સારી વાતો લખો

....

....

....

....

....

કઈ વાત શ્રેષ્ઠ છે, એ લખો

....

....

....

....

....

જે વાત શ્રેષ્ઠ હોય એ બાબતે વિસ્તારથી લખો

....

....

....

....

....

2 વર્ષોથી માનતા આવી રહ્યાં છો તે વાતો અને આદતોને લખો

....

....

....

....

....

....

તે બાબત નવી સાંભળેલી સારી વાતો લખો

....

....

....

....

....

કઈ વાત શ્રેષ્ઠ છે, એ લખો

....

....

....

....

....

જે વાત શ્રેષ્ઠ હોય એ બાબતે વિસ્તારથી લખો

....

....

....

....

....

3 વર્ષોથી માનતા આવી રહ્યાં છો તે વાતો અને આદતોને લખો

....

....

....

....

....

....

તે બાબત નવી સાંભળેલી સારી વાતો લખો

....

....

....

....

....

કઈ વાત શ્રેષ્ઠ છે, એ લખો

....

....

....

....

....

જે વાત શ્રેષ્ઠ હોય એ બાબતે વિસ્તારથી લખો

....

....

....

....

....

4 વર્ષોથી માનતા આવી રહ્યાં છો તે વાતો અને આદતોને લખો

....
....
....
....
....
....

તે બાબત નવી સાંભળેલી સારી વાતો લખો

....
....
....
....
....

કઈ વાત શ્રેષ્ઠ છે, એ લખો

....
....
....
....
....

જે વાત શ્રેષ્ઠ હોય એ બાબતે વિસ્તારથી લખો

....
....
....
....
....

5 વર્ષોથી માનતા આવી રહ્યાં છો તે વાતો અને આદતોને લખો

....

....

....

....

....

....

તે બાબત નવી સાંભળેલી સારી વાતો લખો

....

....

....

....

....

કઈ વાત શ્રેષ્ઠ છે, એ લખો

....

....

....

....

....

જે વાત શ્રેષ્ઠ હોય એ બાબતે વિસ્તારથી લખો

....

....

....

....

....

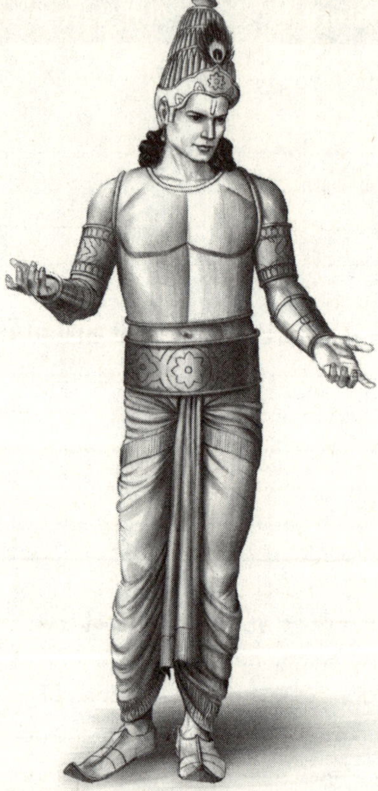

અધ્યાય - ૧૬

કૃષ્ણઃ

હે અર્જુન, આ જગતમાં બે પ્રકારની માનસિકતાવાળા મનુષ્ય જીવી રહ્યાં હોય છે. એક દૈવી સંપદાના લક્ષણોથી ઓતપ્રોત હોય છે, તો બીજા આસુરી પ્રવૃત્તિઓના શિકાર હોય છે. દૈવી સંપદાની વ્યક્તિ સ્વાર્થથી ઉપર ઉઠીને સર્વ માટે જીવી રહી હોય છે, જ્યારે આસુરી સંપદાવાળી વ્યક્તિ સ્વાર્થી મનોવૃત્તિની શિકાર હોય છે. એવામાં દૈવી સંપદાની માનસિકતા સુધી ઉઠવું એ દરેક મનુષ્યનું કર્તવ્ય છે. એટલે કે ''સ્વાર્થથી પરમાર્થ સુધી ઉઠવું'' જ તેની મુક્તિનો એકમાત્ર માર્ગ છે. ...બાકી આસુરી સંપદા તો મનુષ્યને હજાર સાંકળોમાં જકડી જ રાખે છે.

ખેર, તું મારી પાસેથી દૈવી સંપદાને ઉપલબ્ધ મનુષ્યોના લક્ષણ સાંભળ. આનાથી તને પોતાને ઓળખવામાં મદદ મળશે. સૌથી પહેલી વાત તો એ કે દૈવી સંપદાવાળી વ્યક્તિમાં ભયનો સંપૂર્ણ રીતે અભાવ હોય છે. એમ પણ જ્યારે સ્વાર્થ જ ના હોય તો ભય કઈ વાતનો? તું પણ યુદ્ધમાંથી બધાં સ્વાર્થ હટાવી દે, તારા બધાં ભય તરત જ દૂર થઈ જશે. એવી જ રીતે દૈવી સંપદાવાળી વ્યક્તિ સ્વધર્મના પાલન માટે ગમે એટલું કષ્ટ ઉઠાવવું પડે, એ ઉઠાવે છે. અને તારી વાત કરું તો પોતાની તેમજ પોતાના પરિવારની ઈચ્છાઓનું સન્માન કરવું એ તારો સ્વધર્મ છે. તું હાર કે મૃત્યુના ડરથી આ યુદ્ધરૂપી સ્વધર્મને ટાળી નથી શકતો. બાકી તો કર્તાપણાનો અભાવ, ચિત્તમાં ચંચળતાનો અભાવ, કર્મોમાં ફળની કામનાનો અભાવ, નિરર્થક ચેષ્ટાઓનો અભાવ; આ બધાં દૈવી સંપદાને ઉપલબ્ધ વ્યક્તિના સ્વાભાવિક ગુણ હોય છે. સાથે જ કોઈની પણ સાથે કોઈપણ કિંમતે શત્રુભાવ ન જાગવો, આ દૈવી સંપદાને ઉપલબ્ધ વ્યક્તિની સૌથી મોટી વિશેષતા હોય છે. તેથી તારે પણ કૌરવોને 'શત્રુ'ની જગ્યાએ 'નિમિત્ત' માનીને આ યુદ્ધ કરવા માટે ઊભા થઈ જવું જોઈએ. કેમ કે અંતે તો અહીં હરકોઈ પરમાત્મા દ્વારા મોકલવામાં આવેલા નિમિત્ત જ છે. અને બધાંને પરમાત્માના મોકલેલા એક નિમિત્તના રૂપમાં ઓળખવા એ જ એકમાત્ર સાચું જ્ઞાન છે. તેથી તું પણ આ યુદ્ધનો કર્તા બનવાની જગ્યાએ તેનો નિમિત્ત બની જા. આનાથી તું તરત જ તમામ કર્મોમાંથી છૂટી જઈશ. આનાથી વિપરીત, અભિમાન, કઠોરતા અને અજ્ઞાન વગેરે આસુરી સંપદાને પ્રાપ્ત વ્યક્તિના લક્ષણ છે.

ખેર અર્જુન, તું શા માટે ચિંતા કરી રહ્યો છે? તું તો દૈવી સંપદાને ઉપલબ્ધ વ્યક્તિ છે. હવે કોઈ ઉપર આગળ સખત પ્રહાર કરવો હોય તો આટલું તો કહેવું જ પડે છે. કેમ કે કોઈને સલાહ આપવા માટે પણ પહેલાં તેની પ્રશંસા કરવી બહેતર હોય છે. બસ મેં પ્રશંસા કરીને તરત જ આગળ કહ્યું કે પરંતુ અર્જુન, તું મારી એક વાત સમજ કે "શું કર્તવ્ય છે અને શું અકર્તવ્ય છે" તેનો નિર્ણય કરવા માટે શાસ્ત્ર એટલે કે મનુષ્યનો પોતાનો અંતરાત્મા જ એકમાત્ર પ્રમાણ છે. તેથી, યુદ્ધ કરવું કે ન કરવું, એ નિર્ણય તું પોતાના અંતરાત્માથી જ લે. મનુષ્યનો અંતરાત્મા હંમેશા તેને "નિયત કર્મ"માં લગાડે છે. હે અર્જુન, અહીં નિયત કર્મનો અર્થ પણ સમજી લેજે. વાસ્તવમાં પ્રકૃતિની વ્યવસ્થા કંઈક એવી છે કે "અહીં કોણે શું કરવાનું છે" આ હર પળે પ્રકૃતિ નક્કી કરતી જ ચાલી જાય છે. અંતરાત્મા જાગ્રત ન હોવાને કારણે મનુષ્ય તેની વિરુદ્ધની હજાર શક્યતાઓ શોધવામાં લાગી જાય છે. અને આ જ અહીં દરેક મનુષ્યનું અજ્ઞાન છે. તેનાથી જ અહીં હરકોઈ 'અકર્તવ્ય'માં લાગેલું છે. હવે તારું જ ઉદાહરણ લે. યુદ્ધ પ્રકૃતિની મહાન લીલાથી અટળ થઈ ચૂક્યું છે. અને જ્યારે યુદ્ધ અટળ થઈ જ ચૂક્યું છે તો દિલ ખોલીને યુદ્ધ કરવું એ તારું "સ્વાભાવિક નિયત કર્મ" બની ગયું છે.

‘સત્ય’ કોઈ **શોધવા** જવાની **વસ્તુ** નથી, પરંતુ જે **સામે છે...** તે જ **સત્ય** છે

એવામાં પણ તું શાસ્ત્રોથી લઈને સ્વાર્થ સુધીની ચિંતા લઈને યુદ્ધ કરવા સિવાયની હજાર શક્યતાઓ શોધી રહ્યો છે. પણ મારો વિશ્વાસ કર, પોતાના અંતરાત્મામાં ડોકિયું કર, તારી પાસે અત્યારે યુદ્ધ કરવા સિવાય બીજી કોઈ શક્યતા હયાત જ નથી. આ કુદરત તરફથી હાલ તારા માટે નક્કી કરવામાં આવેલું ‘‘નિશ્ચિત કર્મ’’ છે. આમાં કોઈપણ પ્રકારની શંકાને સ્થાન જ ક્યાં છે? પણ અજ્ઞાનતાવશ મનુષ્ય જાતે નિર્ણય કરવાની જીદ પકડે છે, અને એ જ કારણે તે સામે આવી પડેલા ‘કર્તવ્ય-કર્મો’થી પણ વિમુખ થઈ જાય છે.

અર્જુન, સૌથી મોટી વાત એ છે કે આસુરી સ્વભાવવાળો મનુષ્ય પોતાની ખુદની પ્રવૃત્તિ અને નિવૃત્તિઓને પણ નથી જાણતો. એ એટલું પણ નથી સમજતો કે આ જગતમાં બાહ્ય પરિસ્થિતિઓ જ નહીં, તેના ખુદના મનમાં ઉજાગર થઈ રહેલી પ્રવૃત્તિઓ અને નિવૃત્તિઓ પણ કુદરતને આધીન છે. એટલે મનુષ્યએ પોતાની ભીતર ઉઠી રહેલી પ્રવૃત્તિઓની સાથે વહી જવું જોઈએ. એમાં પણ એ પ્રવૃત્તિઓને દબાવવાની પસંદગી ન કરે. તેણે આ સમજવું જોઈએ કે તેની ભીતર ઉઠી રહેલી કોઈપણ પ્રવૃત્તિ ક્યારેય સ્થાયી નથી હોતી. પોતાના સમયે દરેક પ્રવૃત્તિ એક દિવસ નિવૃત્ત થઈ જ જાય છે. પણ જ્યારે જે પ્રવૃત્તિ ભીતર ઉઠે, ત્યારે મનુષ્યએ એ સમયે તે પ્રવૃત્તિ પ્રત્યે ઈમાનદારી રાખવી જોઈએ. પોતાની ભીતર ચાલી રહેલી વાસ્તવિક પ્રવૃત્તિને પૂર્ણતાથી બહાર ઉજાગર કરે. આ જે બહાર-ભીતરની શુદ્ધિ છે, આ જ દૈવીસંપદાને પ્રાપ્ત થયેલાં મનુષ્યનું મુખ્ય લક્ષણ છે. આ જ તેનું સત્યભાષણ પણ છે અને આ જ તેનું શ્રેષ્ઠ આચરણ પણ છે. અને તારી ભીતરી પ્રવૃત્તિ પણ સંપૂર્ણ રીતે સ્પષ્ટ છે. તેમાં રાજ્ય મેળવવાની લાલસા પણ છુપાયેલી છે, અને કૌરવોએ ગુજારેલા જુલમોનો બદલો લેવાની ઈચ્છા પણ છુપાયેલી છે. એવામાં ‘અસત્યભાષણ’ કરીને શું ફાયદો? તું પોતાની

વાસ્તવિક પ્રવૃત્તિ સાથે વહી જા. એક દિવસ તારી આ પ્રવૃત્તિ પણ નિવૃત્ત થઈ જશે. તારી રાજ્યની ઈચ્છા પણ જતી રહેશે અને તારી ભીતર કૌરવો પ્રત્યે ઉભરેલો શત્રુતાનો ભાવ પણ દૂર થઈ જશે. અને એ દિવસ પછી તું ખુદને ક્યારેય કોઈ યુદ્ધના મેદાનમાં પણ નહીં જુએ. પણ આજે તારા માટે સારું છે કે તું તારી ''આજની પ્રવૃત્તિ''નો સાથ આપ. મનુષ્ય પોતાની પ્રવૃત્તિઓ સાથે વહ્યા વિના કુદરત સાથે એકાત્મતા ક્યારેય નથી સાધી શકતો. અને કોઈ મનુષ્ય કુદરત સાથે એકાત્મતા સાધ્યા વિના ક્યારેય દૈવી સંપદાને પ્રાપ્ત ન થઈ શકે. ...અને દૈવી સંપદાને પ્રાપ્ત થયાં વિના તેની મુક્તિ નથી થતી.

અર્જુન, આ આસુરી પ્રવૃત્તિવાળા મનુષ્યોની સૌથી મોટી વિશેષતા એ હોય છે કે તેઓ આ જગતને આશ્રયરહિત, અસત્ય અને ઈશ્વર વિના પોતાની મેળે ફક્ત ''કામને કારણે અસ્તિત્વમાં આવેલું'' માને છે. અને પ્રાયઃ આવાં લોકો જ ઈશ્વરમાં વધુ રુચિ રાખવાવાળા દેખાય છે. પણ હકીકતમાં ઈશ્વરને માનવાનો અર્થ એ જાણવું છે કે આ જગતનો એક-એક કણ, એ એક ઈશ્વર દ્વારા નિર્મિત કરવામાં આવેલો છે. અને જ્યારે જગતનો કણ-કણ તેના દ્વારા નિર્મિત થયેલો છે, તો એમાં કોઈ ભેદભાવનો કોઈ સવાલ જ નથી ઊભો થતો. પણ દુર્ભાગ્યવશ મોટા ભાગના શાસ્ત્ર ન માત્ર ભેદભાવ શીખવવામાં લાગેલા રહે છે, પરંતુ તેઓ બધાં પરસ્પર ભેદભાવના પણ શિકાર થયેલાં પડ્યાં છે. અને એ જ કારણે અહીં આસુરી પ્રવૃત્તિવાળા દરેકે પોતાના અલગથી ઈશ્વર બનાવી રાખ્યા છે. પણ દૈવી પ્રવૃત્તિને પ્રાપ્ત થયેલો મનુષ્ય ખરા દિલથી આ જાણે છે કે આ આખું જગત એક ઈશ્વરની રચના છે. ઈશ્વરની રચનામાં ન કોઈ દાગ હોઈ શકે છે, અને ન તો કંઈ શ્રેષ્ઠ અને તુચ્છ હોઈ શકે છે. એવામાં કોઈ કેવી રીતે આ યુદ્ધને તુચ્છ કહીને ઠુકરાવી શકે છે? હે અર્જુન, દૈવી સંપદાને પ્રાપ્ત વ્યક્તિ ''બધું જ એક ઈશ્વરીય નિયમથી બધાંના હિતમાં ચલાયમાન છે'' એવું માને છે. એટલે તે ''જે થઈ રહ્યું છે તે સારું જ થઈ રહ્યું છે'' એવું માનીને સતત કરવાયોગ્ય કર્મ કરતો ચાલ્યો જાય છે. પણ આનાથી વિપરીત, આસુરી પ્રવૃત્તિનો મનુષ્ય એક બાજુ જ્યાં ઈશ્વરમાં માનવાની વાત કરે છે, ત્યાંજ બીજી બાજુ તે જે કંઈ થઈ રહ્યું છે, તેને બદલવાના પ્રયત્નમાં પણ લાગેલો રહે છે. પણ કટુ સત્ય એ છે અર્જુન, કે જ્યાં સુધી મનુષ્યનો ''જે થયું... સારું થયું, જે થઈ રહ્યું છે... સારું થઈ રહ્યું છે, અને જે થશે એ પણ સારું જ થશે'' એના પર પૂરો વિશ્વાસ ના બેસી જાય ત્યાં સુધી બહારથી લાખ ઈશ્વરની ચર્ચા કરવા છતાં તેનો ઈશ્વરમાં વિશ્વાસ છે, એમ ના કહી શકાય.

હે અર્જુન, તું પણ ધ્યાન આપીશ તો તને પણ સમજાઈ જશે. જે કંઈ પણ થઈ રહ્યું છે તેને ઈશ્વરની મરજીથી ના થતું હોવાનું માનવાને કારણે જ આવાં લોકો દંભ, માન અને મદથી યુક્ત હોય છે. અને આ જ કારણે તેઓ ઘટી રહેલી દરેક ઘટનામાં દોષ જુએ છે. અને આ જ

કારણે તેઓ ઘટી રહેલી ઘટનાને બદલવાની જૂઠી આશાઓ રાખે છે. અને પછી એ ઉભરેલી જૂઠી આશાઓની પૂર્તિ માટે શાસ્ત્રો અને ધર્મોના નામે કોણ જાણે કેવા-કેવા મિથ્યા, જૂઠા અને ભ્રષ્ટ સિદ્ધાંતોનો સહારો લે છે. આવાં લોકો જ પાપ-પુણ્ય અને સ્વર્ગ-નરકના હજારો જાળાઓમાં પોતાને ગૂંચવે છે. બધું જ બદલવાની ઈચ્છા રાખવાવાળા આ લોકો હંમેશા હજારો ચિંતાઓ અને કામનાઓથી ઘેરાયેલા જ રહે છે. મૃત્યુ આવે તો પણ એમનો આ ચિંતાઓ અને કામનાઓમાંથી છુટકારો નથી થઈ શકતો. તેઓ હંમેશા ''બસ આટલું જ સુખ છે''ની ફરિયાદ કરતાં ફરે છે. આશાની સેંકડો ફાંસીઓમાં ફસાયેલા આવાં લોકો જીવનભર અસંતુષ્ટિની માળા પહેરીને દોડતા જ રહે છે. તેઓ આ જ વિચાર્યા કરે છે કે આજે આ મેળવી લીધું, હવે કાલે પેલું મેળવવાનું છે. આજે આ શત્રુને પછાડ્યો, કાલે પેલાને પછાડવાનો છે. એ લોકો જ પછી અહંકાર કરે છે કે હું પેલો યજ્ઞ કરીશ, આટલું દાન કરીશ, આવું પુણ્ય કમાઈશ. આવાં આસુરી પ્રવૃત્તિના લોકો જીવતે જીવ તો નરકની મનોદશામાં રહે જ છે, પણ તેમનું દુર્ભાગ્ય એ છે કે મૃત્યુ પછી પણ એ લોકો નારકીય મનઃસ્થિતિ જ ભોગવે છે. આવી બધી વ્યક્તિઓને તું બધાંના હૃદયમાં સ્થિત મુજ ઈશ્વરનો દ્વેષ કરવાવાળો જ જાણ. આ નક્કી જાણ અર્જુન, કે આવી મનોદશાવાળી વ્યક્તિઓને હું વારંવાર આસુરી યોનિઓમાં જ જન્મ આપું છું.

તેથી અર્જુન! તું તારા હૃદયમાં સ્થિત મુજ અંતર્યામી ઈશ્વર સાથે દ્વેષ ના કરીશ. તું એના શરણે જા. આ નક્કી જાણ કે બધું જ એ એક ઈશ્વરની મરજીથી થઈ રહ્યું છે. અને આ જાણીને તેનું નક્કી કરેલું થવા દે. તેને બદલવાની કોશિશ ના કરીશ. જે કંઈ બની રહ્યું છે તેને બદલવા માટે નિરર્થક ચિંતાઓ ન પાળીશ. કંઈ બદલવાની કામના પણ ન કર. તું ન આ યુદ્ધને બદલવાની કોશિશ કર અને ન તારા યુદ્ધ લડવાના વાતાવરણને બદલવાની કોશિશ કર. ન તો તું જે રાજ્ય આજે ઉપલબ્ધ નથી તેને મેળવવાની ઈચ્છા કર, અને ન તું કૌરવોને શત્રુ માનવાની ભૂલ કર. તું તો નિર્વિચાર મનોદશામાં સ્થિત થઈ જા અને જે કંઈ પણ થઈ રહ્યું છે, એમાં પોતાના નિમિત્ત કર્મને ઓળખ. ...અને આ માની જ લે કે ''દિલ ખોલીને નિશ્ચિત કર્મ કરવું'' એટલી જ મનુષ્યની સત્તા છે. અને પોતાની સત્તાની આ સીમા ઓળખવી એ જ એકમાત્ર જ્ઞાન છે, આ જ ધર્મ છે અને આ જ સત્ય છે. મનુષ્યો માટે મને પામવાનો આ જ એકમાત્ર ઉપાય છે. તેથી તારી સામાન્ય સત્તામાં ફક્ત આ યુદ્ધના નિમિત્ત બનવાનું છે. આની આગળ-પાછળના બધાં નિર્ણય તારે એ મહાસત્તા ઉપર છોડી દેવાના છે. તેથી તું પણ હસતાં-હસતાં યુદ્ધ કરવાનો નિમિત્ત બન અને બાકીનું બધું એ મહાસત્તા ઉપર છોડી દે.

પ્રેક્ટિકલ એપ્લિકેશન - 21

કૃષ્ણએ અહીં કહ્યું કે કર્મ કરવાને બદલે કર્મનાં 'નિમિત્ત' બનવું શ્રેષ્ઠ છે. તે નિમિત્તનો અર્થ શું છે? એજ કે હું ''કોઈ બીજા'' માટે કરી રહ્યો છું. પછી દરેક વખતે તે ''કોઈ બીજું'' સર્વ એટલે કે પરમાત્મા જ હોય, એ જરૂરી નથી. સારાં કાર્યો અને સારી વ્યક્તિઓની સહાયતાના નિમિત્ત પણ બની જ શકાય છે. તેથી કૃષ્ણ કહી રહ્યાં છે કે હું કર્મ પોતાને માટે કરું, એનાથી સારું છે કે 'નિમિત્ત' બનીને કરું. અને આ એક એવું જાદુ છે કે પૂછો જ નહીં. સતત નિમિત્ત બનીને કર્મ કરવાવાળો જલ્દીથી હવામાં ઊડવાની મસ્તી પામી લે છે. પોતાને માટે સહુ કોઈ કમાવામાં લાગેલું છે, પછી કોઈ કમાઈ કેમ નથી રહ્યું? એજ તો સમજવાનું છે. ક્યારેક પરમાત્મા, ક્યારેક જગત, તો ક્યારેક બીજાઓ માટે કમાવાની કોશિશ કરો. કમાવવું એટલું આસાન બની જશે કે તમે સમજી જ નહીં શકો. આ પ્રકૃતિ પોતેજ એક વિશાળ વિજ્ઞાન છે. અને કૃષ્ણ એ વિજ્ઞાનની સીમામાં જ બધી વાતો કરી રહ્યાં છે. તેથી કર્મોનાં નિમિત્ત બનવાનું શીખી જાવ. પહેલા બે-ચારનાં નિમિત્ત બનીને જુઓ. પછી દસ-વીસનાં અને પછી તો બસ નિરંતર નિમિત્ત બનીને કર્મ કરતાં જાવ. તમે તો તમે, દુનિયા તમારું જીવન જોઈને ચકિત થઈ જશે. તેથી પહેલા નિમિત્ત બનવાનું નક્કી કરી લો. પછી આગળના પાનામાં આપેલ ચાર્ટમાં પહેલા પાંચ નિમિત્ત કર્મોનું વિવરણ અને એનાં અનુભવો બાબતે લખો. અને જ્યારે એનાં પરિણામ આવે, ત્યારે એ બાબત પણ લખો. અને જ્યારે જુઓ કે નિમિત્ત બનવાથી ભીતર પણ હળવાશ અનુભવાઈ રહી છે અને બહાર પરિણામ પણ ભવ્ય આવી રહ્યાં છે, પછી તો અટકવાની જરૂર જ શું છે? પછી તો નિમિત્ત બનવાનો કોઈ અવસર છોડતા જ નહીં.

1 નિમિત્ત બનીને કરેલાં કર્મ વિશે વિસ્તારથી લખો

....
....
....
....

કર્મ કરતી વખતે ભીતર કઈ અનુભૂતિ થઈ, એ લખો

....
....

જ્યારે પરિણામ આવે તો એ બાબતે લખો

....
....

2 નિમિત્ત બનીને કરેલાં કર્મ વિશે વિસ્તારથી લખો

....
....
....
....

કર્મ કરતી વખતે ભીતર કઈ અનુભૂતિ થઈ, એ લખો

....
....

જ્યારે પરિણામ આવે તો એ બાબતે લખો

....
....

3 નિમિત્ત બનીને કરેલાં કર્મ વિશે વિસ્તારથી લખો

....

....

....

....

કર્મ કરતી વખતે ભીતર કઈ અનુભૂતિ થઈ, એ લખો

....

....

જ્યારે પરિણામ આવે તો એ બાબતે લખો

....

....

4 નિમિત્ત બનીને કરેલાં કર્મ વિશે વિસ્તારથી લખો

....

....

....

....

કર્મ કરતી વખતે ભીતર કઈ અનુભૂતિ થઈ, એ લખો

....

....

જ્યારે પરિણામ આવે તો એ બાબતે લખો

....

....

5 નિમિત્ત બનીને કરેલાં કર્મ વિશે વિસ્તારથી લખો

....

....

....

....

કર્મ કરતી વખતે ભીતર કઈ અનુભૂતિ થઈ, એ લખો

....

....

જ્યારે પરિણામ આવે તો એ બાબતે લખો

....

....

અધ્યાય - ૧૭

અર્જુન:

હું તમારી વાત સમજી ગયો. અહીં મનુષ્યનું સર્વસ્વ તેનો અંતરાત્મા જ છે. અને મનુષ્યએ તેના શરણે જઈને તેના આદેશ અનુસાર જ બધાં કર્મ કરવા જોઈએ. હું સમજી ગયો કે મનુષ્યનો અંતરાત્મા જ તેનું એકમાત્ર શાસ્ત્ર છે. તમામ બાહ્ય શાસ્ત્ર અને જ્ઞાન તેની આગળ નિરર્થક છે. પણ કૃષ્ણ! સવાલ એ છે કે જે મનુષ્ય પોતાના અંતરાત્મા સાથે સંપર્ક ના બેસાડી શકે એમ હોય અને પોતાની માન્યતાઓ અનુસાર શ્રદ્ધાને બહારથી ઓઢીને એ

પ્રમાણે ''પોતાના અંતરાત્માને છોડીને બીજા દેવતાઓનું પૂજન કરતો હોય'' તો એવામાં તેનું આ પૂજન સાત્વિક માનવું જોઈએ કે રાજસી? ...કે પછી ક્યાંક આવું પૂજન તામસી તો નથી ને?

કૃષ્ણ:

હવે આમ તો સમય વીતી રહ્યો છે. હું અર્જુનને ગયે વખતે પણ આ સમજાવી જ ચૂક્યો છું કે તારી પાસે યુદ્ધ કરવા સિવાય કોઈ વિકલ્પ નથી. પણ તેના સવાલ પૂછવાથી સ્પષ્ટ થઈ જાય છે કે તે હજી પણ યુદ્ધ કરવા માટે તૈયાર નથી. જો કે આ વખતે તેના સવાલમાં ઈમાનદારી પણ છે અને જીજ્ઞાસા પણ છે. એ સ્પષ્ટ કહી રહ્યો છે કે મનુષ્યનો અંતરાત્મા તેનું બધું જ છે... એ તો હું હવે સમજી ગયો. પણ તેમાં સ્થિત ન થઈ શકું તો શું? તેનો અવાજ ન સાંભળી શકું તો શું? એવામાં તો મારે બીજા જ્ઞાનીઓ દ્વારા રચિત શાસ્ત્રોનો જ સહારો લેવો પડશે. તો એવામાં મારો એ સહારો સાત્વિક હશે, રાજસી હશે કે તામસી હશે? હવે જ્યારે સવાલ આટલો યોગ્ય છે તો તેને કૃષ્ણ પાસેથી વિસ્તારપૂર્વક જવાબ મળવાનો જ છે. તેથી મેં જવાબ આપતા કહ્યું કે હે અર્જુન, પોતાના ખુદના શાસ્ત્ર અને સંસ્કારોને ઠુકરાવીને બાહ્ય શાસ્ત્રોથી પ્રભાવિત થવાવાળા લોકો સાત્વિક, રાજસી અને તામસી ત્રણે પ્રકારના હોઈ શકે છે. કેમ કે અહીં પણ સવાલ તો તેની મનોદશાનો જ હોય છે, બાહ્ય કર્મો કે પ્રભાવોનો નહીં. તેથી પહેલાં તું એમ સમજ કે સાત્વિક, રાજસી અને તામસી મનુષ્યની મનોદશા હોય છે, તેના કર્મ નહીં.

ખેર અર્જુન, જગતમાં ત્રિગુણી-માયાના આધારે ત્રણ પ્રકારના પૂજન કરવાવાળા લોકો હાજર છે. એમાં સાત્વિક મનોદશાના લોકો દેવો એટલે કે શ્રેષ્ઠ જ્ઞાનીઓ, કલાકારો અને વૈજ્ઞાનિકો પ્રત્યે શ્રદ્ધા રાખે છે. કેમ કે આ બધાં પોતાના કર્મોથી સર્વના ઉદ્ધારમાં લાગેલા હોય છે. ત્યાંજ રાજસી મનોદશાની વ્યક્તિ રાક્ષસો એટલે કે ધનવાનો અને સત્તાધીશો પ્રત્યે પોતાની શ્રદ્ધા વ્યક્ત કરે છે. પણ તામસી પ્રવૃત્તિના લોકો તો ભૂતો એટલે કે ''મૃત્યુ પામી ચુકેલા દેવતા અને રાક્ષસોની મૂર્તિઓ પ્રત્યે'' પણ શ્રદ્ધા રાખે છે. પછી આવાં જ લોકો અહંકાર, કામના અને મોહના બળે મનઃકલ્પિત યજ્ઞ, તપ અને પૂજન કર્યા કરે છે. આ લોકો પોતાના અંતરાત્માનું તો ઉલ્લંઘન કરે જ છે, સાથે જ જીવિત મનુષ્યોનું પણ અપમાન કરવાવાળા હોય છે. આવાં લોકો જીવિતોની અવગણના કરીને મરેલાઓ ઉપર પોતાની ઊર્જા અને પોતાનું ધન બરબાદ કરતાં રહે છે.

હે અર્જુન! સાત્વિક, રાજસી અને તામસીનું આ અંતર શ્રદ્ધાના વિષયમાં જ નહીં, જીવનના દરેક નાના-મોટા કર્મોમાં પણ પ્રકટ થતું રહે છે. કેમ કે કર્મ કોઈપણ હોય, છેલ્લે

મનુષ્ય પાસે દરેક કર્મ તો એની મનોદશા જ કરાવે છે. એટલે જ તો હું કહું છું કે સાત્વિક, રાજસી અને તામસી કર્મ નહીં, મનુષ્યની મનોદશા હોય છે. આ જ વાતને જો હું ભોજનમાં રુચિ રાખવાના સંબંધમાં કહું તો કડવું, વાસી, કાચું અને ચીકણું ભોજન પ્રાયઃ તામસી પ્રવૃત્તિના મનુષ્યોને ગમે છે. ભોજનની ચર્ચા હું એટલાં માટે કરી રહ્યો છું કેમ કે શરીરની અસર મનોદશા ઉપર અને મનોદશાની અસર શરીર પર પડે છે. અને આ જ કારણ છે કે મેં જીવનભર ક્યારેય શરીરનો અનાદર નથી કર્યો. કેમ કે આખરે અંતરાત્મા પણ રહે તો શરીરમાં જ છે. ...તેનું ઘર તો શરીર જ છે. ખેર, એવી જ રીતે પ્રાયઃ ગરમ અને તીખું ભોજન રાજસી મનોદશાની વ્યક્તિને પ્રિય હોય છે. અને આયુષ્ય, બળ અને સ્વાસ્થ્ય વધારનારા ભોજન સાત્વિક મનોદશાની વ્યક્તિને પ્રિય હોય છે. ...પણ અર્જુન, જે આ ત્રણે ગુણોની પાર રહીને પોતાના અંતરાત્મામાં સ્થિત છે, તેમને ''ના તો કર્મોનો અને ના તો ભોજનનો કોઈ ભેદભાવ'' હોય છે. એ કંઈ પણ અને ગમે તેટલું ખાય, તેની તેમની મનોદશા ઉપર કોઈ અસર નથી થતી. મારું જ ઉદાહરણ લે, હું જીવનભર છપ્પનભોગ ખાઈને પણ મારા અંતરાત્માથી વિચલિત નથી થયો.

ખેર અર્જુન, એવી જ રીતે યજ્ઞ એટલે કે કર્મ પણ મનોદશા પ્રમાણે ત્રણ જ પ્રકારના હોય છે. કર્મ કરવું એ જ કર્તવ્ય છે. ...એવું માનીને ફળની આશા રાખ્યા વિના જેઓ કર્મ કરે છે, તેમના તમામ કર્મ સાત્વિક માનવા જોઈએ. બીજી બાજુ અહંકારથી ભરાઈને કે ફળને નજરમાં રાખીને જે કર્મ કરવામાં આવે છે, તેમને તું રાજસી સમજ. પણ અન્નદાન વિના કે દક્ષિણા વિના, એટલે કે પોતાના કે બીજાઓના હિત-અહિતનું ધ્યાન રાખ્યા વિના જે કર્મ કરવામાં આવે છે, તેમને તું તામસી સમજ. કેમ કે ક્રોધ કે બેહોશીને કારણે કરવામાં આવેલા આવાં કર્મ હંમેશા પોતાના સહિત બધાંનું અહિત કરવાવાળા જ સાબિત થાય છે.

હે **અર્જુન** આ સંસારની **રચના** કંઈક એવી છે કે અહીં **મનુષ્ય** સ્વયં પોતાનો **મિત્ર** છે અને એ સ્વયં પોતાનો **શત્રુ** છે

હે અર્જુન! આગળ એ પણ સમજ કે કોઈપણ મનુષ્ય કર્મ ''શરીર, વાણી અને મન,'' ત્રણેયથી કરે છે. જ્ઞાનીઓનું સન્માન કરવું અને ક્યારેય કોઈને અકારણ ના સતાવવા, આ શરીર સંબંધી તપ છે. એવી જ રીતે યથાર્થ એટલે કે સામેવાળાના હિતની વાત કરવી, અને કોઈને અકારણ ન ઉશ્કેરવા આ બધાં વાણી સંબંધિત એ તપ છે, જે દરેકે કરવા જ જોઈએ. ત્યાંજ પોતાના મનની શાંતિ અને પ્રસન્નતા જાળવી રાખવી એ મન સંબંધી તપ છે. અને મનુષ્યએ પોતાના શરીર, વાણી અને મનથી સતત આ પ્રકારના કર્મ કરતાં રહેવું જોઈએ. આને જ 'તપ' કહેવામાં આવે છે. હકીકતમાં, તપ હંમેશા મનુષ્યોના કર્મોથી ઝળકે છે. એટલે પ્રત્યક્ષ રીતે તું એમ સમજ કે કર્મ ચાહે શરીરથી કરવામાં આવી રહ્યું હોય કે વાણીથી, કે પછી કર્મ મનથી જ કેમ ન કરવામાં આવી રહ્યું હોય, એમાં ફળની ઈચ્છાનો અભાવ હોવો એ જ સાત્વિક તપ કહી શકાય છે. બાકી તો માન અને સત્કાર મેળવવા માટે અથવા સ્વાર્થથી ભરાઈને જે કોઈપણ કર્મ કરવામાં આવે છે, એ તમામ કર્મોને તું રાજસી તપ જાણ. અને જે મૂર્ખતાપૂર્વક અકારણ પોતાના જ શરીર અને મનને સતાવવા માટે હઠપૂર્વક કરવામાં આવે છે, એ તમામ કર્મોને તું તામસી તપ સમજ.

જો કે અર્જુન, આ આખા જ્ઞાનની સૌથી ઊંડી વાત પણ હું તને સમજાવું છું. જે કર્મથી બહાર ક્યાંય... કોઈપણ રતીભાર પ્રભાવિત નથી થતું, એ કર્મોનું કોઈ બંધન મનુષ્યને ક્યારેય નથી વળગતું. પણ મનુષ્યની બધી સમસ્યાઓનું મૂળ એ કર્મ છે જેમનાથી બીજા પ્રભાવિત થાય છે. અને અહીં જ મનુષ્યએ સાવધાની રાખવાની જરૂર છે. તેથી હું તો કહીશ કે જ્યાં સુધી જ્ઞાનની ઊંચાઈઓ ના સ્પર્શી લો, ત્યાં સુધી બીજાઓને પ્રભાવિત કરવાવાળા કર્મોને ટાળવા જ બહેતર છે. કેમ કે બીજાઓને પ્રભાવિત કરવાવાળા તમામ કર્મ ફરીને પાછા આવે છે. તેથી એમ માનીને ચાલવું કે દાન આપવું કે સેવા કરવી એ હંમેશા સારું જ કર્મ છે, તો આ મનુષ્યનું અજ્ઞાન છે. અને એનું જ તે ભોગવી રહ્યો છે. કેમ કે આખરે તો 'દાન કે સેવા' પણ બીજાઓના જીવનમાં દખલગીરી છે. ...જ્યારે આ આખું જગત પરમાત્માના ન્યાયતંત્રને આધીન છે. તેથી હરકોઈ અહીં પોતાના કર્મો પ્રમાણે ભોગવી રહ્યાં છે. આ એક એવો ખતરનાક ખેલ છે જે આપોઆપ ચાલી રહ્યો છે. તેથી આ ખેલમાં દખલગીરી ખૂબ જ સમજી-વિચારીને કરવી જોઈએ. પણ જ્યાં સુધી જીવન છે, ત્યાં સુધી આપણા વ્યવહારથી બીજા પ્રભાવિત થાય જ છે. તેથી અર્જુન, હું તને બીજાઓની સાથે વ્યવહાર કરવાની રીતો જણાવું છું... જેનાથી તું કર્મ કરતાં-કરતાં પણ કર્મોના બંધનથી હંમેશને માટે છૂટી જઈશ.

શરૂઆત હું દાનથી જ કરું છું. દાન એટલે કે મદદ. હવે આમ તો કોઈની મદદ કરવી એ સારી જ વાત છે, પરંતુ આમાં પણ સાવધાની રાખવી જરૂરી છે. કેમ કે અહીં પણ સવાલ મનોદશાનો જ છે. હકીકતમાં તો મનુષ્યએ એમ માનીને જ ચાલવું જોઈએ કે

દાન આપવું એટલે કે બીજાઓની મદદ કરવી એ કર્તવ્ય છે. જેમ પરમાત્માએ મનુષ્ય પ્રત્યે પોતાના કર્તવ્યનો નિર્વાહ કરીને તેને ચંદ્ર, તારા, હવા-પાણી અને ખનીજ આપ્યા છે, એવી જ રીતે એક મનુષ્ય હોવાને નાતે બધાંની મદદ કરવી એ મારું કર્તવ્ય છે; ઊંડાણમાં આવું વિશ્વાસપૂર્વક માનીને જીવવાવાળા શ્રેષ્ઠ છે. પરંતુ છતાં પણ, આવાં જ્ઞાનીએ પણ દાન આપતા પહેલાં સાવધાની રાખવી તો જરૂરી હોય જ છે. એ જ્ઞાનીએ પણ દાન આપતા પહેલાં સમય, સ્થાન અને પાત્રનો ખ્યાલ રાખવાનો જ હોય છે. ખોટા સમયે, એટલે કે પેટ ભરેલું હોય એવી વ્યક્તિને જબરદસ્તી ખાવાનું ન ખવડાવી શકાય. એવી જ રીતે, દાન આપતી વખતે મનુષ્યએ સ્થાનનું પણ ધ્યાન રાખવાનું હોય છે. ચાલ આ વાત હું તને તારા જ ઉદાહરણથી સમજાવું છું. ...તો ચોક્કસપણે અકારણ બીજાઓને મારવાનું ખોટું છે. પણ યુદ્ધના મેદાનમાં આવીને યુદ્ધ શરૂ થવાની ક્ષણે, અહિંસાની વાતો કરવી ''સ્થાનનું ભાન ભૂલવા જેવું'' છે. એવી જ રીતે દાન આપતી વખતે, પાત્ર એટલે કે દાન આપવામાં આવનાર વ્યક્તિ ઉપર પણ ધ્યાન આપવું જરૂરી છે. ફરીથી તારા જ ઉદાહરણથી સમજાવું તો કોઈને પણ મારવું કે સતાવવું ખોટું જ છે. પણ આનો અર્થ એ નથી કે પાપીઓને છોડી દેવામાં આવે. મેં તો કંસ, પંચજન, શૃંગલવ, નરકાસુર અને શિશુપાલ સહિત કોણ જાણે કેટલાંઓના વધ કર્યા. મારા એ બધાં વધ પણ દાન જ છે, કેમ કે એનાથી મેં પાપીઓનો વધ કરીને જનતાને શાંતિ ઉપલબ્ધ કરાવડાવી. તેથી અર્જુન, ટૂંકમાં એમ સમજ કે જ્યારે આપણું જીવન કુદરતથી માંડીને હજારો મનુષ્યોના દાન ઉપર ટકેલું છે, તો બીજા મનુષ્યોને દાન આપવું એ આપણી પણ ફરજ બને જ છે. બસ આ દાન આપતી વખતે મનુષ્યએ એટલું ધ્યાન રાખવું જોઈએ કે એ કુદરતની ન્યાય-વ્યવસ્થાની વચ્ચે તો નથી આવી રહ્યો? એટલે કે તેણે એ ધ્યાન રાખવું જોઈએ કે ક્યાંક તે ખોટી વ્યક્તિને માફ તો નથી કરી રહ્યો? ક્યાંક તે મોહવશ ખોટી વ્યક્તિનું સમર્થન તો નથી કરી રહ્યો? એટલે કે દાન આપતી વખતે મનુષ્યએ 'સમય, સ્થાન અને પાત્ર'ની સભાનતા ગમે તે સ્થિતિમાં જાળવી જ રાખવી જોઈએ. અને આવું સમય, સ્થાન અને પાત્રનું ધ્યાન રાખીને આપવામાં આવેલું દાન જ ''સાત્વિક દાન'' કહેવાય છે. પરંતુ અર્જુન, જે પણ દાન પોતાની સ્વાર્થપૂર્તિ માટે, સન્માન મેળવવા માટે કે આભાર મેળવવાના ઉદ્દેશ્યથી આપવામાં આવે છે; એ તમામ પ્રકારના દાનોને તું રાજસી જાણ. બીજી બાજુ જે દાન અપમાનપૂર્વક અને ''સમય, સ્થાન અને પાત્ર''ને ધ્યાનમાં રાખ્યા વિના આપવામાં આવે છે, તેને તું તામસી જાણ.

હે અર્જુન, તું જરા આ સૃષ્ટિના અસ્તિત્વને સમજ. આ સૃષ્ટિ ''ૐ, તત્ અને સત્''ના મિલનથી અસ્તિત્વમાં પણ છે અને આ ત્રણેના મિલનથી જ ચલાયમાન પણ છે. ૐ એટલે કે એ સર્વવ્યાપી પરમાત્મા જે સર્વના હિતમાં રત છે. તેથી દરેક કર્મની શરૂઆત તેણે

સર્વના હિતની રક્ષાના પ્રણથી જ કરવી જોઈએ. તત્ એટલે કે અહીં બધું પરમાત્મા જ છે, એવો ભાવ દરેક કર્મ કરતી વખતે હોવો જ જોઈએ. એટલે કે દરેક કર્મ કરતી વખતે મનુષ્યએ એ સમજવું જ જોઈએ કે કર્મથી થનારા જે કંઈપણ ''નફા-નુકસાન'' છે, એ પરમાત્માના જ છે. તેથી, તેણે કર્મ કરતી વખતે, વ્યક્તિગત સ્વાર્થમાં કોઈપણ અલગથી ફળની કામના નથી કરવાની. અને સત્ એટલે કે સામે જે કર્મ છે એમાં જ ૐનું ધ્યાન રાખીને ''સર્વના ઉદ્ધાર માટે'' કર્મ કરવાનું છે. સત્ નો અર્થ જ છે, સામે પડેલું કર્મ. સત્નો સીધો અર્થ કહું તો; કર્મ ના તો શોધવા જવાનું છે અને ના તો સામે આવેલા કોઈ કર્મને ટાળવાનું છે. અને આ જ વાતને તારા ઉદાહરણથી સમજાવું તો આ સામે આવી પડેલું યુદ્ધ તારે માટે સત્ છે. તેથી તારે ''સત્ની પ્રાપ્તિ માટે'' યુદ્ધનું મેદાન છોડીને જંગલોમાં નથી જવાનું. પરંતુ આ જ યુદ્ધને સત્ય માનીને ગળે લગાડીને આને ૐ, એટલે કે સર્વના હિતને ધ્યાનમાં રાખીને કરવાનું છે. ...આને પરમાત્માનો પ્રસાદ સમજવાનો છે. અને તત્ એટલે કે હાર-જીત બધું પરમાત્માનું જ છે, એમ માનીને યુદ્ધ કરવાનું છે. આ જ ''ૐ-તત્-સત્''થી આખી પ્રકૃતિના કર્મ થઈ રહ્યાં છે, અને મનુષ્યએ પણ સામે આવી પડેલા બધાં કર્મ ''ૐ-તત્-સત્,'' ત્રણેયને ધ્યાનમાં રાખીને જ કરવાના છે. હે અર્જુન, આમાંથી એકની પણ અવગણના કરીને કરવામાં આવેલા કર્મ, ન આ લોકમાં ફળદાયી હોય છે, અને ન પેલા લોકમાં. તેથી આ યુદ્ધ જ તારું એકમાત્ર સત્ય છે. બસ મનમાં પરમાત્માને રાખીને ''બધું જ પરમાત્મા છે'' એવું માનીને યુદ્ધ કરવાં માટે ઊભો થઈ જા.

પ્રેક્ટિકલ એપ્લિકેશન - 22

આ અધ્યાયમાં કૃષ્ણ આપણને વ્યવહારની રીતભાત શીખવે છે. તેઓ કહી રહ્યાં છે કે દાન આપવું એટલે કે મદદ કરવી સારી વાત છે. પણ દરેકને દાન આપવું કે દરેકની મદદ કરવી, બિલકુલ યોગ્ય નથી. કેમકે અહીં કોઈની પાસે એટલું નથી કે એ સહુને સુખી કરી શકે. બધાંની પાસે સીમિત જ છે. માટે પોતાના સીમિત રિસોર્સિસને ધ્યાનમાં રાખીને માત્ર યોગ્યતાને આધારે મદદ કરવી જોઈએ, સગપણ કે મમતાને વશ થઈને નહીં. મદદ કરતી વખતે પક્ષપાત સર્વથા અયોગ્ય છે. અને આ બધાં સિદ્ધાંત દરેક પ્રકારની મદદ ઉપર લાગુ પડે છે. સલામ પણ કરવી હોય તો મહાન વૈજ્ઞાનિકો, કલાકારો અને ચિંતકોને કરવી જોઈએ. અહંકારીઓને નહીં જ. કૃષ્ણ અહીં કહી રહ્યાં છે કે મદદ હંમેશા ''સમય, સ્થાન અને પાત્ર,'' ત્રણેને ધ્યાનમાં રાખીને કરવી જોઈએ. ખોટા સમયે, ખોટા સ્થાને કે ખોટી વ્યક્તિને કરવામાં આવતી મદદનાં હંમેશા દુષ્પરિણામ જ આવે છે. આ પણ એક અતિ ઊંડું વિજ્ઞાન છે. અને અધિકાંશ આ વાતની અવગણના કરવાને કારણે જ ફસાઈ જાય છે. માટે એ સમજો કે પ્રકૃતિ હંમેશા યોગ્ય સમયે, યોગ્ય સ્થાન જોઈને માત્ર યોગ્ય વ્યક્તિની સહાયતા કરતી હોય છે. એટલે તમારે પણ મદદ કરતી વખતે પ્રકૃતિથી વિપરીત ન જ જવું જોઈએ, પરંતુ તમારે ''પ્રકૃતિના નિમિત્ત'' બનીને જ મદદ કરવી જોઈએ. એટલે જેની સાથે પ્રકૃતિ, એની સાથે તમે. આ સિવાય કરવામાં આવતી બધી મદદ પ્રકૃતિના કાર્યમાં દખલગીરી છે અને એનાં ગંભીર પરિણામ ભોગવવા પડે છે. તમે એ સ્પષ્ટ સમજી લો કે ખોટા સમયે, ખોટાં સ્થાને, ખોટી વ્યક્તિને મદદ કરવી, એ તો હત્યારાને ચાકુ આપવા બરાબર છે. માટે કૃષ્ણ કહી રહ્યાં છે કે મદદ કરવી કર્તવ્ય છે, પરંતુ સમય, સ્થાન અને પાત્રનું ભાન હંમેશા જાળવી રાખવું જરૂરી છે. તેથી આજ પછી મદદ કરતી વખતે આગળના પાનામાં આપેલ ચાર્ટને ધ્યાનમાં રાખજો. આ ચાર્ટ તમને સાચો સમય, યોગ્ય સ્થાન અને સાચી વ્યક્તિ ઓળખવામાં સહાયક સિદ્ધ થશે. માટે પહેલી પાંચ મદદ કરવાનો વિચાર કરતી વખતે મદદ કરતા પહેલા આ ચાર્ટ ભરી લેજો. કેમકે કૃષ્ણ ઈચ્છે છે કે પ્રકૃતિ તમારી મિત્ર બની રહે, શત્રુ ન બની જાય.

1 જેને મદદ કરવા ઈચ્છો છો, એનાં વિશે વિસ્તારથી લખો

....

....

....

....

....

....

....

....

**સમય યોગ્ય હશે તો આ મદદ પરમ–આવશ્યક બનશે.
અને આ એક મદદ એને ઉગારી લેશે.**

તમારી મદદ આ ક્રાઈટિરિયામાં ફિટ બેસે છે ☐ **હા**

**સ્થાન યોગ્ય હશે તો મદદ એનાં જીવનનાં
યોગ્ય વળાંક પર કરવામાં આવતી હશે.**

તમારી મદદ આ ક્રાઈટિરિયામાં ફિટ બેસે છે ☐ **હા**

**પાત્ર યોગ્ય હશે તો એનામાં અપાયેલી
મદદનાં સહારે આગળ વધવાની યોગ્યતા હશે.**

તમારી મદદ આ ક્રાઈટિરિયામાં ફિટ બેસે છે ☐ **હા**

**એની ખાતરી કરો કે મદદ સંબંધો, સહાનુભૂતિ,
સારા દેખાવા કે નામ કમાવા હેતુ તો નથી કરી રહ્યાં.**

તમારી મદદ આ ક્રાઈટિરિયામાં ફિટ બેસે છે ☐ **હા**

2 જેને મદદ કરવા ઈચ્છો છો, એનાં વિશે વિસ્તારથી લખો

....

....

....

....

....

....

....

....

સમય યોગ્ય હશે તો આ મદદ પરમ-આવશ્યક બનશે. અને આ એક મદદ એને ઉગારી લેશે.

તમારી મદદ આ ક્રાઈટિરિયામાં ફિટ બેસે છે ☐ **હા**

સ્થાન યોગ્ય હશે તો મદદ એનાં જીવનનાં યોગ્ય વળાંક પર કરવામાં આવતી હશે.

તમારી મદદ આ ક્રાઈટિરિયામાં ફિટ બેસે છે ☐ **હા**

પાત્ર યોગ્ય હશે તો એનામાં અપાયેલી મદદનાં સહારે આગળ વધવાની યોગ્યતા હશે.

તમારી મદદ આ ક્રાઈટિરિયામાં ફિટ બેસે છે ☐ **હા**

એની ખાતરી કરો કે મદદ સંબંધો, સહાનુભૂતિ, સારા દેખાવા કે નામ કમાવા હેતુ તો નથી કરી રહ્યાં.

તમારી મદદ આ ક્રાઈટિરિયામાં ફિટ બેસે છે ☐ **હા**

3 જેને મદદ કરવા ઈચ્છો છો, એનાં વિશે વિસ્તારથી લખો

....

....

....

....

....

....

....

....

સમય યોગ્ય હશે તો આ મદદ પરમ–આવશ્યક બનશે. અને આ એક મદદ એને ઉગારી લેશે.

તમારી મદદ આ ક્રાઈટિરિયામાં ફિટ બેસે છે ☐ **હા**

સ્થાન યોગ્ય હશે તો મદદ એનાં જીવનનાં યોગ્ય વળાંક પર કરવામાં આવતી હશે.

તમારી મદદ આ ક્રાઈટિરિયામાં ફિટ બેસે છે ☐ **હા**

પાત્ર યોગ્ય હશે તો એનામાં અપાયેલી મદદનાં સહારે આગળ વધવાની યોગ્યતા હશે.

તમારી મદદ આ ક્રાઈટિરિયામાં ફિટ બેસે છે ☐ **હા**

એની ખાતરી કરો કે મદદ સંબંધો, સહાનુભૂતિ, સારા દેખાવા કે નામ કમાવા હેતુ તો નથી કરી રહ્યાં.

તમારી મદદ આ ક્રાઈટિરિયામાં ફિટ બેસે છે ☐ **હા**

4 જેને મદદ કરવા ઈચ્છો છો, એનાં વિશે વિસ્તારથી લખો

....

....

....

....

....

....

....

....

સમય યોગ્ય હશે તો આ મદદ પરમ-આવશ્યક બનશે.
અને આ એક મદદ એને ઉગારી લેશે.

તમારી મદદ આ ક્રાઈટિરિયામાં ફિટ બેસે છે ☐ **હા**

સ્થાન યોગ્ય હશે તો મદદ એનાં જીવનનાં
યોગ્ય વળાંક પર કરવામાં આવતી હશે.

તમારી મદદ આ ક્રાઈટિરિયામાં ફિટ બેસે છે ☐ **હા**

પાત્ર યોગ્ય હશે તો એનામાં અપાયેલી
મદદનાં સહારે આગળ વધવાની યોગ્યતા હશે.

તમારી મદદ આ ક્રાઈટિરિયામાં ફિટ બેસે છે ☐ **હા**

એની ખાતરી કરો કે મદદ સંબંધો, સહાનુભૂતિ,
સારા દેખાવા કે નામ કમાવા હેતુ તો નથી કરી રહ્યાં.

તમારી મદદ આ ક્રાઈટિરિયામાં ફિટ બેસે છે ☐ **હા**

5 જેને મદદ કરવા ઈચ્છો છો, એનાં વિશે વિસ્તારથી લખો

....

....

....

....

....

....

....

....

સમય યોગ્ય હશે તો આ મદદ પરમ-આવશ્યક બનશે. અને આ એક મદદ એને ઉગારી લેશે.

તમારી મદદ આ ક્રાઈટિરિયામાં ફિટ બેસે છે ☐ **હા**

સ્થાન યોગ્ય હશે તો મદદ એનાં જીવનનાં યોગ્ય વળાંક પર કરવામાં આવતી હશે.

તમારી મદદ આ ક્રાઈટિરિયામાં ફિટ બેસે છે ☐ **હા**

પાત્ર યોગ્ય હશે તો એનામાં અપાયેલી મદદનાં સહારે આગળ વધવાની યોગ્યતા હશે.

તમારી મદદ આ ક્રાઈટિરિયામાં ફિટ બેસે છે ☐ **હા**

એની ખાતરી કરો કે મદદ સંબંધો, સહાનુભૂતિ, સારા દેખાવા કે નામ કમાવા હેતુ તો નથી કરી રહ્યાં.

તમારી મદદ આ ક્રાઈટિરિયામાં ફિટ બેસે છે ☐ **હા**

નોટઃ બની શકે ત્યાંસુધી ચારે બોક્સમાં ટિક (✓) લાગે તો જ મદદ કરો. ખાસ કરીને મોટી મદદ કરતી વખતે તો આ વાતનું ધ્યાન ચોક્કસ રાખો. કેમકે બને ત્યાં સુધી કુદરતની ચાલી રહેલી ભવ્ય લીલામાં અકારણ દખલ ન જ પહોંચાડો. કેમકે વિશ્વમાં યોગ્ય લોકોની ક્યાંય કોઈ કમી નથી. એટલે બને ત્યાં સુધી મદદ કરવાનો ક્રાઈટિરિયા 'યોગ્યતા'ને બનાવો. તમે ક્યારેય ખોટા નહીં પડો.

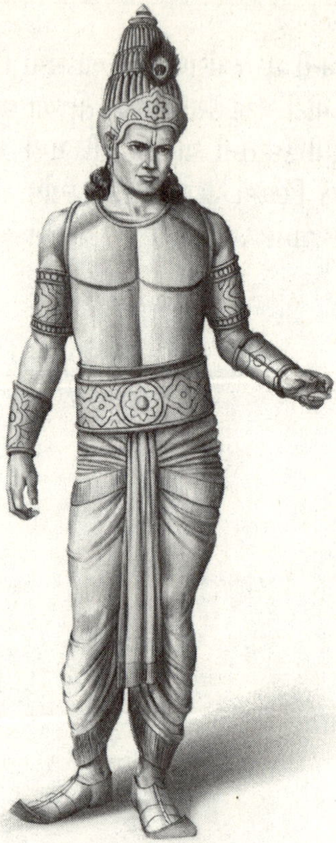

અધ્યાય - ૧૮

અર્જુનઃ

હે કૃષ્ણ! હું સંન્યાસ અને ત્યાગના ઊંડાણોને પણ પૃથક-પૃથક સમજવા ઈચ્છું છું. કૃપા કરીને તેમના પણ સાત્વિક, રાજસી અને તામસી વિભાજનોને વિસ્તારપૂર્વક સમજાવો.

કૃષ્ણઃ

કમાલ છે! અર્જુન પરિસ્થિતિની ગંભીરતાને સમજવા માટે તૈયાર જ નથી. તે આ સમજી જ નથી રહ્યો કે તે યુદ્ધના મેદાનમાં ઊભો છે, કોઈ આશ્રમમાં શિક્ષણ નથી લઈ રહ્યો.

વાત સમજવા માટે તેની પાસે વર્ષોનો સમય નથી, ઘડી-બે ઘડીમાં તેણે નિર્ણય કરવાનો છે. અને વળી આટલું બધું સમજાવવા છતાં પણ તેની સોઈ હજી પણ ત્યાગ અને સંન્યાસ ઉપર જ અટકેલી પડી છે. ...એટલે કે તેના યુદ્ધ ના કરવાના પ્રણમાં કોઈ વિશેષ કમજોરી નથી આવી. કર્મ અને કર્તવ્ય શું હોય છે, એ વારંવાર સમજાવવા છતાં તેની રુચિ હજી પણ ત્યાગ અને સંન્યાસના નામે યુદ્ધના મેદાનમાંથી ભાગવા ઉપર જ કેંદ્રિત છે. પરંતુ, મારી પાસે પણ અંતિમ ક્ષણ સુધી પ્રયત્ન કરવા સિવાય ઉપાય જ શું છે? તેથી મેં સીધું કહ્યું કે હે અર્જુન, સંન્યાસ હોય કે ત્યાગ, બંનેના મૂળમાં તો 'કર્મ' જ છે. સંન્યાસ અને ત્યાગનો અર્થ કર્મોમાંથી નિવૃત્તિ એવો બિલકુલ નથી. જ્યાં સુધી જીવન છે ત્યાં સુધી કર્મ તો મનુષ્યએ કરવાના જ છે. તેથી જ્ઞાનીજન કર્મોમાંથી કામનાના ત્યાગને 'સંન્યાસ' કહે છે. અને બરાબર એવી જ રીતે વિચારશીલ પુરુષ, કર્મોમાંથી ફળોના ત્યાગને 'ત્યાગ' કહે છે. ટૂંકમાં વાત ચાહે સંન્યાસની હોય કે ત્યાગની, છેલ્લે તો મનુષ્યએ પોતાના સ્વાર્થમાંથી છુટકારો મેળવવાનો છે, કર્મોમાંથી નહીં. તેથી તું સાચો સંન્યાસી બનવા ઈચ્છતો હોય કે પાક્કો ત્યાગી, એ માટે તારે આ યુદ્ધ નથી ત્યાગવાનું; પરંતુ તારે આ યુદ્ધમાંથી પોતાના બધાં સ્વાર્થ દૂર કરવાના છે. ...આ યુદ્ધમાંથી બધી કામનાઓ ત્યાગવાની છે.

હે અર્જુન, કેટલાંય વિદ્વાન કહે છે કે કર્મ-માત્ર દોષયુક્ત છે. એટલે તેઓ કર્મોના ત્યાગની વાત કરે છે. વળી કેટલાંય જ્ઞાની કહે છે કે દોષયુક્ત હોવાં છતાં સારા કર્મ ત્યાગવા યોગ્ય નથી. પણ મારી દ્રષ્ટિમાં વાત ચાહે ત્યાગની હોય કે સંન્યાસની, હું આમાંથી કોઈના પણ વિચારો સાથે સંમત નથી. કેમ કે હું સીધું અને સ્પષ્ટ સત્ય કહું છું. મારો વિશ્વાસ કર કે મારી વાતમાં રતીભાર ભેળસેળ નથી. તેથી પહેલાં તું 'ત્યાગ'ના વિષયમાં મારો મત સાંભળ. આ આખી પ્રકૃતિ ત્રિગુણી-માયાથી ઓતપ્રોત છે અને ત્યાગ પણ ત્રિગુણી-માયાથી ઘેરાયેલો જ છે. તેથી ત્યાગ સારો જ છે, એવું નથી. ત્યાગ પણ સાત્વિક, રાજસી અને તામસી હોય જ છે. અને ત્યાગના આ રહસ્યને તું વિસ્તારપૂર્વક સાંભળ. પણ આ વાત ધ્યાનમાં રાખ કે 'ત્યાગ'માં પણ કર્મ તો કોઈ ભોગે ત્યાગવા કે ટાળવાંયોગ્ય નથી જ. ચંદ્ર-તારા, હવા, પાણી, પૃથ્વી વગેરેમાંથી કોઈપણ ક્ષણવાર માટે પણ કર્મથી વિચલિત નથી થતાં. કેમ કે કર્મ જ અસ્તિત્વ જાળવી રાખવાની શરત છે. કર્મનો ત્યાગ કરતાં જ ''વસ્તુ હોય કે વ્યક્તિ'' બધાંનું અસ્તિત્વ નષ્ટ થઈ જાય છે. તેથી બધાં જ પ્રકારની આસક્તિઓનો ત્યાગ કરીને સતત કર્તવ્ય-કર્મ કરતાં રહેવું, એ સર્વશ્રેષ્ઠ મનુષ્યનું લક્ષણ છે. અને આવાં કર્તવ્ય-કર્મોમાંથી મોહ અને ફળોનો ત્યાગ જ એકમાત્ર સાત્વિક ત્યાગ છે. પણ કોઈ એમ માનીને કર્મ ત્યાગે કે આનાથી મને કષ્ટ થશે, તો એ કર્મને ત્યાગવાનું યોગ્ય કારણ નથી. કેમ કે કર્મ મનુષ્યએ પોતાના નફા-નુકસાન માટે નહીં, પરંતુ બધાંના નફા-નુકસાન માટે કરવાના હોય છે. તેથી તું પણ

સહુએ એ
સમજી લેવું
જોઈએ કે
મુશ્કેલીઓનો
અડગ રહીને
સામનો
કરનારાની
સાથે
પરમાત્મા
હંમેશા
ઊભો
રહે છે

યુદ્ધમાં પોતાના નફા-નુકસાન ઉપર ધ્યાન ન આપ. આ પોતાના નફા-નુકસાનની ચિંતાનો ત્યાગ કરવો એ જ એકમાત્ર સાચો સાત્વિક ત્યાગ છે. ...જ્યારે પોતાના નુકસાનથી ડરીને કર્મોનો ત્યાગ કરવો એ રાજસી ત્યાગ કહેવાય છે. આવાં રાજસી ત્યાગોથી ક્યારેય સાચા ત્યાગને ઉપલબ્ધ ન થઈ શકાય. પણ જો કોઈ મોહમાં ફસાઈને નિશ્ચિત કર્મોના જ ત્યાગ ઉપર ઉતરી આવે, તો કર્મોનો આવો ત્યાગ 'તામસી' કહેવાય છે. અને ધ્યાન રાખ અર્જુન, કે આ ક્ષણે આ યુદ્ધ કુદરત તરફથી તારે માટે ''નિશ્ચિત થયેલું કર્મ'' છે.

ખેર, સો વાતની એક વાત એ છે કે આ કુદરતની વિશાળ લીલા આપોઆપ ચાલી રહી છે. આમાં મનુષ્યએ ના તો કર્મોની પસંદગી કરવાની છે, અને ના તો કર્મોને ત્યાગવાના છે. તેથી, જે મનુષ્ય કોઈ એક કર્મને અશુભ માનીને તેનો દ્વેષ નથી કરતો અને બીજાને શુભ માનીને તેને કરવા માટે આકર્ષિત નથી થતો, એક એ જ સતત ''કરવાયોગ્ય કર્મ'' કરતો રહે છે. નહીંતર પ્રાયઃ તો શુભ-અશુભની વેતરણમાં પડેલો મનુષ્ય 'કર્તવ્ય-કર્મો'માંથી પણ ચૂકતો ચાલ્યો જાય છે. જેવી રીતે તું અત્યારે યુદ્ધને અશુભ કર્મ માનીને ત્યાગવા ઈચ્છી રહ્યો છે. પણ આ સાચો ત્યાગ બિલકુલ નથી. વળી તું એમ પણ સમજી લે કે સ્વાર્થના આધારે કર્મોને પસંદ કરવા અને ત્યાગવા એ પણ... કોઈપણ દ્રષ્ટિકોણથી સાત્વિક ગુણ નથી. અર્જુન, આ નિયમ છે કે પોતાના સ્વાર્થ માટે કર્મોની પસંદગી કરવાવાળાઓને પોતાની પસંદગીના આધારે સુખ-દુઃખ પ્રાપ્ત થતાં રહે છે. પણ જેઓ હંમેશને માટે કર્મોમાંથી ફળોનો ત્યાગ કરી દે છે, તેમને પોતાના કર્મોનું ફળ કોઈ કાળમાં ક્યારેય નથી ભોગવવું પડતું. કેમ કે અંતે તો કર્મ અને ફળ, બંને માનસિક છે. ઈચ્છિત ફળ મળે, તો મનુષ્ય ખુશ અને વિપરીત પરિણામ આવે તો એ દુઃખી. પણ જેના મનમાં ફળની કોઈ લાલસા જ નથી, તેને કંઈ પણ થઈ જાય તો પણ કોઈ ફરક નથી પડતો.

અર્જુન, હું મનુષ્યના મન અને તેના જીવનનો સૌથી મોટો જ્ઞાની છું. તેથી ફળની લાલચ કરવાના પાંચ મૂળભૂત કારણ પણ તું વિસ્તારપૂર્વક સાંભળ. કેમ કે આ પાંચેય કારણોને દૂર કર્યા વિના મનુષ્યની ફળોની લાલચ સમાપ્ત નથી થવાની. તેથી તું આના પર વિશેષરૂપે ધ્યાન આપ. ફળની લાલચનું પહેલું કારણ છે, અધિકાર. એટલે કે કોઈનો આશ્રય કે કોઈનું આશ્વાસન મળી જાય, તો માણસમાં ફળની લાલચ જાગે છે. મારા જોયેલા મોટા ભાગના શાસ્ત્ર આશરાઓ આપીને જ મનુષ્યમાં ફળની લાલચ જગાડે છે. તું પણ જો અત્યારે સ્વર્ગ અને નરકની ચિંતા કરી રહ્યો છે તો એ માટે પણ આ અજ્ઞાનથી ભરેલા શાસ્ત્ર જ જવાબદાર છે. એવી જ રીતે ''ખુદની ક્ષમતા'' મનુષ્યમાં ફળોની લાલચ જગાડવાનું બીજું કારણ છે. તું જ ધ્યાન આપ, કેમ કે તને પોતાની તીરંદાજી ઉપર ભરોસો હતો, એટલે જ તું રાજ્ય મેળવવાના ફળની લાલચ રાખીને આ યુદ્ધના મેદાનમાં આવી પહોંચ્યો હતો. જો તારાંમાં વીરતા ન હોત તો તને રાજ્ય મેળવવાની ઈચ્છા પણ ન જાગત. એવી જ રીતે ઘણી વાર સંજોગો પણ મનુષ્યમાં ફળની લાલચ જગાડી દે છે. અનેક વાર અનુકૂળ પરિસ્થિતિઓને કારણે મનુષ્ય ફળની લાલચનો શિકાર બની જાય છે. વળી અવારનવાર મનુષ્યની પોતાની ઈચ્છાઓ પણ તેને ફળોની લાલચ જગાડવા માટે પ્રેરિત કરે છે. હે અર્જુન, પ્રકૃતિની ચાલી રહેલી આ મહાન લીલાની વિપરીત આ મનુષ્ય જે કંઈ પણ કર્મ કરે છે, તેના આ જ પાંચ મૂળભૂત કારણ છે. પણ આ પાંચ કારણોને બદલે, મનુષ્ય પોતાના આત્માને જ કર્તા સમજે છે. અને આ જ તેનું સૌથી મોટું અજ્ઞાન છે. અહીં દરેકે આ સ્પષ્ટપણે સમજી લેવું જોઈએ કે તેના જીવનમાં જે કંઈ પણ બની રહ્યું છે એ માટે આ પાંચ કારણ જવાબદાર છે, પરમાત્મા નહીં. પરમાત્માની તો પોતાની જ એક દુનિયા છે જેમાં આ પાંચ કારણો ઉપર વિજય મેળવેલા લોકો જ જીવે છે. અને જો તું અત્યારે મારી વાત નથી સમજી શકતો તો એ માટે પણ આ પાંચ કારણ જ જવાબદાર છે. કેમ કે હું વાત પરમાત્માની દુનિયામાંથી કરી રહ્યો છું અને તું એને આ પાંચ કારણોમાં શોધવાની કોશિશ કરી રહ્યો છે.

અર્જુન, એમ સમજ કે ફળની લાલચને કારણે જ મનુષ્યમાં કર્તાનો ભાવ જાગે છે. પણ જેને ફળની લાલચ નથી તેનામાં ''હું કર્તા છું'' એવો ભાવ જાગી જ ન શકે. અને જેનામાં કર્તાપણાનો ભાવ નથી, તે આ યુદ્ધમાં હાજર યોદ્ધાઓને તો શું, બધાં લોકોનો પણ નાશ કરી દે; તો પણ પાપમાં નથી બંધાતો. કેમ કે જે કર્તા જ નથી, તે વિનાશ કરવાવાળો પણ કેવી રીતે હોઈ શકે છે? પરમાત્માએ કોણ જાણે કેટલી વાર આ સૃષ્ટિનું નિર્માણ કર્યું અને કોણ જાણે કેટલી વાર તેનો લય કર્યો, છતાં પણ પરમાત્મા કાયમ પાપરહિત જ છે. ...કેમ કે તેનામાં કર્તાનો ભાવ નથી. તેથી તું યુદ્ધનો ત્યાગ કરવાનું ન વિચાર, ફક્ત કર્તાભાવનો ત્યાગ કરી દે. આ એક ત્યાગ પછી તું ગમે એટલી માર-કાપ મચાવી દે, હું વચન આપું છું કે તને પાપ નહીં લાગે.

ખેર, તું ન સમજી શકતો હોય તો હું તને ''કર્મોનું વિજ્ઞાન'' વધારે વિસ્તારથી કહું છું. તું જલ્દીથી જલ્દી સમજવાનો પ્રયત્ન કર, કેમ કે આપણી પાસે વધુ સમય નથી. અર્જુન! જ્ઞાતા, જ્ઞાન અને જ્ઞેય, આ ત્રણે મળીને મનુષ્યને કર્મ કરવા માટે ઉશ્કેરે છે. જ્ઞાતા, એટલે જાણવાવાળો. અહીં હરકોઈનો જાણવાવાળો મજબૂત છે. એ જ કારણે અહીં હરકોઈ પોતાનું એક અલગ અસ્તિત્વ માનીને બેઠું છે. ...જેવી રીતે તું પણ પોતાને અર્જુન માની રહ્યો છે. પછી આ જ્ઞાતા પોતાની સ્વાર્થપૂર્તિ માટે જ્ઞાન ઓઢે છે. તેના આ જ્ઞાનથી કર્મ કરવાના કારણ જન્મે છે, જેવી રીતે તારું યુદ્ધજ્ઞાન તને અહીં યુદ્ધના મેદાનમાં ઘસડી લાવ્યું, અને તારું શાસ્ત્રજ્ઞાન તને અહીંથી ભગાડવામાં લાગેલું છે. અને કર્મની પ્રેરણા મેળવવાનું ત્રીજું કારણ છે જ્ઞેય એટલે કે સાધન. જેવી રીતે શસ્ત્રોના સહારે તું અહીં યુદ્ધના મેદાનમાં આવ્યો છે અને હવે રથના સહારે તું અહીંથી ભાગવા ઈચ્છી રહ્યો છે. તેથી ટૂંકમાં એટલું સમજ કે જ્ઞાતા, જ્ઞાન અને જ્ઞેય ન હોય તો મનુષ્ય કર્મોની પસંદગીમાં ન પડે. તે એક શુદ્ધ દ્રષ્ટા બનીને સતત પ્રકૃતિથી નિશ્ચિત થઈ રહેલાં કર્મ કરતો રહે. ખેર અર્જુન, જેવી રીતે ત્રણ કારણોથી મનુષ્ય કર્મ કરે છે, એવી જ રીતે ત્રણ કારણોથી તે પોતાના કર્મોના ફળ પણ ભોગવે છે. પહેલું કારણ છે કર્તાપણાનો અહેસાસ, એટલે કે જાતે કંઈક કરી શકે છે એવો ભ્રમ ''કર્મોના ફળ ભોગવવાનું'' પહેલું કારણ છે. બીજું છે કારણ, એટલે કે સ્વાર્થ. પોતાના સ્વાર્થને કારણે મનુષ્ય ચાલી રહેલી આ મહાન લીલાથી હટીને કર્મ કરવામાં લાગી જાય છે. અને આનું જ તે સૌથી વધુ ભોગવે છે. અને ત્રીજી છે ક્રિયા. ...એટલે કે કર્મ કરવાની વિધિ. અર્જુન, જે આ ત્રણેથી છુટકારો મેળવી લે, એ કર્મનું ફળ ક્યારેય નથી ભોગવતો.

ખેર અર્જુન, તેં જાણવાની ઈચ્છા કરી જ છે તો તું જ્ઞાન, કર્મ અને કર્તાના ગુણોનું અંતર પણ મારી પાસેથી સમજી લે. પહેલાં હું ''જ્ઞાન''ની ચર્ચા કરી લઉં છું. તેથી અર્જુન, જે જ્ઞાનથી મનુષ્ય જુદા-જુદા પદાર્થો અને બધાં જ જીવોને એક પરમાત્માસ્વરૂપ જાણે છે, એવા જ્ઞાનને તું સાત્વિક જ્ઞાન સમજ. કોઈપણ કારણથી કોઈપણ પ્રકારનો ભેદભાવ ઉત્પન્ન કરવાવાળા જ્ઞાનને તું સાત્વિક જ્ઞાન ના સમજીશ. એવી જ રીતે જે જ્ઞાનથી મનુષ્ય બધાંના જુદા-જુદા ભાવોને અલગ જાણે છે, એ જ્ઞાનને તું રાજસી જ્ઞાન સમજ. પણ જે જ્ઞાન ફક્ત સ્વાર્થ શીખવે છે, એ જ્ઞાન તામસી જ્ઞાન સિવાય બીજું કશું નથી.

હે અર્જુન, હવે એવી જ રીતે તું કર્મોના અંતરને પણ વિસ્તારપૂર્વક સમજ. મનુષ્ય પોતાના જીવનમાં જેટલાં પણ કર્મ ફળની લાલચ વિના કરે છે, તેના એટલાં જ કર્મોને તું 'સાત્વિક કર્મ' સમજ. ફળની લાલચમાં ધારણ કરેલાં સંન્યાસને કે પછી કરવામાં આવેલા ત્યાગને ક્યારેય 'સાત્વિક કર્મ' ના સમજવું જોઈએ. અરે, ફળની લાલચમાં તો કરવામાં આવેલું પરમાત્માનું પૂજન પણ સાત્વિક કર્મ નથી હોતું. પણ ફળની લાલચ વિના તો કરવામાં આવેલું

યુદ્ધ પણ સાત્વિક કર્મ બની જાય છે. એવી જ રીતે જે કર્મ મનુષ્ય ભોગની લાલચમાં કરે છે, અને એ માટે જે કંઈ પણ પરિશ્રમ કરે છે, તેના એ તમામ પરિશ્રમોને તું રાજસી કર્મ સમજ. પરંતુ જ્યારે કોઈ મનુષ્ય પરિણામની ચિંતા કર્યા વગર ઉગ્રતાવશ કોઈ કર્મ કરે છે, તો તેના એવા કર્મને તું તામસી કર્મ સમજ. એટલું જ નહીં, પોતાના સામર્થ્યને ઓળખ્યા વિના કરવામાં આવેલા કર્મોને પણ તું તામસી કર્મ જ સમજ. અને સંસારમાં આવી તામસી પ્રવૃત્તિવાળા મનુષ્ય જ પોતાને હાથે પોતાનો વિનાશ કરવામાં લાગેલા છે. યુદ્ધના મેદાનમાં હાજર કૌરવ તેનું સર્વશ્રેષ્ઠ ઉદાહરણ છે.

અર્જુન, એવી જ રીતે હવે તું મારી પાસેથી કર્તાનો તફાવત પણ સમજી લે. જે કર્તા સંગરહિત છે એટલે કે પોતાનાંમાં જ મસ્ત છે, તે સાત્વિક કર્તા માનવામાં આવે છે. એવી જ રીતે જે કર્તાનો રસ ફક્ત કાર્યમાં હોય છે, અને જે કાર્ય કરવામાં આવનારી અડચણોથી વિચલિત નથી થતો, એ કર્તા પણ સાત્વિક કર્તા જ હોય છે. પણ જે કર્તા મોહ અને લોભથી ભરેલો છે, જે પોતાના લોભ અને મોહને કારણે સુખ-દુઃખ ભોગવતો રહે છે; એવા વાતે-વાતે સુખ-દુઃખ ભોગવવાવાળા કર્તાને તું રાજસી કર્તા સમજ. પણ જે ઘમંડી અને ધૂર્ત છે, જે કર્મ બીજાઓને નુકસાન પહોંચાડવા માટે કરે છે; એવા કર્તાને તું તામસી કર્તા સમજ.

ખેર, જ્યારે હું તને મનુષ્યના મનના ઊંડા સત્ય સમજાવી જ રહ્યો છું, તો તું મારી પાસેથી બુદ્ધિ અને ધૃતિનો તફાવત પણ વિસ્તારપૂર્વક સમજી લે. જગતની ત્રિગુણી-માયામાં મનુષ્યની બુદ્ધિના પણ ત્રણ પ્રકાર હોય છે. જે બુદ્ધિ જગતની તમામ પ્રવૃત્તિઓ અને નિવૃત્તિઓને, બધાં કર્તવ્યો અને અકર્તવ્યોને અને બધાં પ્રકારના બંધન અને મોક્ષને પણ કુદરતની આ મહાન લીલાથી આવતાં અને જતાં જુએ છે, એ બુદ્ધિ સાત્વિક છે. જે મનુષ્યની ભીતર-બહાર ઘટી રહેલી તમામ ઘટનાઓમાં પોતાને કે

હે **અર્જુન**, જે થયું... **સારું** થયું, **જે થઈ રહ્યું** છે...તે સારું થઈ રહ્યું છે અને **જે** **થવાનું** છે...તે પણ **સારું જ** થશે

બીજાઓને નહીં, પરંતુ એક પરમાત્માને કર્તા તરીકે જુએ છે, એ જ સત્ય જુએ છે. બીજી બાજુ જે બુદ્ધિ પોતાના જ્ઞાનના બળે ''ધર્મ અને અધર્મ'' તથા ''કર્તવ્ય અને અકર્તવ્ય''ની પસંદગીમાં લાગેલી છે, એ બુદ્ધિને તું રાજસી સમજ. અને તું પણ અત્યારે એવી જ પસંદગીમાં લાગેલો છે. પણ જે બુદ્ધિ અધર્મને પણ આ ધર્મ છે, એમ માની લે છે... એ તામસી બુદ્ધિ છે. અને મોટા ભાગનું જગત આ તામસી બુદ્ધિનું જ શિકાર છે. અહીં હરકોઈ ફળની લાલચમાં કરવામાં આવતી ધાર્મિક વિધિઓને ધર્મ માનવાની ભૂલ કરી રહ્યાં છે.

હે અર્જુન, એવી જ રીતે મનુષ્યની ત્રણ પ્રકારની ધૃતિ એટલે ધારણ-શક્તિ પણ હોય છે. જે મનુષ્ય ધ્યાનપૂર્વક પોતાના મન, પ્રાણ અને ઈન્દ્રિયોને ધારણ કરે છે, તે સાત્વિક ધારણશક્તિવાળો મનાય છે. એટલે કે જે મનુષ્ય પોતાના અસ્તિત્વને જાણે છે અને તેનો સાથ આપે છે, તેને સાચા માર્ગ ઉપર ચાલવાવાળો સમજવો જોઈએ. કેમ કે બધાંએ આ સમજવું જોઈએ કે પોતાની વિરુદ્ધ જઈને અહીં કોઈ... ક્યારેય પ્રગતિ નથી કરી શકતા. એવી જ રીતે જે પોતાની કામનાઓ અને મોહના બળે ધર્મ, વિચાર અને બાહ્ય સંપત્તિને ધારણ કરે છે તેમને ''રાજસી ધારણશક્તિવાળા'' સમજવા જોઈએ. પણ જે કોઈ મનમાં ભય, ચિંતા અને દુઃખ વગેરેને ધારણ કરે છે, અને ઈચ્છવા છતાં પણ જેમનો આમનાથી છુટકારો નથી થતો; એમને તું તામસી ધારણશક્તિવાળા સમજ.

અર્જુન, હવે તું મારી પાસેથી મનુષ્યોના સુખોના પ્રકાર પણ સમજ. જે કોઈ પોતાના સ્વ સાથે પ્રસન્ન રહે છે, તેને સાત્વિક સુખનો સાચો શોધક કહેવાય છે. જે કોઈ મનુષ્ય હંમેશા એવા કર્મોમાં લાગેલો રહે છે, જેથી અંતમાં પણ તે સુખને જ ઉપલબ્ધ થાય; એવા મનુષ્યને પણ સાત્વિક સુખની ઈચ્છા રાખવાવાળો જ સમજવો જોઈએ. તેથી સુખની શોધથી મને વાંધો નથી. તું પણ આ યુદ્ધમાં સુખ શોધી રહ્યો છે, તો ચાલશે. પણ તું બરાબર ધ્યાન આપીને સમજ કે સ્થાયી સુખ તને યુદ્ધ કરવાથી મળશે કે યુદ્ધથી ભાગવાથી. કેમ કે જેનું સુખ ''ઈન્દ્રિયો અને વિષયોના સંયોગ ઉપર'' નિર્ભર હોય છે, એ સુખ રાજસી કહેવાય છે. તને પણ જ્યારે જીતનો વિશ્વાસ હતો ત્યારે તું રાજ્યનું સુખ મેળવવા માટે ઉત્સાહિત હતો, અને આજે જ્યારે તારો યુદ્ધ જીતવા ઉપરથી વિશ્વાસ હટી ગયો, તો તું ખુદને રાજ્યના સુખથી વંચિત કરવા ઈચ્છે છે. બાહ્ય વિષયોના સંજોગોના આધાર પર જેમના સુખ-દુઃખ બદલાતા રહે છે, એવા લોકો રાજસી સુખના શોધક કહેવામાં આવે છે. બીજી બાજુ જે વર્તમાન કષ્ટ ઓછું કરવા માટે ભવિષ્યના મહાદુઃખને ગળે લગાડે છે, તેમને તું તામસી સમજ. અને તું પણ અત્યારે રાજસીથી તામસી સુખ તરફ પ્રવૃત્ત થઈ રહ્યો છે. પણ મારી વાત યાદ રાખ કે તું યુદ્ધના મેદાનમાંથી ભાગીશ તો વર્તમાન કષ્ટ કરતાં પણ હજારગણું કષ્ટ આવનારાં સમયમાં ભોગવીશ.

હે અર્જુન, પૃથ્વી, આકાશ કે દેવતાલોક જે કોઈપણ બાબતે તું વિચારે છે, એમાં એવું કોઈ નથી જે પ્રકૃતિની આ ત્રિગુણી-માયાથી અજાણ હોય. અને આ જ આધારે આ મનુષ્યલોકમાં પણ ''મનુષ્યના કર્મોને તેના સ્વભાવ અનુસાર'' વિભાજીત કરવામાં આવ્યા છે. અને કોઈ મનુષ્ય અકારણ પોતાના એ સ્વભાવગત કર્મોને નકારી ના શકે. કહેવાનો અર્થ એ કે કેમ કે તું સ્વભાવે ક્ષત્રિય છે, તેથી હારવાના ડરથી તું યુદ્ધનો ઈન્કાર ન કરી શકે. કેમ કે વીરતા, તેજ, સ્વાભિમાન અને યુદ્ધથી અકારણ ન ભાગવું આ બધાં ક્ષત્રિયના સ્વાભાવિક ગુણ હોય છે. એવી જ રીતે બ્રાહ્મણ, વૈશ્ય અને શુદ્રના પણ પોત-પોતાના સ્વાભાવિક ગુણ હોય છે. આ કારણે અહીં કોઈપણ પોતાના સ્વાભાવિક કર્મોથી ભાગી નથી શકતા. અને અર્જુન, એક રહસ્યની વાત વધુ સમજી લે કે પરમાત્માને પામવા માટે અહીં કોઈ ક્ષત્રિય કે શૂદ્રને બ્રાહ્મણ બનવાની જરૂર નથી. આવો ભ્રમ સ્વાર્થી અજ્ઞાની ફેલાવે છે. ક્ષત્રિય હોય કે શૂદ્ર, વૈશ્ય હોય કે બ્રાહ્મણ, અહીં બધાં ફળોને ત્યાગીને તત્પરતાપૂર્વક પોતાના કર્મ કરતાં-કરતાં પરમસિદ્ધિને પ્રાપ્ત થઈ જ શકે છે.

અર્જુન, અહીં બધાં કર્મોમાં કોઈ-ને-કોઈ દોષ હોય જ છે. સૂર્ય જીવન આપે છે તો તપાવે પણ છે. પણ તે તપાવવાની ગ્લાનિમાં જીવન આપવાનું મહાન કર્મ નથી ત્યાગી રહ્યો. એવી જ રીતે તું યુદ્ધ કરીશ તો મારકાપ તો થશે જ, પણ એના ડરથી તું પાપીઓનો અંત કરવાનો મોકો ન ગુમાવી શકે. તેથી યુદ્ધથી ભાગવાની જગ્યાએ તું યુદ્ધથી ભાગવાની પ્રેરણા આપવાવાળા પોતાના મનના વિકારો ઉપર ધ્યાન આપ. આ બધાં વિકારોના મૂળમાં છુપાયેલી ફળની લાલચને ઓળખ. તું એમ સમજ કે ફળની લાલચનો ત્યાગ કરતાં જ તારા યુદ્ધ કરવા અને ન કરવાના તમામ વ્યક્તિગત કારણ દૂર થઈ જશે. પછી તું નિઃસંદેહ પાપીઓનો નાશ કરવાના એક ઉદ્દેશ્યથી યુદ્ધ કરવા માટે ઊભો થઈ જઈશ. અને આ રીતે યુદ્ધ કરવાથી તું પરમાત્માને ઉપલબ્ધ થઈ જઈશ. અને હું તને ઘણી વાર કહી ચૂક્યો છું કે સમભાવમાં સ્થિત થવું એ જ, ફળની લાલચ ત્યાગવાનો એકમાત્ર ઉપાય છે. તેથી તું યુદ્ધ પોતાને માટે નહીં, પરમાત્મા માટે કર. ...એ પાપીઓનો નાશ ઈચ્છે છે, તું પાપીઓનો નાશ કરવાનો નિમિત્ત બની જા. તું તારું કર્મ અને તેના પરિણામની ચિંતા, બંને મને અર્પિત કરી દે. ...તું સંપૂર્ણ રીતે હટી જા. પછી આ યુદ્ધ તું નહીં કરે, હું કરીશ. અને જ્યારે તારી જગ્યાએ યુદ્ધ હું કરીશ તો ચોક્કસપણે પળવારમાં તને બધાં જ સંકટોમાંથી ઉગારી પણ લઈશ. પણ સ્વાર્થ, અહંકાર અને ખોટાં જ્ઞાનને કારણે જો તું મારી વાત નહીં માને, તો આ સ્પષ્ટ સમજી લે કે તું નષ્ટ થઈ જઈશ. અને હું તને મારા વિશ્વસ્વરૂપના દર્શન કરાવી જ ચૂક્યો છું. તેથી મારી વાત ઉપર અવિશ્વાસ કરવા માટે તારી પાસે તારા અહંકાર સિવાય બીજું કોઈ કારણ હાજર નથી. અને દરેક અહંકારનો વિનાશ કરવો એ જ મારું એકમાત્ર કર્તવ્ય છે. અને આ સ્પષ્ટ સમજી

લે કે પોતાના કર્તવ્ય-કર્મોનું પાલન કરતી વખતે હું મિત્રતા કે સંબંધ નહીં જોઉં.

શું કરું...? મારી પરિસ્થિતિ પણ સમજો. પોતાના કર્મોથી કૌરવોનો વિનાશ નક્કી થઈ ગયો છે. પણ આ વિનાશ પ્રકૃતિ તો કરી રહી. એ માટે નિમિત્ત તો મનુષ્યોએ જ બનવું પડશે. એવામાં અર્જુન નિમિત્ત બની રહે અને યુદ્ધના મેદાનમાંથી ન ભાગે, એ જોવું મારા કર્તવ્યમાં આવે છે. અને હું આ કર્મ જીવનપર્યંત નિભાવવા માટે તૈયાર છું. પણ સમય તેની મંજૂરી નથી આપી રહ્યો. હવે તો ચારે તરફનો નજારો ચીસો પાડી-પાડીને કહી રહ્યો છે કે ગમે તે ક્ષણે યુદ્ધ શરૂ થવાનું રણશિંગુ વાગી જશે. હવે અર્જુનને સમજાવવામાં તો મેં મારા તરફથી કોઈ કસર બાકી નહોતી રાખી. અને જે અત્યાર સુધી ન સમજ્યો તેની આગળ પણ સમજવાની શક્યતા નહિવત્ જ હતી. એવામાં મારી પાસે તેને વધુ સમજાવવાની જગ્યાએ તેના ''યુદ્ધથી ભાગવાના કારણ'' ઉપર સખત પ્રહાર કરવાનું વધુ યોગ્ય હતું. અને તે પોતાના વ્યક્તિગત સ્વાર્થને કારણે યુદ્ધમાંથી ભાગવા ઈચ્છતો હતો, એમાં મને કોઈ શંકા ન હતી. તેથી મેં સીધો મજબૂતાઈથી તેના સ્વાર્થ ઉપર જ હુમલો કરી દીધો. મેં તેને સ્પષ્ટ કહ્યું કે તું મારી વાત માનીશ તો તને બધું મનવાંછિત મળી જશે, પણ જો તું યુદ્ધથી ભાગીશ તો છિન્ન-ભિન્ન થઈ જઈશ. એવામાં હું સંબંધ કે મિત્રતા નહીં જોઉં. હું તારો સારથી યુદ્ધના મેદાનમાં છું. યુદ્ધના મેદાનમાં હું તારે માટે બધું જ કરીશ. પણ અગર તું વિચારે છે કે હું તને યુદ્ધના મેદાનમાંથી લઈ જાઉં, તો એ ક્યારેય નથી બનવાનું. યુદ્ધના મેદાનની બહાર તારે પોતાની જવાબદારી ઉપર જવું પડશે, અને એ પણ પોતાના પગેથી ચાલીને. એવામાં કોઈ તારી ઉપર હુમલો કરી દે તો મારી કોઈ જવાબદારી નહીં રહે. તેથી જો તું મુજ પરમાત્માની કૃપા ઈચ્છતો હોય તો તારે યુદ્ધના મેદાનમાં જ દ્રઢપણે ઊભા રહેવું પડશે. અહીં બધાંએ એ

સમજી લેવું જોઈએ કે મુસીબતોનો સામનો કરવાવાળાઓની સાથે તો પરમાત્મા ઊભા રહે છે, પણ મુસીબતોના ડરથી ભાગવાવાળાઓનો સાથ પરમાત્મા છોડી દે છે.

ખેર, ડરાવી તો તેને બરાબર દીધો જ હતો. એમ પણ ઘણીવાર ડરેલી વ્યક્તિને વધુ ડરાવીને પણ કામે લગાડી શકાય છે. અને બસ આગળ મેં તેને એ જ રીતે સ્થિતિની ગંભીરતાનું સત્ય સમજાવતાં કહ્યું કે હે અર્જુન, જો તું પોતાની જીદ અને પોતાના અહંકારનો આશ્રય લઈને એમ વિચારી રહ્યો છે કે "હું યુદ્ધ નહીં જ કરું" તો તારું આ વિચારવું મૂર્ખામીભરેલું છે. તારા પોતાના કેટલાંક સ્વભાવ જ તને યુદ્ધમાં ઘસડી જશે. જો તારા જતાં જ કર્ણએ તીર વરસાવવાનું શરૂ કરી દીધું તો તું ચૂપ નહી રહી શકે. એવામાં ચોક્કસ તું તેના તીરોનો શિકાર થવાને બદલે ધનુષ્ય ઉઠાવવાનું પસંદ કરીશ. અને માની લે કે તું એકવાર માટે યુદ્ધના મેદાનમાંથી સલામત નીકળી પણ ગયો, તો પણ... દ્રૌપદી માટેનો તારો મોહ તેના એક ઈશારા ઉપર તને ફરી યુદ્ધના મેદાનમાં લાવીને ઊભો કરશે. સીધું સમજી લે કે અટળ થઈ ગયેલું આ યુદ્ધ તારે ગમે તે સ્થિતિમાં કરવું તો પડશે જ, ચાહે પોતાની મરજીથી કરે કે બીજાઓના દબાણમાં આવીને કરે. અને હું તને એટલું જ કહી રહ્યો છું કે જ્યારે યુદ્ધ કરવું જ છે તો પોતાની મરજીથી દિલ ખોલીને કર. ...એવામાં તું પોતાની શ્રેષ્ઠ વીરતા દેખાડી શકીશ. અને તો જ યુદ્ધનું પરિણામ પોતાની ઈચ્છા પ્રમાણે લાવી શકીશ. નહિતર જો ક-મને યુદ્ધ કર્યું તો નાહકનો માર્યો જઈશ. મેં મારા તરફથી તને ગોપનીય કરતાં પણ અતિ ગોપનીય જ્ઞાન આપી દીધું. તું મારા એક-એક શબ્દ ઉપર વિચાર કર, અને પછી જે નિર્ણય લેવો હોય તે લઈ લે. બસ એટલું સમજી લે કે તારું જીવન અને મૃત્યુ, બન્ને તારા જ હાથમાં છે.

આશ્ચર્ય એ કે હજી પણ તે યુદ્ધ કરવા માટે રાજી થઈ ગયો હોય, એવું લાગતું નહોતું. હા, ઊંડા ચિંતનમાં ડૂબેલો ચોક્કસ લાગતો હતો. ખેર, મેં તેના ચિંતનને યોગ્ય દિશા આપવાના ઉદ્દેશ્યથી મારી વાત આગળ વધારતાં કહ્યું કે અર્જુન, બીજી એક વાતનું ધ્યાન રાખી લેજે. મેં જે તને મનુષ્યના મન અને તેના જીવનના તમામ રહસ્યો કહ્યા છે, એ તારે ન સાંભળવાની ઈચ્છાવાળા આગળ ક્યારેય નથી કહેવાનાં. ન તો પોતાના આત્માનું સંપૂર્ણ અપમાન કરતી કોઈ અયોગ્ય વ્યક્તિ આગળ તારે આ ઉપદેશ કહેવાનો છે. પ્રકૃતિનો આ નિયમ દરેકે હંમેશને માટે ધ્યાનમાં રાખી લેવો જોઈએ કે પ્રકૃતિ અયોગ્ય વ્યક્તિને ક્યારેય કંઈ નથી આપતી. બીજી બાજુ પ્રકૃતિ કોઈની ઈચ્છા વિરુદ્ધ પણ તેની સાથે કોઈ જબરદસ્તી નથી કરતી. પણ હા, કોઈ પ્રેમપૂર્વક આ રહસ્યમય જ્ઞાન સાંભળવા ઈચ્છે, તો તેને આ જ્ઞાન ચોક્કસ આપવું જોઈએ. આ જ્ઞાનને સાંભળવાવાળા અને આ સત્યજ્ઞાનને ફેલાવવાવાળા, બંને મારા સાચા ભક્ત ગણાવા જોઈએ. આ સમજી લે અર્જુન કે તેમનાથી વધીને મારું પ્રિય બીજું કોઈ હોઈ જ નથી શકતું. અને મારો આવો જે કોઈપણ ભક્ત આ જ્ઞાનને ભીતર ઉતારી

લે છે, એ તો નિઃસંદેહ મને જ પ્રાપ્ત થાય છે. અર્જુન, આ એક એવું જ્ઞાન છે કે જેના પર કોઈપણ યુગની વ્યક્તિ મનન કરશે તો તેનો ઉદ્ધાર થઈ જશે. અને તેં તો મારી પાસેથી આ સાક્ષાત્ સાંભળ્યું છે. આશ્ચર્ય એ છે કે છતાં પણ તું હજી સુધી અસમંજસમાં છે. સમસ્યા શું છે? શું તેં આ મહાજ્ઞાનને ધ્યાનથી નથી સાંભળ્યું? અને જો ધ્યાનથી સાંભળ્યું છે, તો તારો અજ્ઞાનજનિત મોહ નષ્ટ કેમ નથી થઈ રહ્યો?

અર્જુનઃ

હે કૃષ્ણ! તમારી પરમકૃપાથી મારો મોહ નષ્ટ થઈ ગયો છે. હવે મને કોઈ ભ્રમ નથી. હું સમજી ચૂક્યો છું કે યુદ્ધ લડવા સિવાય મારી પાસે બીજો કોઈ વિકલ્પ છે જ નહીં. તેથી હવે ખરા હૃદયથી તમારી આજ્ઞાનું પાલન કરીશ.

સંજયઃ

હે મહારાજા ધૃતરાષ્ટ્ર, મેં શ્રીકૃષ્ણ અને અર્જુનના સંવાદને ધ્યાનથી સાંભળ્યો છે. આ મહાન જ્ઞાનને સાંભળીને હું ધન્ય થઈ ચૂક્યો છું. અને સાચું કહું તો જ્યાં શ્રીકૃષ્ણ છે... ત્યાંજ વિજય છે, એવો મારો સ્પષ્ટ મત છે.

ગીતાઃ

ચાલો, અર્જુન યુદ્ધ કરવા માટે રાજી તો થઈ ગયો. અને સારું એ હતું કે એ સમય રહેતા રાજી થઈ ગયો હતો. બસ, કૃષ્ણએ તરત જ રથ બંને સેનાઓની વચ્ચેથી હટાવીને ફરી પાછો પાંડવોના જૂથમાં ઊભો કરી દીધો. બસ એક વાત હું કહેવા માંગીશ. અર્જુન યુદ્ધ કરવા માટે રાજી તો થયો હતો, પણ તે ફળની કામના હજી નહોતો ત્યાગી શક્યો. આ યુદ્ધ લડવું તેણે બુદ્ધિપૂર્વક પસંદ કર્યું હતું, આત્માથી નહીં. અને આ જ કારણ હતું કે યુદ્ધની પહેલાં જે અર્જુન યુદ્ધ કરવા કરતાં ભિક્ષા માંગવાનું વધુ શ્રેષ્ઠ સમજી રહ્યો હતો, તેણે યુદ્ધ જીત્યા પછી ક્યારેય સંન્યાસની વાત ન કહી. ચાલો, આ કોઈ ખાસ વાત નથી. કર્મ કર્યું છે અને ફળ તરીકે રાજ્ય મળ્યું છે, તો તેને ભોગવવું જ જોઈએ. પણ હદ તો અર્જુને ત્યારે કરી દીધી જ્યારે પોતાના રાજ્યને ફેલાવવા માટે અને ચક્રવર્તી સમ્રાટ બનવા માટે તેણે ન માત્ર અશ્વમેધ યજ્ઞ કર્યો, પરંતુ એ માટે તેણે અકારણ લોકોનો વધ પણ કર્યો. અને આ બધું એ જ અર્જુને કર્યું જે આ યુદ્ધમાં હિંસાને પાપ કહી રહ્યો હતો. આ બધું ફળની આશામાં એ જ અર્જુને કર્યું જેને કૃષ્ણએ આ આખી ચર્ચામાં અનેક વાર ફળની આશા ત્યાગવા માટે કહ્યું હતું. આ બધી વાતોથી હું કહેવા એ માંગુ છું કે અર્જુન તો મોકો ચૂકી ગયો, પણ તમે

ના ચૂકતા. મારાથી બહેતર જ્ઞાન ઉપલબ્ધ ના હોઈ શકે. આનો ભરપૂર ફાયદો ઉઠાવજો અને પોતાની ફળની આશાઓને કમજોર કરતાં જજો. આ સમજી જ લેજો કે ફળની આશા મનુષ્યની એકમાત્ર શત્રુ છે. હું જાણું છું કે જ્યાં સુધી અંતરાત્મા સાથે નિકટતા નહીં વધે, ત્યાં સુધી ફળની આશા ત્યાગવાનું સરળ નહીં બને. ત્યાં સુધી ક્યારેક સંસારની તો ક્યારેક સંન્યાસની, ક્યારેક ધનની તો ક્યારેક પરમાત્માની આશા કરતાં જ રહેશો. એમ પણ કહેશો કે ફળની આશા જ ત્યજી દઈશું, તો કર્મ કેવી રીતે કરીશું? અજ્ઞાનતાવશ એમ પણ કહેશો કે ફળની આશા રાખ્યા વિના આગળ કેવી રીતે વધીશું? હું કહી રહી છું કે ફળની આશામાં તો બધાં જ કર્મ કરી રહ્યાં છે, કેટલાં સુખી અને સફળ બની ગયા? તેથી હું કૃષ્ણ દ્વારા કહેલું આ સત્ય વચન ફરી એકવાર પુનરાવર્તિત કરું છું કે ફળની આશા ત્યજવાવાળા જ સુખી, સફળ અને મહાન બની શકે છે. તેથી, જેટલી જલ્દી થઈ શકે, કૃષ્ણ દ્વારા શીખવાડેલી ''ફળની આશા વિના કર્મ કરવાની'' કળા શીખી જાવ. અડચણ આવતી હોય તો કૃષ્ણ દ્વારા આપવામાં આવેલું આ જ્ઞાન વારંવાર વાંચો. તેમની બતાવેલી વાતો ઉપર મનન કરો, એમનો અભ્યાસ કરો. હું આ બધું ફરી એકવાર એટલાં માટે પુનરાવર્તિત કરી રહી છું કેમ કે હું સંપૂર્ણ મનુષ્યજાતિને ''સુખ અને સફળતા''ના શિખર ઉપર બેઠેલી જોવા માંગુ છું. એમ પણ હું મનુષ્યને સુખ અને સફળતા અપાવવાવાળા સૂત્રોથી ગુંથાયેલો એક મહાગ્રંથ જ છું. અને આટલી વાત નીકળી છે તો એ પણ કહી દઉં કે હું કૃષ્ણના જીવનનો સાર છું. હું કોઈ કોરા સૂત્ર નથી, પરંતુ કૃષ્ણના અનુભવોનો નિચોડ છું. કૃષ્ણએ એક સામાન્ય ગોવાળથી સોનાની નગરી દ્વારકાના રાજા સુધીની યાત્રા ફળની આશા વિના સતત કર્મ કરતાં રહેવાથી જ કાપી હતી. એનાથી જ તેમને મહાજ્ઞાન ઉપલબ્ધ થયું હતું. અને તમે તો જાણો જ છો કે કૃષ્ણ સંન્યાસના નહીં, કર્મોના પક્ષધર છે. કૃષ્ણ જંગલોમાં ભટકવાને નહીં, દિલ ખોલીને જીવવાને મહત્ત્વ આપે છે. એટલે આવનારાં દરેક નવાં યુગની સાથે તેમની કહેલી વાતોનું મહત્ત્વ વધતું જશે. નિવેદન ફક્ત એટલું કરવા ઈચ્છું છું કે તમે આનો ભરપૂર ફાયદો ઉઠાવો. ...બસ, આ જ આશા સાથે આપની ગીતા હવે આપની રજા લે છે.

નોટઃ કૃપા કરીને ગીતાનો આ સાર વાંચતી વખતે અને વાંચ્યા પછી પણ વારંવાર ભગવદ્‌ગીતાના શ્લોક પણ જરૂર વાંચો અને સાંભળો. નિવેદન હું એ પણ કરીશ કે ગીતાના શ્લોકોને એ જ ભાષામાં સાંભળો અને વાંચો જેમાં તમે નિપુણ છો.

પ્રેક્ટિકલ એપ્લિકેશન - 23

આ અધ્યાયનો સહુથી મોટો બોધપાઠ છે, કૃષ્ણ દ્વારા અર્જુનને આપવામાં આવેલી ચેતવણી. બીજા અધ્યાયથી કૃષ્ણ અર્જુનને સમજાવવામાં લાગેલા છે. પણ એ એકનો બે નથી થઈ રહ્યો. કૃષ્ણએ એને બચાવવા માટે સમજાવવામાં શું બાકી રાખ્યું હતું? પણ જ્યારે અર્જુન ઉપર એની અસર ન થઈ તો કૃષ્ણએ એને ચેતવતા કહ્યું કે "જો તું મારી વાત નહીં માને તો નષ્ટ-ભ્રષ્ટ થઈ જઈશ." અને એમની આ ચેતવણી અર્જુનને જ નહીં, આપણને સહુને પણ છે. પ્રકૃતિ સમયથી પર એવા નિયમો અનુસાર અબજો વર્ષોથી અસ્તિત્વમાં છે. આપણું મન હોય કે જીવન, એ પણ આ જ નિયમોને આધીન છે. અને આપણે માટે પ્રકૃતિનો સહુથી મહત્ત્વપૂર્ણ નિયમ એ છે કે જેનું મન જેટલું ઉપર ઉઠશે, એનું જીવન એટલું ભવ્ય રહેશે. નહિતર એ નિતનવા સંકટોમાં ગૂંચવાઈને નષ્ટ થઈ જશે. અને વિશ્વનું તમામ સ્પિરિચ્યુઅલ શિક્ષણ મનુષ્યને ઉત્કૃષ્ટ જીવન જીવવાનો માર્ગ બતાવવા માટે છે. કેમકે ભવ્ય અને યાદગાર જીવન જીવવું એજ મનુષ્યનો એકમાત્ર ધર્મ છે. આના સિવાય ધર્મના નામે ચાલતા અન્ય ઉપદ્રવોને તો તમે મહત્ત્વ ન આપો, એજ તમારાં માટે બહેતર છે. જો એનામાં રતીભાર પ્રકૃતિનું વિજ્ઞાન હોત તો મનુષ્યના આ હાલ જ ન થાત. એટલે આપણા જેવા સમજદારો વચ્ચે એની ચર્ચા કરવી એ પણ આપણી સમજદારીનું અપમાન છે. તેઓ કહે છે કે મન ગમે તેવું હશે ચાલશે, બસ તમે તો દક્ષિણા આપીને બહાર વિધિ-વિધાન કરી લો. હવે આ વાત જ પ્રકૃતિનાં પરમ-નિયમથી વિપરીત છે. જો એવું થઈ શકતું હોત તો કૃષ્ણને આટલી લાંબી ગીતા કહેવાની જરૂર જ શું હતી? કોઈ મંત્ર કે કોઈ દોરો અર્જુનને આપી દેત...! આપણે સમજદાર છીએ, એટલે સમજદારો જેવી જ વાત કરીએ. અને મુદ્દાની વાત એ છે કે ગીતામાં કૃષ્ણ આપણાં મનને જેવી રીતે સેટ કરવા ઈચ્છે છે, આપણે પોતાના મનને એવું બનાવવું જોઈએ. નહિતર અર્જુનની જેમ પ્રકૃતિ અને કૃષ્ણ આપણને પણ ચેતવવાથી નહીં ચૂકે કે "હવે તું નષ્ટ-ભ્રષ્ટ થઈ જઈશ." એકંદરે જીવન એક એવો અવસર છે, જેને ગુમાવી ન શકાય. અને ગીતા જીવન ભવ્ય બનાવવા માટે એક એવું વરદાન છે, જેને અપનાવવા સિવાય બીજો કોઈ ઉપાય નથી. તેથી આશા રાખું છું કે તમે હાથ લાગેલા આ મહાન અવસરને ગુમાવશો નહીં. તેથી એપ્લિકેશન ભરો અને જીવન મહાન બનાવવા માટે પોતાની દ્રઢતા બતાવો.

પોતાની ભાષામાં લખો કે હું પ્રકૃતિને ચેતવવાનો મોકો નહીં આપું. જરૂર પડી તો ગીતા વારંવાર વાંચીશ.

પ્રેક્ટિકલ એપ્લિકેશન - 24

પોતાની ભાષામાં લખો કે હું ગીતાના મહત્ત્વને સમજી ગયો છું અને પોતાને તે અનુસાર ઢાળીને એક ભવ્ય જીવન જીવીશ.

....

....

....

....

....

....

....

....

....

....

....

....

....

....

....

....

....

....

....

....

....

....

નોટઃ એ ધ્યાનમાં રાખજો કે પ્રેક્ટિકલ એપ્લિકેશન્સમાં તમે જેટલું વધારે લખશો, એટલી જ ગીતા પર તમારી પકડ આવતી જશે. અને લખવું શાંત મનથી એકાંતમાં અને એ પણ પૂરી ઈમાનદારીથી.

પ્રેક્ટિકલ એપ્લિકેશન - 25

ગીતા પહેલીવાર વાંચ્યા પછી મન અને વિચારોમાં શું પરિવર્તન આવ્યું, એ વિસ્તારથી લખો.

....

....

....

....

....

....

....

....

....

....

....

....

....

....

....

....

....

....

....

....

....

....

....

....

....

....

....

પ્રેક્ટિકલ એપ્લિકેશન - 26

દર મહિને પોતાને ચેક કરો અને કેટલા ટકા ગીતા ભીતર ઉતરી, એ લખો. આવું દસ મહિના સુધી નિરંતર કરો. ધ્યાન રાખો, મેં અહીં ગીતા ફક્ત સમજી જ નહીં, પરંતુ જીવનમાં પણ ઉતારી એમ કહી રહ્યો છું.

મહિનો	ટકાવારી
1.	....
2.	....
3.	....
4.	....
5.	....
6.	....
7.	....
8.	....
9.	....
10.	....

નોટઃ આ ગીતાને એક વરદાનની જેમ લેજો. એને ક્યારેય તમારાથી અળગી ન કરશો. દરેક કઠિન ઘડીએ એ રસ્તો દેખાડતી રહેશે. પોતાની જ લખેલી વાતો વાંચતાં રહેવાથી તમને નિરંતર પોતાના વિશેની સ્પષ્ટતા જળવાઈ રહેશે. અને જલદી જ દરેક શ્લોક તથા એની વિસ્તારથી કરવામાં આવેલી ટિપ્પણી સાથે એક ''મહાગીતા'' પણ આવી જ રહી છે. બસ, પહેલા આ સંક્ષિપ્ત ગીતાને ગ્રહણ કરી લો. જેથી એ વિશાળ અને ઊંડી ગીતાને પૂરેપૂરી આસાનીથી સમજી શકો....

ધન્યવાદ,
દીપ ત્રિવેદી

દીપ ત્રિવેદી દ્વારા લિખિત અન્ય બેસ્ટસેલર્સ

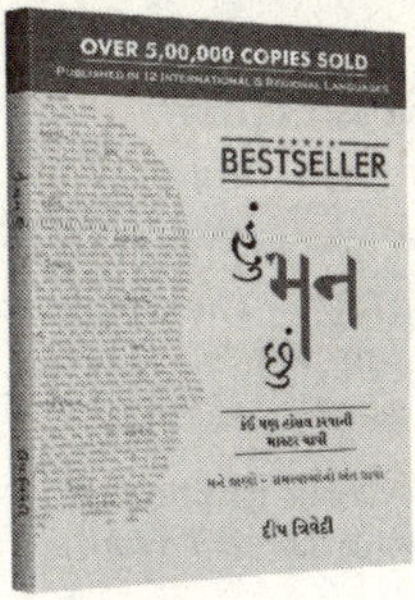

એક એવું પુસ્તક, જે ન માત્ર મનુષ્યના સાતેય મનોને ઉજાગર કરે છે, પરંતુ એ બધાંનો તમને તમારી અંદર અનુભવ પણ કરાવે છે. સાથે જ આપણી અંદરના મનોની શક્તિઓને કેવી રીતે જગાડવી, એ પણ બતાવે છે. એકંદરે આ પુસ્તક તમારા મનનું રિમોટ કન્ટ્રોલ તમારા હાથમાં પકડાવી દે છે.

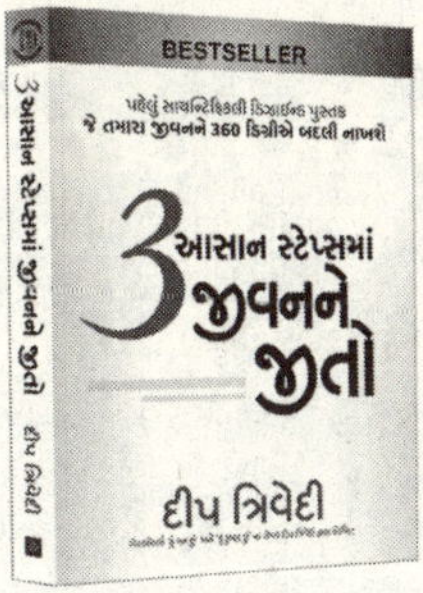

“3 આસાન સ્ટેપ્સમાં જીવનને જીતો” મનુષ્યના મન અને જીવનને સંપૂર્ણપણે બદલી નાખવાની ક્ષમતા ધરાવે છે. તેમાં જીવન સાથે સંબંધિત તમામ મહત્ત્વપૂર્ણ બાબતોને માત્ર સમજાવાઈ જ નથી, પરંતુ તેમને જીવનમાં અમલમાં મૂકવાની આસાન અને પ્રેક્ટિકલ રીતો પણ જણાવાઈ છે.

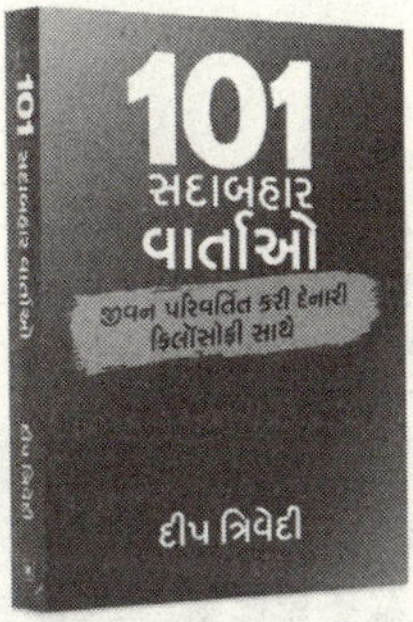

ઘણીવાર ઊંડી વાતો વાર્તા અને જોક્સ દ્વારા ન માત્ર ઝડપથી સમજાઈ જાય છે, પરંતુ અંદર ઝડપથી ઉતરી પણ જાય છે. આ પુસ્તકમાં આવી જ સદાબહાર સર્વશ્રેષ્ઠ વાર્તાઓ છે. આ એ પુસ્તક છે, જેને ન માત્ર સંપૂર્ણ પરિવારે વાંચવું જોઈએ, પરંતુ સાથે જ બાળકોને આ વાર્તાઓ અને તેના સાર વિશે સમજાવવા પણ જોઈએ.

આ પુસ્તક “આત્મા”ના અસ્તિત્વને વૈજ્ઞાનિક રીતે સાબિત કરે છે. તેને વાંચનારો સરળતાથી પોતાની અંદર આત્માનો અનુભવ કરી લેશે. આ એ પુસ્તક છે, જેના દ્વારા “આત્મા અને તેની શક્તિઓ” કોઈ વાર્તા ન રહીને અંદર અનુભવાતી વસ્તુ બની ગઈ છે.

કૃષ્ણથી અદ્‌ભુત અને વિશાળ જીવન બીજું કોઈ નથી. લગભગ 30 શાસ્ત્રોનું રિસર્ચ કરીને કૃષ્ણની આ સંપૂર્ણ સાયકોલૉજિકલ આત્મકથા લખવામાં આવી છે. આમાં કૃષ્ણનાં જીવનના એક-એક દિવસનો હિસાબ છે. 6 પુસ્તકોના આ ઐતિહાસિક બુક-સેટમાં ન માત્ર કૃષ્ણએ શું-શું કર્યું છે, એ સમજાય છે, પરંતુ કેમ કર્યું એ પણ સ્પષ્ટ થઈ જાય છે.

સરળ ભાષામાં લખાયેલું આ પહેલું એવું પુસ્તક છે, જે સમજાવે છે કે કેમ અને કેવી રીતે સર્વસ્વ સાયકોલૉજી છે. સાથે જ જીવનનો સૌથી મુખ્ય સવાલ “શું મહેનત અને પ્રયત્ન જરૂરી છે” નો આ પુસ્તક જવાબ આપતા “ડૂઈંગ અને હેપનિંગ”ની પાછળનું વિજ્ઞાન અને સાયકોલૉજીને પણ સમજાવે છે.

ઉપરોક્ત બધાં પુસ્તકો અંગ્રેજી, હિન્દી, મરાઠી અને ગુજરાતીમાં www.aatmanestore.com ની સાથોસાથ બધા પ્રમુખ બુક સ્ટોર્સ, ઈ-કોમર્સ સાઇટ્સ અને દીપ ત્રિવેદી એપમાં ઈ-બુક અને ઓડિયોબુક ફોર્મેટમાં ઉપલબ્ધ છે